AF659527

डॉ. बाळ फोंडके हे कीर्तिवंत असे विज्ञान कथाकार आहेत. त्यांच्या विशाल व सखोल अनुभवांतून 'व्हर्चुअल रिॲलिटी' हे १२ विज्ञानकथांचं अत्यंत वाचनीय आणि बुद्धीला खाद्य पुरवणारं असं पुस्तक लिहून झालंय. या वैज्ञानिक कम काल्पनिक - 'आभासमय सत्या'च्या कथा निश्चितच वाचनीय आहेत. डॉ. बाळ फोंडके यांच्या साहित्य कलाकृतींमध्ये हा मानाचा तुराच आहे. देखणं मुखपृष्ठ, सुंदर मुद्रण ही तर मेहतांची खासियत!

– नाशिक, सकाळ ६.१.२००२

या सर्व कथांना जसा सामाजिक, आर्थिक, कौटुंबिक बेस आहे तसा तो माहिती तंत्रज्ञान व स्पर्धायुक्त जीवनाचाही आहे. विज्ञान क्षेत्रातील राजकारणावर भाष्य करणाऱ्या या कथा संपूर्णतः विज्ञानाची राजकीय, सामाजिक बाजू मांडण्यात यशस्वी ठरल्या आहेत.

– तरुण भारत (बेळगाव) १६.१२.२००१

विज्ञान आणि तंत्रज्ञान, विशेषतः बायोटेक्नॉलॉजी आणि इन्फर्मेशन टेक्नॉलॉजी या क्षेत्रात आज होत असलेल्या अभूतपूर्व क्रांतीमुळे आणि जागतिकीकरणामुळे एक नव्या प्रकारची जीवघेणी स्पर्धा आज रूढ होत आहे. त्यापोटी आपली जीवनशैली तसेच मूल्यव्यवस्था तळापासून ढवळून निघत आहे. त्यांच्यात होत असलेल्या आमूलाग्र बदलाचा कॅनव्हास डॉ. बाळ फोंडके यांच्या या कथांना लाभलेला आहे.

– दैनिक सकाळ, १६.९.२००१

संगीतापासून संगणक शास्त्रापर्यंत, राजकारणापासून ते समाजकारणापर्यंत भारतीय सांस्कृतिक परंपरांपासून ते पाश्चिमात्य वैचारिक प्रवाहांपर्यंत अनेक लाटांवर लीलया वावरू शकणाऱ्या डॉ. फोंडके यांचा हा कथासंग्रह वाचकाला नवी अनुभूती व भान देईल याची मला खात्री आहे.

– तरुण भारत, मुंबई

आपल्या
स्नेहीजनांना
पुस्तके
भेट द्या

व्हर्च्युअल रिॲलिटी

डॉ. बाळ फोंडके

मेहता पब्लिशिंग हाऊस

All rights reserved along with e-books & layout. No part of this publication may be reproduced, stored in a retrieval system or transmitted, in any form or by any means, without the prior written consent of the publisher and the licence holder. please contact us at **Mehta Publishing House,** Pune 411030.

✆ +91 020-24476924 / 24460313 / Mob. No. 9545000513

Email : production@mehtapublishinghouse.com

Website : www.mehtapublishinghouse.com

◆ *या पुस्तकातील लेखकाची मते, घटना, वर्णने ही त्या लेखकाची असून त्याच्याशी प्रकाशक सहमत असतीलच असे नाही.*

VIRTUAL REALITY by DR. BAL PHONDAKE

व्हर्च्युअल रिॲलिटी : डॉ. बाळ फोंडके / विज्ञानकथा

© डॉ. बाळ फोंडके

Email : author@mehtapublishinghouse.com

प्रकाशक : सुनील अनिल मेहता, मेहता पब्लिशिंग हाऊस,
१९४१, सदाशिव पेठ, माडीवाले कॉलनी, पुणे ३०.

मुद्रक : ट्रिनिटी ॲकॅडमी फॉर कॉर्पोरेट ट्रेनिंग लिमिटेड

मुखपृष्ठ : राजू पवार

प्रकाशनकाल : ऑगस्ट, २००१ / पुनर्मुद्रण : जानेवारी, २०१८

किंमत : ₹ २४०

P Book ISBN 9788177661910

E Book ISBN 9789387319493

E Books available on : amazonkindle Apple Books Google Play Books

---

* पायरेटेड पुस्तकांची खरेदी-विक्री हा कायद्याने गुन्हा आहे आणि अशा गुन्ह्याविरोधात कायदेशीर कारवाई होऊ शकते.

नाती रक्ताची असतात
त्यामुळं ती दृढ असतात.
इंग्रजीत तर म्हणच आहे,
Blood is Thicker than Water.
पण काही नाती रक्ताची नसतात.
ती निर्व्याज स्नेहाच्या, निरपेक्ष आपुलकीच्या रेशीमधाग्यांनी
बांधलेली असतात.
रेशमाची लड मऊसूत, सुळसुळती वाटली तरी तिची गाठ पक्की असते,
घट्ट राहते.
अशाच रेशमाच्या नात्यानं जोडल्या गेलेल्या

प्रभाकर आणि उषा नांदूरकर,
(सिडनी, ऑस्ट्रेलिया.)

यांना
ही अल्पस्वल्प भेट

– बाळ

प्रस्तावना

'विज्ञान साहित्य' असा शब्दप्रयोग किंवा तशी संकल्पनाच मला मंजूर नाही. साहित्याला —मग ती कथा-कादंबरी असो वा कविता-नाटक — जे मानदंड वा निकष लावले जातात, त्यानुसारच त्या कलाकृतीचा आस्वाद घ्यावयास हवा. त्यावरची टीका वा समीक्षाही वाङ्मयीन कक्षेतच करावयास हवी. 'विज्ञान साहित्यात' फक्त विज्ञान असेल आणि साहित्य नसेल तर त्याला कुणी कलाकृती म्हणून संबोधणार नाही. नाहीतर इंजिनियरींग वा मेडिकलची पाठ्यपुस्तके किंवा सर्व विज्ञानविषयक पुस्तकेही साहित्य म्हणून ओळखली गेली असती.

परंतु आता जगभर 'विज्ञान साहित्य' ही एक स्वतंत्र शाखा रुढ झाली आहे. आयझॅक ॲसिमोव आणि कार्ल सगान हे दोघेही थोर साहित्यिक होते — आणि म्हणूनच ते उत्तम 'विज्ञान साहित्य' लिहू शकले. ते दोघेही स्वतंत्ररीत्या वैज्ञानिक होते. ते फक्त वैज्ञानिक किंवा संशोधक राहू शकले असते. फारच कमी वैज्ञानिकांनी साहित्याच्या चित्तवेधक-चित्तथरारक विश्वात भरारी मारण्याचा प्रयत्न केला आहे.

एकाच वेळेस प्रयोगशाळेत आणि साहित्यसृष्टीत, विज्ञानसुत्रांत आणि वाङ्मयात संचार करणे सोपे नाही. डॉ. बाळ फोंडके यांना ती विलक्षण कला अवगत झाली आहे. डॉ. फोंडके वैज्ञानिक झाले नसते, तरीही साहित्यिक मात्र झालेच असते कारण तशी वाङ्मयीन सर्जनशीलता त्यांच्याकडे आहे.

अर्थातच, केवळ वाङ्मयीन सर्जनशीलता असून चालत नाही. ज्या प्रकारच्या साहित्याला 'विज्ञान-साहित्य' म्हणून संबोधायची प्रथा पडली आहे, त्या प्रकारात तर केवळ सर्जनशीलतेवर विसंबून चालतच नाही. या प्रकारच्या साहित्यातील विज्ञानसूत्र वा नियमच चुकीच्या पद्धतीने येत असेल तर त्यातील तथाकथित साहित्यिकता, अलंकारिकता, नाट्यमयता ही अर्थशून्य ठरेल.

डॉ. फोंडके यांचे विविध शास्त्रांचे ज्ञान आणि आजुबाजूच्या सर्वंकष वास्तवाचे भान यामुळे त्यांच्या या कथांना त्रिमितीच्या पलीकडचे परिमाण लाभले आहे. कथा-माध्यमातून हे परिमाण प्रकट होण्यासाठी लेखकाला राजकारण आणि अर्थकारण, माणसांचे विविध स्तरांवरचे परस्परसंबंध, त्यांचे भावजीवन, त्यांची जिद्द, अहंभाव किंवा 'इगो', मत्सर आणि महत्त्वाकांक्षा, प्रसिद्धीची झिंग आणि पैशाचा लोभ हे सर्व समजायला हवे.

वैज्ञानिक झाला तरी तो माणूसच असतो. त्याचे संशोधन जरी प्रयोगशाळेत वा चिंतनातून साकारत असले तरा त्याचे व्यक्तिमत्त्व कुटुंबात, समाजात, विशिष्ट सांस्कृतिक वातावरणात फुलत असते — वा कोमेजतही असते. 'विज्ञान-साहित्यात' या सर्व भावविश्वाचे प्रतिबिंब पडले नाही तर या प्रकारच्या साहित्याचे प्रचलित वेगळेपण राहणार नाही.

सध्या आपण विविध प्रकारच्या अरिष्टांच्या आवर्तनातून जात आहोत. परंतु सर्व अरिष्टे हानिकारकच असतात असे नाही. काही इष्टापत्ती असतात. काही आव्हाने असतात. काही अपूर्व संधी असतात.

जागतिकीकरणाची प्रक्रिया, माहिती-माध्यम क्रांती, बाजारपेठांचा विस्तार आणि हे सर्व घडवून आणणारी विज्ञान-तंत्रज्ञान क्रांती डॉ. फोंडके यांच्या लेखनाचा विशाल कॅनव्हास आहे. एकविसाव्या शतकातील जीवनावर सर्वात मोठा प्रभाव पडणार आहे. बायोटेक्नॉलॉजी आणि इन्फर्मेशन टेक्नॉलॉजीचा. 'बी टी - आय टी रिव्होल्यूशन' आपल्या सर्वांच्या जीवनशैलीतच नव्हे तर मूल्यव्यवस्थेतही आमुलाग्र बदल घडवून आणणार आहे. डॉ. फोंडके यांची 'गांधारीचे पुत्र' ही कथा म्हणजे अनेक चित्तथरारक शक्यतांचा भविष्यपट आहे. 'पाऊंड ऑफ फ्लेश' ही कथाही आजच्या जीनोम-युगातील प्रश्न एका वेगळ्याच अंगाने आपल्यासमोर घेऊन येते.

डॉ. फोंडके यांना एक 'ॲडव्हान्टेज' आहे. तो ते वैज्ञानिकही आहेत हा नाही, तर ते एक पत्रकारही आहेत. पत्रकारितेच्या व्यवसायामुळे येणारी बहुश्रुतता, तत्परता तात्कालिकता आणि कमीत कमी शब्दात पण अतिशय वाचनीय शैलीत आशयघनता कशी आणायची याचे कौशल्य त्यांच्याकडे आहे.

डॉ. फोंडके 'सायन्स टुडे' या दर्जेदार विज्ञान मासिकाचे संपादक आणि 'द इकॉनॉमिक टाइम्स' व 'महाराष्ट्र टाइम्स' या दैनिकांचे वरिष्ठ संपादक होते. त्यामुळेच त्यांच्या लेखनाला सद्यस्थितीतील बहुविधतेचे परिमाण लाभले आहे. विज्ञान-तंत्रज्ञानाला अर्थकारणाचे आणि राजकारणाचे, शासकीय धोरणाचे आणि संस्थांतर्गत चाललेल्या साठमारीचे असलेले परिमाण डॉ. फोंडके अचूकपणे हेरू शकतात याचे एक कारण त्यांचा एका जान्यामान्या संस्थेशी आलेला संबंध.

म्हणूनच मी वर म्हटले की खरे 'विज्ञान-साहित्य' हे उत्कृष्ठ दर्जाचे, जीवनाच्या विविध अंगांना स्पर्श करणारे, भावविश्वाच्या गुहेत शिरू शकणारे आणि व्यावहारिक जीवनातील ऐहिक संघर्ष टिपू शकणारे वाङ्मय असते.

'सारेच सज्जन' या फोंडके यांच्या कथेत या मानसिक व संस्थात्मक संघर्षाचे भेदक चित्रण फोंडके यांनी केले आहे. 'वसुली' या कथेतही राजकारण (म्हणजे सत्ताकारण !) आणि विज्ञान यांच्यातील सीमारेषा कशा अस्पष्ट होऊ लागतात याचे वाचकाला अस्वस्थ करून सोडणारे चित्रण आहे.

कुणी जर असे म्हटले की या कथांमधून अदृश्यपणे बाळ फोंडके यांचे आत्मचरित्र वावरते आहे, तर ते म्हणणे वास्तवाला फारसे सोडून नसेल.

मी डॉ. फोंडके यांना सुमारे २५ वर्षे ओळखतो आहे आणि त्या 'अदृश्य' आत्मचरित्राशी माझी जवळून ओळख आहे. संगीतापासून संगणक शास्त्रापर्यंत, राजकारणापासून ते समाजकारणापर्यंत भारतीय सांस्कृतिक परंपरांपासून ते पाश्चिमात्त्य वैचारिक प्रवाहांपर्यंत अनेक लाटांवर लिलया वावरू शकणाऱ्या डॉ. फोंडके यांचा हा कथासंग्रह वाचकाला नवी अनुभूती व भान देईल याची मला खात्री आहे.

– कुमार केतकर
संपादक
'महाराष्ट्र टाइम्स'

मनोगत

एके काळी विज्ञानाची उपासना केवळ नवीन ज्ञान मिळविण्यासाठीच केली जात असे. ज्या क्षेत्रात आजवर कोणीही संचार केलेला नाही अशा नवनवीन प्रदेशातली ती मुलूखगिरी असे. आपल्या या विश्वाचा गाडा कसा चालतो, त्यातल्या प्रत्यही नवनवीन विभ्रम दाखविणाऱ्या निसर्गाच्या करामतीमागे कोणते गूढ दडलेले आहे, हे जाणून घेण्याची उत्सुकता त्यापाठी असे. निसर्गनियमांचे रहस्य उलगडण्याची आकांक्षा या उपासनेला चालना देत असे. आणि त्या रहस्याची उकल झाली की मिळणारे अतीव समाधान, हीच त्या उपासनेची सांगता असे. मानवजातीचं एकत्रित ज्ञानभांडार अधिक समृद्ध केल्याची भावनाच कृतकृत्य झाल्याचं समाधान देत असे. तेच त्याचं पसायदान असे आणि तो ज्ञानयज्ञ संपन्न झाल्याचं समजून सगळेच जण सुखिया होत असत.

पण गेल्या शतकात परिस्थितीत बदल होत गेला. विज्ञानसंशोधनाची कास धरुन मिळविलेल्या ज्ञानाचं तंत्रज्ञानात रुपांतर करता येतं, याची नव्यानंच जाणीव झाली. त्यापूर्वी तंत्रज्ञानानं विकास केला नव्हता, अशातली बाब नव्हती. पण त्यावेळी तंत्रज्ञानाचा प्रवाह विज्ञानाच्या प्रवाहाला समांतर वाहत असे. पण आता त्यांचं मीलन होऊ पाहत होतं. किंबहुना विज्ञानाचा प्रवाह एका विशिष्ट टप्प्यावर येऊन पोचला की तिथूनच तंत्रज्ञानाच्या नवीन प्रवाहाचा उगम व्हायला सुरुवात झाली होती. सुरुवातीला या नवीन तंत्रज्ञाननिर्मितीचा विज्ञानाच्या प्रवाहाला गती देण्यास किंवा नवीन दिशा दाखवण्यास मदतच होत असल्याचं पाहून बरंच वाटलं होतं. पण त्यामुळं वाढत गेलेला वेग कधी हाताबाहेर गेला, हे समजलंच नाही. दुसरं महायुद्ध पेटलं आणि सर्वत्र रणधुमाळीच माजली. तंत्रज्ञानाचा वापर करून केवळ युद्धात उपयोगी पडणाऱ्या शस्त्रांची निर्मिती नव्हे, तर बाजारपेठेत

बसू शकणाऱ्या उपभोग्य मालाचंही उत्पादन करता येतं, हे कळून आलं, आणि परिस्थितीचा ढाचाच बदलून गेला. तोवर विशुद्ध राहिलेल्या विज्ञानाच्या प्रवाहाचा संगम राजकारण, अर्थकारण, समाजकारण यांच्या गढूळ प्रवाहांशी झाल्यानं तो बेबंद झाला. त्याच्यात अनेक भवरे तयार होऊ लागले. सर्वत्र गाळ साचून राहू लागला.

गेल्या शतकाच्या उत्तरार्धात जेव्हा जैवतंत्रज्ञान आणि माहितीतंत्रज्ञान, बायोटेक्नॉलॉजी आणि इन्फर्मेशन टेक्नॉलॉजी यांची घोडदौड सुरू झाली, तेव्हा तर या तंत्रज्ञानाच्या उत्पादनांनी राहत्या घरांचे उंबरठे ओलांडून माजघरातच नव्हे तर शेजघरातही प्रवेश करायला सुरुवात केली. माणसाच्या व्यक्तिगत आयुष्यात, अगदी त्या जीवनाच्या खाजगी मानल्या जाणाऱ्या दालनांमध्येही घुसखोरी आरंभली. त्यापोटी व्यक्तिव्यक्तिंची आयुष्यं तर ढवळून निघालीच, पण नीतीमूल्यांची चौकटच विस्कटू लागली. जागतिकीकरणाच्या अनावर ओढीनं तर जीवनकलहाला जीवघेण्या स्पर्धेचं परिमाण प्राप्त करून दिलं.

या सर्वांची परिणती दुसऱ्यावर अनिर्बंध स्वामित्व स्थापन करण्याच्या ईर्षेला अधिक इंधन पुरवण्यात झाली नसती तरच नवल. 'परार्थ' या शब्दाला अर्थच उरला नाही. निव्वळ स्वार्थसाधना हा नियम बनू लागला. इतरांवरचं स्वामित्व तसंच अबाधित कायम राहावं, अशा असीम आंकाक्षेनं समस्त मानवजातीला झपाटून टाकलं. सत्य, शिवं, सुंदर यांची हकालपट्टी होऊन त्यांची जागा सत्ता, सत्ता आणि सत्ता हिनं घेतली. इतरांवर बे लगाम स्वामित्व गाजवण्याची प्रवृत्ती भलेही हिणकस वाटो, ती प्रत्येक सजीवाची उपजत प्रवृत्ती आहे, असाच दावा 'द सेल्फिश जीन' या सिद्धांताचं प्रतिपादन करणाऱ्या रिचर्ड डॉकिन्सनं केला आहे. आपल्या यच्चयावत आनुवंशिक गुणधर्मांचा आराखडा ज्यात समाविष्ट आहे अशा जनुकांचीच ती प्रवृत्ती असल्यानं तीच आता सगळ्याच सजीवांची आणि पर्यायानं माणसाचीही मूलभूत प्रेरणा व्हावी, हे मग ओघानंच आलं. विज्ञानानं राजकारण, राजनीती, जागतिक अर्थकारण, व्यापारी संघर्ष यांच्याबरोबर झिम्माफुगडी घालायला सुरुवात केली, तशी या मंथनातून केवळ हलाहलच वर येऊ लागलं.

याचं प्रतिबिंब विज्ञानकथांमधून पडणं स्वाभाविकच आहे. विज्ञानकथा या केवळ मनोरंजनात्मक परिकथा नसून भीषण आणि विद्रूप वास्तवाचं भेदक चित्रण करणाऱ्या साहित्याच्या मूलप्रवाहाशी नाळ जुळलेल्या वास्तवकथा आहेत, याचंच ते प्रत्यंतर आहे. फरक असलाच तर तो एवढाच आहे की हे वास्तव कदाचित आजचं, या क्षणाचं नसेल. पण ते लगेचच येणाऱ्या पुढच्या क्षणाचं आहे, रात्रीच्या गर्भात दडून बसलेल्या उष:कालानंतर प्रदर्शित होणारं आहे, यात शंका

नाही. ते वास्तव प्रत्यक्षात समोर उभं ठाकेपर्यंत वाट पाहत राहिलो, तर त्याचा सामना करण्याची संधीच आपल्याला मिळणार नाही. ते वास्तव आहे हे ध्यानात येण्यापूर्वीच ते आपल्याला गिळंकृत करून टाकेल. पण भविष्यवेधाची दुर्बिण वापरून जर त्या वास्तवाच्या स्वरुपाचं धूसरसं आकलनही आज करून घेतलं, तर मग ते वास्तव स्वीकारायचं, ते टाळायचं की त्यावर मात करायची याचा निर्णय घेणं सोपं जाईल. किंबहुना असा वेध घेतला तरच हे वेगवेगळे पर्याय उपलब्ध होऊ शकतात.

वास्तवात असे मूलभूत बदल होत राहणं मानवप्राण्याला नवीन नाही. स्वत:च्या दोन पायांवर उभं राहत त्यानं गुहांमधून आणि रानावनांमधून बाहेरच्या जगात पाऊल टाकलं, तेव्हापासून तो नवनवीन वास्तवांना सामोरा जात आला आहे. त्या बदलांना अंगिकारून नवीन जीवनशैली प्रस्थापित करण्याची क्षमता त्याच्याजवळ निश्चित आहे. आजवर त्याची प्रचिती अनेकवार मिळाली आहे. पण आजवर हे बदल संथगतीनं होत असत. त्यामुळं नीतीमूल्यांची चौकट नव्यानं बांधायला पुरेसा वेळ मिळत असे. सजीवांच्या उत्क्रांतीसारखीच ही संस्कृतीविकासाची वाटचाल होत होती. पर्यावरणात सतत बदल होतच असतात. तो निसर्गनियमच आहे. आज ज्याला प्राणवायू असं आपण म्हणतो, जो मिळाला नाही की प्राण कंठाशी येतात, तो ऑक्सिजन एके काळी वातावरणात मुळी हजरच नव्हता. एवढंच नाही तर त्या काळातल्या सजीवसृष्टीला तो विषासमानच होता. त्याचा वाराही त्या सजीवांना सहन होत नसे. पण त्यातल्याच काही सजीवांच्या उच्छ्वासापोटी तो पर्यावरणात साचून राहू लागला. 'विषवल्ली' फोफावू लागली. पण सजीवांनी त्यालाही समर्थपणे तोंड दिलं. हे हलाहल पचवणारे तगडे सजीव उभे राहिले आणि बघताबघता त्यांनी त्या विषांचं अमृतात रुपांतर केलं. हे होऊ शकलं कारण पर्यावरणातले हे बदल उत्क्रांतीच्या प्रवाहाच्या गतीशी साथ राखणारे होते. त्यामुळं त्या बदलांना सामावून घेऊन नवीन जीवनशैली प्रस्थापित करायला पुरेसा वेळ मिळाला होता. आज पर्यावरणात माणूस आपल्या अधाशासारख्या जगण्याच्या वृत्तीपायी जे बदल घडवत आहे त्यांचा वेग भन्नाट आहे, झंझावातासारखा न मानवणारा आहे. त्याचमुळं उत्क्रांतीच्या प्रवाहात भवरे निर्माण होऊन प्रदूषणाचा भस्मासूर थैमान घालतो आहे. संस्कृतीच्या प्रवाहाचीही तीच गत होण्याची भीती आहे. नीतीमूल्यांचं प्रदूषण होऊ न देता त्यांच्या नवीन बैठकीचा भक्कम आधार असलेली तगडी समाजव्यवस्था प्रस्थापित करायची असेल, तर या उद्याच्या वास्तवाची आजच दखल घ्यायला हवी. ते वास्तव धूसर असल्यामुळं, आज ते वास्तव आहे की केवळ त्याचा आभास आहे, असा संभ्रम मनात उभा राहू शकतो. पण आजचं युगच मुळी या आभासी सत्याचं आहे, व्हर्च्युअल रिॲलिटीचं

आहे. त्या ‘व्हर्च्युअल’चा अर्थ मिथ्य असाही होऊ शकतो आणि ‘जवळजवळ’ किंवा ‘निकटचा’ असाही होऊ शकतो. नाहीतरी आपल्या डोळ्यांना आसपासचं विश्व दिसतं ते त्याच्या ‘रियल’ प्रतिमेऐवजी ‘व्हर्च्युअल’ प्रतिमेपोटीच. तेव्हा या आभासी वास्तवाचा हा खराखुरा फेरफटका केला तरच त्या वास्तवात टिकून राहण्याचे उपाय आपण शोधून काढू शकू. ती शक्यता जोपासण्याचा हा एक प्रयत्न आहे.

– डॉ. बाळ फोंडके

अनुक्रमणिका

अग्निपरीक्षा

'म्हणजे तू अजूनही तो एक्सपेरिमेन्ट केला नाहीस ?'

डॉ. अरुंधती अय्यरनं बेला बिष्टला विचारलं. बेला अजूनही रिसर्च फेलो म्हणूनच काम करत होती. खरं तर तिच्या फेलोशिपची मुदत दोन वर्षांपूर्वीच टळून गेली होती. पीएचडीसाठी तिनं डॉक्टर अभ्यंकरांची विद्यार्थिनी म्हणून आपलं नाव रजिस्टर केल्याला आता सहा वर्ष उलटून गेली होती. आजवर अभ्यंकरांच्या कोणत्याही विद्यार्थ्यानं आपलं पदवीसाठीचं संशोधन पूर्ण करण्यासाठी इतका वेळ घेतला नव्हता. अभ्यंकर आपल्या संशोधनाच्या अचूकतेविषयी अतिशय जागृत असत. संशोधनाचा दर्जा अतिशय उच्च आणि जागतिक निकषांवर टिकणारा असावा, असा त्यांचा कटाक्ष असे. त्यामुळं त्यांच्याबरोबर संशोधन करणं, हे तसंच कष्टाचं आणि जिकीरीचं काम असे. कित्येकवेळा त्यांच्या कडक शिस्तीपायीही कित्येक विद्यार्थी कंटाळून जात. एकच एक्सपेरिमेन्ट ते परत परत करायला सांगत. त्या प्रत्येक पुनरावृत्तीत काही छोटे छोटे फरक केले जात, नाही असं नाही. तरीही तेच तेच प्रयोग परत परत करणं भाग पडलं की, कंटाळा येतच असे. असा जरासा कंटाळा केला की, अभ्यंकरांची घडी बिघडलीच. मग त्यांचा रागाचा पारा कसा आणि किती चढेल हे कोणालाही सांगता येत नसे.

तरीही एक तर त्यांच्याकडे काम करायला येणारे विद्यार्थी जात्याच अत्यंत हुशार असत. कठोर तपासणीतून तावून सुलाखून पार पडलेले असत. त्यामुळं अभ्यंकरांबरोबर कराव्या लागणाऱ्या बौद्धिक कसरतीत ते पाठी पडत नसत. त्या बाबतीत अभ्यंकरांच्या अपेक्षा पूर्ण करण्याची क्षमता त्यांच्याजवळ निश्चित असे.

शिवाय अभ्यंकर परत परत प्रयोग करायला सांगत त्यापाठी विनाकारण आपल्याला छळण्याची वृत्ती नाही, हे ते विद्यार्थी जाणून असत. त्यातून संशोधनाची शिस्त अंगी लागत असे आणि तिचा पुढल्या आयुष्यात कितीतरी फायदा होतो हे आजवर इतरत्र आघाडीवर पोचलले त्यांचे माजी विद्यार्थी आवर्जून सांगत असत. शिवाय अभ्यंकरांचा विद्यार्थी म्हणून मिळवलेल्या पदवीला इतरत्र किती मान आहे, किती किंमत आहे याचीही संपूर्ण कल्पना त्या विद्यार्थ्यांना असे. त्यामुळं कंटाळा आला तरी त्यावर मात करून ते अभ्यंकरांनी सांगितलेलं काम त्यांच्या मनासारखं होईपर्यंत करत राहात. त्यात कुचराई करण्याचा प्रयत्न करत नसत.

पण बेलाची तऱ्हाच वेगळी होती. सुरुवातीपासूनच तिनं खळखळ करायला सुरुवात केली होती. शिवाय अभ्यंकरांनी आपल्याला प्रत्यक्ष त्यांच्या बरोबरीने काम करण्याची संधी न देता अरुंधतीसारख्या आपल्या एका पोस्टडॉकबरोबर, आपल्या एका कनिष्ठ सहकाऱ्याबरोबर, काम करायला सांगितलं, याचा तिला राग आला होता. तो अभ्यंकरांजवळ व्यक्त करण्याचाही तिनं प्रयत्न केला होता. पण त्यांनी त्याची दखल घेतली नव्हती. तिला आपल्या पदवीसाठी संशोधन करायचंच असेल तर अरुंधतीची सहकारी म्हणून राहावं लागेल, हे त्यांनी स्पष्ट केलं होतं. शिवाय तिला प्राथमिक मार्गदर्शन जरी अरुंधती करत असली, तरी तिच्या कामावर आपलं सतत लक्ष असेल, असंही आश्वासन दिलं होतं.

पण बेलाच्या मनातली अढी काही कमी झाली नव्हती. आपल्या हुशारीबद्दल तिला वाजवीपेक्षा जास्तच अभिमान वाटत असे. आजवरची तिची ॲकॅडमिक करियर उच्च दर्जाची होती, यात शंकाच नव्हती. पण तशी ती अभ्यंकरांच्या सगळ्याच विद्यार्थ्यांची असे. एकापेक्षा एक वरचढ विद्यार्थी तिथं येत. त्यामुळं तिथल्या त्या वातावरणात खरं तर अहंकाराची तकलादू वस्त्रं गळूनच पडत. शिवाय अभ्यंकरांच्या विद्वत्तेच्या तेजाची झळ लागली की, जो काही उरलासुरला वृथाभिमान राहिलेला असे, तोही जळून जात असे. पण बेलाच्या बाबतीत मात्र उलटंच झालं होतं. आपण इतरांपेक्षा प्रत्येक बाबतीत वरचढ असूनही आपली इथं उपेक्षा होत आहे, आपल्याला प्रत्येक बाबतीत डावललं जात आहे, आपल्याला रास्त मान मिळत नाहीय, अशीच तिची धारणा होत गेली होती. त्यामुळं तिचं कोणाशीच पटत नव्हतं. परिणामी तिला जवळचा मित्र-मैत्रीण कोणी राहिलंच नव्हतं. त्यामुळं तर ती अधिकच एकाकी होत गेली होती.

तो सगळा राग ती अरुंधतीवर काढण्याचा प्रयत्न करत असे. वास्तविक अरुंधती काही कमी तल्लख बुद्धीची नव्हती. तशी ती नसती तर अभ्यंकरांनी आपला एक विश्वासू सहकारी म्हणून तिची निवड केलीच नसती. तिची आजवरची ॲकॅडमिक करियर बेलापेक्षाही उच्च दर्जाची होती, हे कोणीही कबूल केलं

असतं. पण अरुंधतीला त्याचा गर्व नव्हता. कदाचित सतत अभ्यंकरांच्या संपर्कात राहिल्यामुळं आपण अजूनही किती पाठी आहोत, आपल्यात अजूनही किती उणीवा आहेत, याची तिला पुरेपूर जाणीव होती. आपल्या विद्वत्तेचं प्रदर्शन करणं ती टाळत असे. त्यामुळंही बेलाच्या स्वत:बद्दलच्या भलत्यासलत्या कल्पनांना खतपाणी घातलं जात होतं. अरुंधतीला आपल्याला मार्गदर्शन करण्याचा अधिकारच काय, असा सवाल ती विचारत असे. उघडउघड तो तिनं करावा, असे तिचे इतरांशी संबंध राहिलेच नव्हते. तसं झालं असतं, तर ते अभ्यंकरांच्या कानावर जाऊन तिची केव्हाच हकालपट्टी झाली असती. पण आपल्या भावना अरुंधतीला समजतील, याची खात्री मात्र तिनं करून घेतली होती. केवळ अरुंधतीनं म्हणूनच आजवर ते सहन केलं होतं. अभ्यंकरांच्या कानावर ते जाणार नाही. याची दक्षता घेतली होती. एका अर्थी तिनं बेलाला प्रोटेक्ट करण्याचाच प्रयत्न केला होता. पण तसं केलं तर अरुंधतीच उघडी पडेल, तिच्यातल्याच उणीवा अभ्यंकरांच्या ध्यानी येतील. म्हणूनच अरुंधतीनं तिच्याविरुद्ध अभ्यंकरांकडे तक्रार केली नाही अशी बेलानं आपली समजूत करून घेतली होती. जेव्हा संधी मिळेल तेव्हा इतरांनाही तेच सांगायचा प्रयत्न ती करत असे.

अलीकडे तर बेला अधिकच हट्टी बनत चालली होती. अधिकाधिक डिफायन्ट होत चालली होती. अरुंधतीनं तिला केलेल्या सूचना योग्य आहेत, याची जाणीव होऊनही केवळ तिनं त्या केल्या आहेत म्हणून त्या नाकारण्याकडे तिचा कल होऊ लागला होता. यामध्ये आपलं नुकसान होतंय, आपला थिसिस रखडतोय, आपली फेलोशिपची मुदत संपली तरी आपलं काम पुरं झालेलं नाही, आपल्यानंतर आलेले विद्यार्थी पदवी मिळवून इतरत्र चांगल्या नोकऱ्या मिळवून सेटल झाले तरी आपण मात्र अजूनही इथंच आणि अनिश्चित अवस्थेत आहोत, याचीही पर्वा तिला राहिली नव्हती.

आताही केवळ अरुंधतीनं सांगितला होता म्हणून तो एक्सपेरिमेन्ट तिनं केला नव्हता. आणि तसं केल्यानं आपण मोठी बाजी मारलीय, असंच ती भासवत होती.

'नाही केला. कशासाठी करायचा ? तो केल्याने कोणते रिझल्टस् मिळतील, हे माहितीच आहे आपल्याला. मला तरी ते ठाऊक आहेत.'

'कोणते रिझल्टस् अपेक्षित आहेत ते माहिती आहे. तरीही एक्सपेरिमेन्ट करून ते तसेच येतात की नाही, हे पहावं लागतं.'

'ऑडिनरी रिसर्च सायन्टिस्टस्ना त्याची गरज भासत असेल.' बेला उपहासानं निथळत्या सुरात म्हणाली. 'मला त्याची जरुरी भासत नाही.'

'हे बघ, अशा तऱ्हेनं तू आपलंच नुकसान करून घेत आहेस, हे तुझ्या

लक्षात कसं येत नाही ? तुझी फेलोशिप दोन वेळा एक्स्टेन्ड केली आहे. तरी तुझा थिसिस पूर्ण व्हायच्या मार्गावर नाही.'

'त्याला मी जबाबदार नाही. गाईडचीही काही जबाबदारी असते.'

'डॉक्टर आपली जबाबदारी व्यवस्थित पार पाडत आहेत.'

'हो तर ! माझ्याशी बोलायला तरी सवड असते का त्यांना ?'

'दररोज तुझ्याशी जरी त्यांनी डिस्कशन्स केली नाहीत, तरी माझ्याकडून त्यांना तुझ्या कामाचे रिपोर्ट नेहमीच जात असतात. ते पाहून ते ज्या काही सूचना करतात, त्याच तर मी तुला सांगत असते.'

'म्हणजे तू फक्त निरोपाचं काम करतेस. स्वतंत्रपणे मला गाईड करू शकत नाहीस. तर मग...'

'हे बघ बेला', एक लांबलचक सुस्कारा टाकत अरुंधती म्हणाली, 'आजवर अनेक वेळा ही चर्चा झाली आहे परत परत तेच तेच उगाळत राहण्यात काय हंशील आहे ?'

'परत परत तेच सांगावं लागतंय, कारण सरळ साधी गोष्ट तुमच्या कोणाच्याच लक्षात येत नाहीय. ती लक्षात घ्यायचीच नाही असा पण केलाय तुम्ही लोकांनी. माझी फेलोशिप एक्स्टेन्ड करण्याची जरुरीच नव्हती. इतर कोणाहीपेक्षा लवकर मी माझं थिसिसचं काम पुरं केलं होतं. पण...'

'...परत तेच पुराण चालू केलं आहेस तू. तू प्रत्यक्ष डॉक्टरांना आपले रिझल्ट दाखवले होतेस. त्यांनी तुझ्याबरोबर ते सारे डिस्कस केले होते. आणि त्यात अनेक गॅप्स आहेत, काही रिझल्टस्‌मध्ये कंट्रोल्स पुरेसे नव्हते. काही रिपीट करून आपल्या थिसिस व्यतिरिक्त दुसरं कोणतंही स्पष्टीकरण लागू पडत नाही, हे सिद्ध करायला हवं होतं. काहींमधला डेटा स्टॅटिस्टिकल ॲनॅलिसिससाठी पुरेसा नव्हता. नव्यानं पुढं आलेल्या इतर ठिकाणच्या पुराव्यामुळं काही एक्सपेरिमेन्टस् वेगळ्या तऱ्हेनं करायला हवे होते, हे सारं डॉक्टरांनी तुला समजावून सांगितलं होतं.'

'हंऽऽऽ ! ते त्यांचे विचार नव्हते. त्यांचे कान फुंकले गेले होते. माझ्याविषयी त्यांचं मत कलुषित केलं गेलं होतं. म्हणूनच माझी कोणतीच गोष्ट बरोबर वाटत नव्हती त्यांना.'

'काय सांगणार तुला !' विषण्णपणे हसत अरुंधती म्हणाली. 'डॉक्टर असे हलक्या कानाचे नाहीत, हे तुलाही माहिती आहे. शिवाय आपल्या विषयाच्या बाबतीत ते टोटली ऑब्जेक्टिव्ह आहेत, हे तर सारं जग जाणतंय. त्यांना नेहमीच पाण्यात पाहणाऱ्या त्यांच्या त्या कट्टर प्रतिस्पर्ध्याचा, नार्मनसनचा, पेपर त्यांच्याकडे रिव्ह्यूला आला होता. इतर कोणी असता तर त्यानं तो नाकारण्याचा,

किमान दाबून टाकण्याचा, दिरंगाई करण्याचा प्रयत्न केला असता. पण नार्मनसनचा पेपर अतिशय मोलाचा आहे आणि तो विनाविलंब प्रकाशित करावा, असाच रिपोर्ट त्यांनी दिला. एवढंच नाही तर आपणहून इतरांना नॉर्मनसनच्या नवीन शोधाची माहिती दिली. तुलाही हे माहिती नाही, असं नाही. पण रागाच्या भरात तू जाणूनबुजून त्याच्याकडे कानाडोळा करते आहेस.'

त्यावर काही तरी खरभरीत बोलावं, अशी बेलाची इच्छा होती. पण अरुंधतीचा युक्तिवाद बिनतोड होता, हे तिचंही अंतर्मन तिला सांगत होतं. ती गप्पच बसलेली पाहून अरुंधती उठली आणि आपल्या लॅबोरेटरीकडे जायला निघाली. दाराशी थांबून ती वळली. बेलाला म्हणाली,

'अजूनही वेळ गेलेली नाही. मी सांगितलेले ते दोन एक्सपेरिमेन्ट कर. त्याचे रिझल्ट्स व्यवस्थित आले तर तुला थिसिस लिहायला सुरुवात करता येईल. मी सांगेन डॉक्टरांना तसं.'

यावर बेला जे काही पुटपुटली ते ऐकायला आणि तिनं आपल्या चेहऱ्यावर आणलेले भाव पहायला अरुंधती तिथं नव्हती. दार बंद करून ती तिथून निघून गेली होती.

✦✦✦

दार किलकिलं करून जॉन मॉर्टिमरनं आपली नजर सराईतपणे आतल्या बैठकीवरून फिरवली. टेबलाच्या अग्रभागी असलेली मॅनेजिंग डायरेक्टरांची, डेव्हिड रिजवेची, जागा रिकामी असलेली पाहून त्याचा जीव भांड्यात पडला. बर्गरबरोबर आज फुकट मिळणाऱ्या बनाना स्प्लिटचा मोह त्याला आवरला नाही. खाण्याच्या बाबतीत त्याला आपलं मन कधीच आवरता आलं नव्हतं. आता त्याचा बेसल मेटॅबॉलिक रेटच जास्त असल्यामुळं त्याच्या अंगावर चरबी सहसा चढत नसे म्हणून ठीक होतं. नाहीतर आजपर्यंत त्याचा गरगरीत बास्केटबॉल झाला असता याची त्यालाही पुरेपूर जाणीव होती.

किलकिलं दार बिनधास्तपणे उघडत तो आत आला आणि आपल्या खुर्चीवर जाऊन बसला. मिटींगला कधीही वेळेवर न येण्याची त्याची खोड सर्वांच्याच परिचयाची होती. त्यामुळं आज तो वेळेवर आल्याचं पाहून प्रत्येकजण आश्चर्यचकित झाला होता. बिल केनेडी त्यावर काही कुजकट मल्लिनाथी करणार, तोच रिजवे आत आले. त्यामुळं बिलचे शब्द ओठांवरूनच परत फिरले.

'सो पॉल, मार्केट रिपोर्ट काय म्हणतोय ?' अजिबात वेळ न घालवता रिजवेनी सरळ मुद्यालाच हात घातला.

'गुड ! प्रेटी गुड !' पॉल गिब्ज म्हणाला, 'जगात, विशेषत: विकसनशील देशांमध्ये परत मलेरियानं डोकं वर काढलेलं आहे. ही ड्रग रेझिस्टंट व्हरायटी

आहे. त्यामुळं सध्याच्या कोणत्याच औषधांना हे रोगजंतू दाद देत नाहीयत. आपला ड्रग क्लिनिकल ट्रायलपर्यंत पोचलाय, हे आता सगळ्यांनाच माहिती झालंय. त्यामुळे तो ड्रग बाजारात कधी येणार, याची सगळेचजण आतुरतेनं वाट पाहत आहेत. माझ्याकडे आताच काही टेन्टेटिव्ह ऑर्डर्स आलेल्या आहेत. आजवर कोणत्याच ड्रगसाठी अशा ॲडव्हान्स्ड ऑर्डर्स आलेल्या नव्हत्या.'

'यस डेव्हिड', जेम्स फ्लेचर त्याला दुजोरा देत म्हणाला, 'पॉलचं म्हणणं शंभर टक्के खरं आहे. स्टॉक एक्स्चेंजमध्येही आपल्या ड्रगशिवाय दुसऱ्या कशाचीही चर्चा नाही. आजच्या दिवसात, एका दिवसात, आपला शेअर वीस टक्क्यांनी वर गेलाय. तो दुपटीनं तरी आणखी वर जाईल, असंच सगळे ॲनॅलिस्ट्स् म्हणताहेत.'

'वुई विल लीव्ह बिल गेटस् बिहाईंड. फार बिहाईंड !' बिलनं नेहमीप्रमाणे फुशारकी मारली. जणु त्यानं एकट्यानंच ही बाजी मारली होती.

सगळ्यांनीच अशा मन प्रसन्न करणाऱ्या बातम्या दिल्यानं डेव्हिड रिजवेही सुखावले. कधी नव्हे ते एक स्मित त्यांच्या ओठांच्या बंद महिरपीची कड मोडून गेलंच. पण नेहमी भरभरून बोलणारा जॉन मॉर्टिमर अजूनही मीठाची गुळणी धरून गप्पच बसलेला आहे हे त्यांच्या ध्यानातून सुटलेलं नव्हतं. तसंच काही कारण असल्याशिवाय तो चुपचाप बसणार नाही, याचीही त्यांना खात्री होती. तो आपणहून संभाषणात भाग घ्यायला पुढं सरसावेल, या अपेक्षेनं ते बराच वेळ इतरांच्या बातम्या ऐकत राहिले. तरीही तो हातातल्या पेनशी खेळत जागच्या जागी चुळबुळत राहिला होता. इतर काय सांगताहेत, याकडे त्याचं फारसं लक्षच नव्हतं. आपल्याच विचारात गुरफटल्यासारखा तो केवळ शरीरानंच तिथं आहे, मनानं कुठंतरी दुसरीकडेच आहे, असं रिजवे यांना वाटून गेलं.

तेही अस्वस्थ होऊ लागले. जॉनचं मौन त्यांना विचित्र, अशुभ वाटू लागलं. मार्टिन बुचर उतू जाणाऱ्या शॅम्पेनसारखा भरभरून काहीतरी सांगत आहे, एवढ्याचीच त्यांच्या मनानं नोंद घेतली. तो सांगत असलेला तपशील वाऱ्याच्या झुळुकीसारखा त्यांच्या कानावरून ओघळून गेला.

न राहवून शेवटी त्यांनीच जॉनला बोलतं करण्याचा प्रयत्न केला.

'जॉन, व्हॉटस् द मॅटर ? तू आज असा गप्पच का ? तुझ्याकडेही काही बातमी आलीच असेल ना ?

बोलावं की बोलू नये, अशा द्विधा मन:स्थितीत सापडल्यासारखा जॉन जागच्या जागीच चुळबुळत राहिला. सव्यापसव्य केल्यासारखी त्यानं आपल्या मांडीची बैठक बदलली. ती मोडून परत पहिल्यासारखी केली. खाली केलेली मान त्यानं वर उचलली नाही. आपल्या हातातल्या पेनकडे लागलेली त्याची

नजर तिथंच घोटाळत राहिली.

रिजवेंनी प्रश्न विचारल्यानंतरही त्यानं उत्तर न दिलेलं पाहून सगळेजण अचंब्यानं त्याच्याकडे पाहू लागले. त्याच्या या उद्धटपणाबद्दल त्याला मनातल्या मनात शिव्या घालू लागले.

तरीही जॉन गप्पच होता. आपले सवाल त्याला ऐकून गेले नसावेत, असं रिजवेनाही वाटू लागलं. ते परत त्याचं लक्ष वेधून घेण्यासाठी तोंड उघडणार तो अकस्मात जॉनच म्हणाला,

'आहे ना, माझ्याकडेही माहिती आहे. पण ती या इतर सगळ्यांनी दिलेल्या बातम्यांच्या विरोधात जाणारी आहे. त्या बातम्या ऐकून सगळेजण खूष झालेले आहेत. त्यांच्या, तुमच्याही, आनंदावर विरजण घालण्याचं पातक आपण करावं की काय, या विचारात मी आहे. कदाचित माझी माहिती तितकीशी विश्वासार्ह नसेलही. तसं असेल तर मग विनाकारण सगळ्यांचाच उत्साहभंग केल्याचा दोष माझ्याकडे येईल. म्हणूनच बोलावं की नाही, हे मला समजत नाही. म्हणून...'

'जॉन, यू नो मी. नंतर पश्चात्ताप करण्यापेक्षा आधीच थोडा वेळ वाया गेलेला मला चालतो. जर काही अडचण असेल तर तिचा विचार आत्ताच केलेला बरा. ती अडचण खरी नाही, उगीचच झालेला भास आहे, हे तरी कळून येईल. तू बोल, मनातल्या मनात धुमसत राहू नकोस. तुझी शंका चुकीची आहे, हे तरी समजून येईल.'

'ऑल राईट. तुमचंही खरं आहे. आज मी इतरांना नाराज न करण्याच्या उद्देशानं गप्प राहिलो आणि उद्या माझी माहिती खरी होती असं कळून आलं तर कितीतरी नुकसान होऊ शकतं. त्यावेळी मग पश्चात्ताप करूनही ते नुकसान भरून येणार नाही.'

'एक्झॅक्टली ! सो गो अहेड अँड टेल अस युअर न्यूज.'

'आपल्या या येऊ लागलेल्या ड्रगबद्दलची जी मार्केट प्रोजेक्शन्स आता इथं मांडली गेली ती बरोबर आहेत यात शंका नाही. पण ती करताना एक प्रिझम्शन केलं गेलं आहे. एक गोष्ट गृहीत धरली गेली आहे.'

'कोणती ? आणि तशी ती आहे हे तूच गृहीत कशावरून धरलेलं नाही ?' बिलनं विचारलं. त्याला जॉनचा नेहमीच राग येत असे. रिजवेंनी त्याला विनाकारण चढवून ठेवलं आहे असं त्याचं स्पष्ट मत होतं. पण त्यानं मध्येच बोलून मुष्किलीनं बोलू लागलेल्या जॉनला अडवावं हे रिजवेंना पसंत पडलं नव्हतं. नजरेच्या इशाऱ्यानंच त्यांनी बिलला चापलं. जॉन आपल्याच तंद्रीत असल्यासारखा होता. रिजवे आणि बिल यांच्यातल्या या नजरेच्या खेळाकडे त्याचं लक्षच नव्हतं.

'ही सारी मार्केट प्रोजेक्शन्स करताना आपल्या ड्रगची मोनॉपली असेल,

मक्तेदारी असेल, हे गृहीत धरलं गेलं आहे. आपल्या ड्रगला कोणी प्रतिस्पर्धी असेल. कॉम्पिटिटर असेल, याचा विचार झालेला नाही.' जॉन म्हणाला.

'पण ते रास्तही आहे. नाहीच कोणी कॉम्पिटिटर आपल्याला.' पॉलला बोलल्याशिवाय राहवलंच नाही.

'कालपर्यंत मी तुझ्याशी सहमत झालो असतो, पॉल. पण आता मला कळलंय की, एक्सलंट फार्मस्युटिकल्स ही एक कंपनी इंडियामध्ये असाच एक ड्रग तयार करते आहे. तुम्हाला ठाऊकच आहे की इंडियामधली एन्शन्ट मेडिकल सिस्टिम, आयुर्वेद, तशी बरीच प्रगत होती. वनस्पतींमध्ये नॅचरली आढळणाऱ्या रसायनांवर आधारित अशी अनेक औषधं त्या सिस्टिममध्ये आहेत. इतके दिवस इंडियन्सच त्या बाबतीत उदासीन होते. शिवाय सगळी माहिती एक तर तोंडीच दिली जात असल्यानं काहीजणांजवळच होती. किंवा जुन्यापुराण्या हस्तलिखितांमध्ये दडून राहिलेली होती. पण इन्फर्मेशन टेक्नॉलॉजीच्या उपयोगाला तिथल्या गव्हर्नमेन्टनं प्रोत्साहन दिल्यापासून परिस्थिती बदललेली आहे. या माहितीचे कितीतरी मल्टिमिडीया डेटाबेसेस तयार केले गेले आहेत. शिवाय तिथल्या सायन्टिस्टस्नी नॅचरल प्रॉडक्टस् केमिस्ट्रीमध्ये नेहमीच आपल्या सर्वांच्या पुढं मजल मारलेली आहे.'

'वेट अ मिनिट.' त्याला मध्येच अडवत रिजवे म्हणाले, 'एक्सलंट ही फ्रेंच कंपनी आहे ना ?'

'हो. पण इंडियामधली कंपनी ही जॉईन्ट व्हेन्चर आहे. फ्रेन्चांकडे एकोणपन्नास टक्के इक्विटी आहे. एका इंडियन कंपनीकडे कन्ट्रोलिंग स्टॉक आहे. पण दोघांमधली रिलेशन्स अतिशय उत्तम आहेत. त्यामध्ये बिब्बा घालण्याचा विचार असेल, तर ते जमणं अशक्य आहे.'

'आणि त्याचं रिसर्च डिपार्टमेन्ट नवीन ड्रग तयार करतंय ?' जेम्सनं प्रश्न विचारला असला तरी त्याचं उत्तर कोणी द्यावं, अशी त्याची अपेक्षा नव्हती. कारण कोणी काही बोलण्याच्या आत तोच पुढं म्हणाला, 'मग कसलीच भीती नाही. कारण पुष्कळशा ओव्हरसीज कंपन्यांची इंडियामधली रिसर्च डिपार्टमेन्टस् ही केवळ वरवरच्या देखाव्यासाठी आहेत. टॅक्स चुकवण्याचा तो एक मार्ग आहे. तिथं काही सिरियस रिसर्च होतो, असं मला तरी वाटत नाही.'

'यू वेअर राईट, जेम्स, टिल द अदर डे. आता त्या बाबतीतही परिस्थिती बदललीय. एक तर इंडियामध्ये अतिशय केपेबल सायंटिस्टस् मिळतात. त्यांना योग्य ते वातावरण मिळालं, तर तेही वर्ल्ड क्लास रिसर्च करू शकतात. शिवाय तिथला खर्चही कमी येतो. त्यामुळं अनेक मल्टिनॅशनलनी याबाबतीत वेगळा विचार करायला सुरुवात केली आहे. अगदीच नाही तरी तिथल्या नॅशनल लॅबोरेटरीजकडे किंवा युनिव्हर्सिटीजमध्ये कॉन्ट्रॅक्ट रिसर्चची प्रॉजेक्टस् आज

सर्रास दिली जात आहेत. ही डिपार्टमेन्टस् याबद्दलची माहिती गुप्त राखतात, हेही दिसून आलं आहे. इंडियानं केलेल्या न्युक्लिअर टेस्टस्‌ची माहितीसुद्धा जर गुप्त राखली जाऊ शकते, तर मग ही का नाही राखता येणार ! इन फॅक्ट तेच सांगणार होतो की, एक्सलंटनं या ड्रगबद्दलचं कॉन्ट्रॅक्ट डॉक्टर अनंत अभ्यंकरांना दिलेलं आहे.'

'हू इज अॅनन्टा अबयंकर ?' रिजवेंनी विचारलं.

'ही इज अॅन ऑथॉरिटी ऑन नॅचरल प्रॉडक्टस् सर.' जॉननं आपलं तोंड उघडण्यापूर्वीच मार्टिननं सांगून टाकलं. 'त्यांच्याकडचं काम अतिशय उच्च दर्जाचं तर असतंच, पण वेळेवरही पार पाडलं जातं. त्यांच्याकडे कितीतरी पेटन्टस् आहेत. पण त्यांनी ती सगळी युनिव्हर्सिटीला दिलेली आहेत. ही इज नॉट इंटरेस्टेड इन मनी.'

'या आयुर्वेदिक ड्रग्सना आपल्या ड्रग्सचे कायदे लागू पडत नाहीत. त्यामुळं एकदा का अभ्यंकरांनी प्रॉडक्ट तयार केला की, अधल्या मधल्या टेस्टस् टाळून तो सरळ बाजारात आणता येईल एक्सलंटला.'

'आय सी !' रिजवे म्हणाले आणि विचारात पडले. त्यांनी जरी कसलाच इशारा दिलेला नव्हता, तरी त्यांचं विचारमंथन चालू झाल्याचं पाहून इतरांनी आपणहून आपल्या तोंडांना कुलुपं लावली होती. थोड्या वेळानं त्यांनी स्वत:च परत बोलायला सुरुवात केली.' या अबंयंकराबद्दल कम्प्लीट माहिती मिळवा. त्यांच्या लॅबोरेटरीबद्दल, या प्रॉजेक्ट मध्ये त्यांच्याबरोबर कोण काम करतंय, त्यांच्याकडे इतर कोणती प्रॉजेक्ट आहेत, त्यांचे पूर्वीचे स्टुडन्ट्स आज कुठं आहेत, त्यांचे इतर इंटरेस्ट्स कोणते आहेत, हू आर हिज फ्रेन्ड्स अँड हू आर हिज एनिमीज, त्यांनी पूर्वी कोणत्या प्रॉजेक्ट्सवर काम केलंय, सगळी, सगळी माहिती काढून आणा.'

'ती तर मिळवायला हवीच.' परत जॉन म्हणाला, 'मी इंटरनेटवरची वेबसाईट पाहिलीय आणि पेटंट डेटाबेसही धुंडाळलाय. हिज क्रेडेन्शिनल्स आर इम्पेकेबल. त्यांचे सगळे स्टुडन्ट्स आज हाय पोस्टवर आहेत. सध्याचे त्यांचे स्टुडन्ट्स भराभर आपलं काम संपवताहेत. इन फॅक्ट त्यांच्याकडे कोणताही स्टुडन्ट तीन साडेतीन वर्षापेक्षा जास्त राहत नाही, असा त्यांचा लौकिक आहे. त्यांच्या स्टुडन्ट्सचे थिसिस सगळे ए ग्रेडचे आहेत. नाही म्हणायला त्यांची एक स्टुडन्ट, 'आपल्या हातातल्या नोट्सकडे पाहत जॉन म्हणाला, 'बेला बिष्ट, ती मात्र गेली सहा वर्षे रखडते आहे. अदरवाइज त्यांच्याबद्दल इतर माहिती काही फारशी मिळेल, असं मला वाटत नाही. बट लेट अस ट्राय, लेट अस लीव्ह नो स्टोन अनटर्न्ड.'

'दॅट्स राइट. जॉनचं सांगणं तुम्ही सर्वांनी लक्षपूर्वक ऐकलं असेलच. लेट अस नॉट वेस्ट टाइम. गिव्ह मी डेली रिपोर्ट्स.' मिटींग आवरती घेत रिजवे म्हणाले.

✦✦✦

'सर, त्रिलोकेकर फ्रॉम एक्सलंट इज ऑन द लाइन. शॅल आय पुट हिम ऑन ?' अभ्यंकरांच्या सेक्रेटरीनं विचारलं. कामात असताना फोन आलेले अभ्यकरांना आवडत नसत. त्यांच्या सेक्रेटरीलाही हे माहिती होतं. पण त्रिलोकेकरांबरोबरचे अभ्यंकरांचे संबंध केवळ व्यावसायिक नाहीत, हेही तिला माहिती होतं. म्हणूनच तर तिनं 'सरां'ना डिस्टर्ब करण्याचं धाडस केलं होतं.

'येस, येस. कनेक्ट हिम टू मी.' अभ्यंकर म्हणाले आणि त्रिलोकेकरांचा आवाज ऐकू येताच म्हणाले, 'येस माधव मध्येचसा फोन केलास. काही प्रॉब्लेम नाही ना ?'

'छे, छे, तुझ्याकडे कॉन्ट्रॅक्ट दिल्यावर आम्हाला निवांत झोप घ्यायला हरकत नाही बघ. फोन एवढ्याचसाठी केला की, उद्या मार्केटिंगची मिटींग आहे. आपल्या ड्रगचा विषय निघेलच. काही प्रोग्रेस रिपोर्ट देता आला तर उत्तमच. शिवाय रिजवेचा ड्रग क्लिनिकल ट्रायलला पोचल्याची खबर आहे. तेव्हा...'

'...क्लिनिकल ट्रायल्स म्हणजे सहा महिने. सहा महिने आहेत तर अजून.'

'त्याची काळजी नको करूस तू अनंत. त्यांच्या क्लिनिकल ट्रायल्स अजून वर्षभर तरी चालतील.'

'त्या कशा काय ? सहा महिन्यात पुऱ्या व्हायला हव्यात.'

'नॉर्मली. पण मलेरियाविरुद्धच्या औषधाच्या ट्रायल्स घ्यायला त्यांना इथंच यावं लागेल. तेव्हा सहा महिन्यांऐवजी वर्ष लागेल, अशी व्यवस्था करता येईल.'

'हे बघ माधव, मला त्याच्यात गुंतवू नकोस. माझा त्याच्याशी काहीही संबंध येता कामा नये.'

'नाहीच येणार. मला तुझ्या प्रिन्सिपल्सची पुरती जाणीव आहे. मलाही हे आवडत नाही. पण आजकाल सगळेच करतात. टिकून राहायचं तर पर्यायच नाही. शिवाय आमच्यासारख्या जॉइन्ट व्हेन्चर्सना ना धड संपूर्ण स्वदेशीचं संरक्षण ना मल्टीनॅशनल्सचा दबाव आणि ताकद. आम्ही मिडल क्लाससारखे नेहमीच मधल्यामध्ये मारले जातो. ते जाऊ दे. आपलं प्रॉजेक्ट...'

'...टाइम शेड्यूलनुसार चालू आहे. माझ्या अंदाजाप्रमाणे मला अजून चार पाच महिने लागतील. आतापर्यंतचे रिझल्टस सगळे अपेक्षेनुसारच आले आहेत. काळजी आहे ती तीच.'

'मी नाही समजलो. अपेक्षेनुसारच आहेत ना ? मग काळजी कसली ?'

'असं सगळं सुरळीत चालत असलं ना की, मी जरा अस्वस्थ होतो. आपलं कोणत्या तरी बाबीकडे, काही काही वेळा तर अतिशय फालतू वाटणाऱ्या बाबीकडे, दुर्लक्ष तर नाही ना झालेलं, असं वाटू लागतं. पण काळजी करू नकोस. काही अनएक्स्पेक्टेड अडचण नाही आली, तर सगळं वेळेवर पार पडेल. मलेरियाविरुद्धच्या आपल्या लढ्यात आपण यशस्वी होणार आणि तेही आपल्याच पूर्वापार चालत आलेल्या ज्ञानसंपदेच्या जोरावर, हे नक्की.'

'गुड अनंता, मला हेच पाहिजे होतं. आता तुला आणखी नाही डिस्टर्ब करत. तू लाग आपल्या कामाला. बाय द वे, वहिनींना घेऊन रविवारी येतोयस ना ? शिवकुमारची संतूर ऐकायला ?'

'बरी आठवण केलीस विसरतच होतो. नक्की येऊ आम्ही.'

'भेटूया तर मग. बाय.'

✦✦✦

'यू हॅव हॅड ॲन एक्सलंट ॲकॅडमिक करियर'. बेलाच्या बायोडेटावर आपली बोटं नाचवत शंकर केवलरामाणी म्हणाला. मॅक्स प्लेसमेन्ट सर्व्हिसेसनं बेलाला पत्र पाठवून बोलावून घेतलं होतं. एक अमेरिकन फार्मेस्युटिकल्स कंपनी इथं भारतात आपलं युनिट चालू करत आहे आणि त्यासाठी भरती करण्याचं काम त्यांनी आपल्या एजन्सीजवर सोपवलेलं आहे, असं केवलरामाणीनं बेलाला सांगितलं होतं. आपण अर्ज न करताच आपल्याला बोलावलं गेलं आहे, त्याअर्थी आपली खरी किंमत करणारी ही माणसं आहेत, अशी बेलानं आपली समजूत करून घेतली होती. तरीही तिनं आपलं नाव एजन्सीला कसं कळलं, हे विचारलंच. त्यावर अशा निरनिराळ्या क्षेत्रामधल्या उभरत्या टॅलन्टवर नजर ठेवण्याचंच तर आपलं काम आहे, असं हसतहसत केवलरामाणी म्हणाला होता. ते आपण उत्तम प्रकारे करू शकतो म्हणून तर या मल्टीनॅशनल कंपन्या आपल्यावर भरती करण्याचं काम सोपवतात, हेही त्यानं ठासून सांगितलं होतं.

'फर्स्ट क्लास तर कधी चुकलेलाच नाही, पण बी. एस्सी आणि एम्. एस्सीला मीच पहिली आले असते. पण प्रॅक्टिकल्सच्या परीक्षकांनी पार्शेलिटी केली.'

'आय सी ! दॅट इज इंटरेस्टिंग ! पण त्यानंतर गेल्या सहा वर्षात पी. एचडी का झाली नाही ? आणि तीही अभ्यंकरांसारख्या प्रोफेसरच्या हाताखाली काम करत असताना ? त्यांची रेप्युटेशन तर...'

'...आहे ना. पण त्यांनी स्वत: माझ्या कामात लक्ष घातलं तर ! माझं काम केव्हाच पुरं झालेलं आहे. पण त्या अरुंधतीनं, सालीनं, त्यांचं मन कलुषित केलंय माझ्याविरुद्ध. म्हणून तर मला मुद्दाम कुजवलं जातंय.'

'हू इज धिस अॅरुन्डाटी ?' केवलरामाणीबरोबर बसलेल्या मार्टिननं पहिल्यांदाच आपलं तोंड उघडलं. त्याची ओळख बेलाला करून देण्यात आली नव्हती. पण तो त्या अमेरिकन कंपनीचा प्रतिनिधी असावा, अशी बेलानं आपली समजूत करून घेतली होती.

'आहे एक अतिशय सामान्य दर्जाची बाई. पण अभ्यंकरांनी तिला फारच डोक्यावर चढवून ठेवलं आहे. असं काय आहे तिच्यात ! आय डोन्ट नो. मेबी शी प्रोव्हाईडस् हिम सम अदर टाईप ऑफ एक्साईटमेन्ट.' कुत्सितपणे हसत बेला म्हणाली, 'मला तिच्याबरोबरच काम करायला सांगितलं आहे त्यांनी. ती काय मला मार्गदर्शन करू शकणार ! त्यामुळं माझी रखडपट्टी होतेय.'

'आय सी, पण आजवर तू जे काही काम केलं आहेस...'

'...त्याचा रिपोर्ट जोडलाय मी माझ्या बायोडेटाबरोबर.'

'येस, येस. आहे इथं.' पानं उलटत केवलरामाणी म्हणाला, 'गुड. प्रेटी इम्प्रेसिव्ह ! अशाच सायन्टिस्टस्च्या शोधात आहे कंपनी. पण इथं जॉईन होण्यापूर्वी तुला आपली डिग्री पुरी करता येईल का ? म्हणजे कंपनी डिग्रीला महत्त्व देत नाही. इट डजन्ट केअर इफ यू हॅव ए स्टॅम्प फ्रॉम द युनिव्हर्सिटी ऑर नॉट. पण तुलाच इतकी वर्ष घालवल्यानंतर डिग्री न घेताच निघून जाणं कठीण वाटेल.'

'छे. मलाही फारशी पर्वा नाही उरली. चांगला रिसर्च करता येत असेल तर मीही डिग्री सोडून द्यायला तयार आहे.'

'त्याची काळजीच नको. आमची लॅबोरेटरी ए वन असेल. शिवाय तुला आम्ही ग्रुप लीडर लेव्हलवर घ्यायचा विचार करतो आहोत. त्यामुळं कोणाचाही इंटरफिअरन्स असणार नाही. तू डायरेक्ट रिसर्च डायरेक्टरकडेच रिपोर्ट करशील. सॅलरी वगैरेचीही काळजी नको. त्यात आम्ही काहीच कमी पडू देणार नाही. येत्या दोन-तीन महिन्यात डिसिजन घेऊ आम्ही. पण तू साधारण पंधरा दिवसांतून भेटत जा. ओके ?'

✦✦✦

व्हाईस चॅन्सेलरनी आपल्याला कशासाठी बोलावलं असेल, हे डॉक्टर अभ्यंकरांच्या ध्यानात येत नव्हतं. तसं त्यांचं टेक्नॉलॉजी डिपार्टमेन्ट ही एक स्वायत्त संस्था बनली होती. त्या डिपार्टमेन्टचे स्वतंत्र संचालक होते. त्यामुळं कुलगुरूंशी फारसा संबंध येत नसे. तसे अभ्यंकरांचे संबंध सगळ्यांशीच सलोख्याचे होते. अंतर्गत राजकारणातून ते नेहमीच दूर राहिले होते. ॲडमिनिस्ट्रेशनमध्ये तर त्यांना मुळीच रस नव्हता. त्यामुळं विद्यापीठाच्या अनेक कमिट्यांपासूनही त्यांनी स्वत:ला दूर ठेवण्यात यश मिळवलं होतं. त्यामुळंच व्हीसींनी इतक्या घाईघाईनं

त्यांना बोलावून घेण्याचं कारण त्यांच्या लक्षात येत नव्हतं.

'या डॉक्टर अभ्यंकर, तसंच काही खास कारण असल्याशिवाय मी तुमचा वेळ घेणार नाही, हे तुम्ही जाणताच.' कुलगुरूंनी अभ्यंकर बसताहेत न बसताहेत तोच सुरुवात केली होती. ती त्यांना आपल्याबद्दल वाटणाऱ्या दबदब्यामुळं होती की हातातला मामला गंभीर असल्यामुळं होती, हे अभ्यंकरांच्या ध्यानात येईना. ते काहीच न बोलता कुलकुरू पुढं काय सांगताहेत, याची वाट पाहत राहिले.

'हे पत्र वाचा. तुमच्याच एका स्टुडंटनं लिहिलं आहे.'

अभ्यंकरांनी ते उचललं. बेला बिष्टनं ते पत्र लिहिलं होतं. त्यात तिनं अभ्यंकर आणि अरुंधती अय्यर यांनी एकत्रितपणे प्रकाशित केलेल्या एका रिसर्च पेपरबद्दल आक्षेप घेतला होता. त्या पेपरमध्ये दिलेली माहिती बनावट असून, ज्या संशोधनाच्या आधारावर तो पेपर प्रकाशित केला गेला, ते प्रयोग अरुंधतीनं कधीच केलेले नाहीत, असा आरोप त्यात केला गेला होता. प्रयोग न करताच त्याचे रिझल्टस् बनवले गेले, फॅब्रिकेट केले गेले, असंही त्यात म्हटलं होतं आणि हे सायंटिफिक फ्रॉड असून ते मी उघड करू नये म्हणून मला छळण्यात येत आहे, माझा थिसिस लांबवला जात आहे आणि माझ्या फेलोशिपची मुदत संपलेली असूनही मला लालुच दाखवण्यासाठी मला दोनदा मुदतवाढ देण्यात आली आहे, असाही आरोप केला गेला होता. अभ्यंकर ते पत्र वाचून क्षणभर सुन्न झाले होते. आजवरच्या त्यांच्या आयुष्यात त्यांच्यावर कसलाही डाग लागला नव्हता. आरोप बिनबुडाचा आहे, हे ते समजले होते. पण अशा बाबतीत ज्यानं आरोप केला होता तो कमकुवत असल्यामुळं, आपण शोषित असल्याचं नाटक तो करू शकत असल्यामुळं तो आरोप खोटा असल्याचा पुरावा सादर करण्याची जबाबदारी आपल्यावरच येते, याची त्यांना चांगलीच जाणीव होती. बेला ही काय दर्जाची विद्यार्थिनी आहे, हे त्यांना आणि त्यांच्या डिपार्टमेन्टमधल्या सगळ्यांनाच माहिती असलं, तरी ते मूल्यमापन त्यांनी स्वतःच केलेलं असल्यामुळं त्याला आता फारशी किंमत उरली नव्हती. बेला तशी अजूनही ती नादान आहे, असं समजून तिचं नुकसान होऊ नये या उद्देशानं तिला मदत करण्याची जी शिफारस अरुंधतीच्या सांगण्यावरून त्यांनी केली होती, तिचाच उपयोग आता त्यांच्या विरोधात केला जाऊ शकतो, हेही ते समजून चुकले होते.

त्यांच्या चेहऱ्यावर त्या थोड्या वेळात चमकून गेलेल्या त्यांच्या विचारांच्या सगळ्या लहरी कुलगुरूंनी टिपल्या होत्या. अभ्यंकरांबद्दल त्यांना विश्वासही होता आणि आदरही होता. पण असे आरोप आतल्या आत दाबून टाकता येत नाहीत, त्यांची जाहीर वाच्यता आज ना उद्या होते, हेही कुलगुरू ओळखून होते. तसं होण्यापूर्वीच त्यांना याची शहानिशा करायची होती. म्हणजे मग अभ्यंकरांच्या

बाजूनं उभं राहणं शक्य झालं असतं. म्हणून तर त्यांना अभ्यंकरांकडून सगळी वस्तुस्थिती जाणून घ्यायची होती. त्यांना सावधही करायचं होतं. म्हणजे पुरावा म्हणून सादर करायच्या सगळ्या कागदपत्रांची जुळवाजुळव करायला त्यांना वेळ मिळाला असता.

अभ्यंकरांनी बेला कोण, तिनं सुरुवातीपासूनच कटकट करायला कशी सुरुवात केली होती, तिचं कोणाशीच कसं पटत नाही, स्वत:बद्दल तिचे कसे भ्रम आहेत, तरीही तिला मदत करण्याचीच अरुंधतीनं आणि आपण कशी धडपड केली आहे, हे सारं कुलगुरूंना सांगितलं. पण त्याच वेळी त्यांचं मन मात्र त्या पेपरसंबंधीचा रॉ डेटा, केलेल्या प्रयोगांच्या नोंदी कशा गोळा करायच्या, याचा विचार करत होतं. वास्तविक त्यात तशी अडचण यायला नको होती. कारण या नोंदी, अगदी फसलेल्या प्रयोगांच्या नोंदीही व्यवस्थित ठेवण्यावर त्यांचा कटाक्ष असे. आपल्या सर्वच विद्यार्थ्यांनाही त्यांनी तशी सवय लावली होती. अरुंधतीनंही त्या सगळ्या नोंदी ठेवल्या असतील, याबद्दल त्यांना शंका नव्हती. त्यांचा तो पेपर त्यातल्या एका अनोख्या प्रमेयामुळं बराच गाजला होता. त्यावेळेच्या प्रस्थापित विचारसरणीला आव्हान देणारे नवे विचार त्यांनी त्यात मांडले होते. इतर कोणी तसे विचार मांडले असते, तर त्याची दखल कोणीच घेतली नसती. किंबहुना इतर कोणाचा तसा पेपर प्रकाशनासाठी स्वीकारलाही गेला नसता. पण तो पेपर प्रकाशित झाल्यानंतर त्यांच्या त्यातल्या युक्तिवादाला दुजोरा देणारे पेपर इतर ठिकाणांहून प्रकाशित झाले होते. त्यामुळं त्यांची विचारसरणी, त्यांचा सिद्धांत तसा मान्यता पावला होता. पण तो जर असा खोट्या बनावट पायावर आधारित होता, असं दिसून आलं तर त्याचं श्रेय त्यांच्याकडून हिरावून घेतलं गेलं असतं. त्याचीही पर्वा त्यांनी केली नसती. पण आपण संशोधनाच्या बाबतीत फसवाफसवी करतो असं एकदा सिद्ध झालं की, आपल्या सगळ्याच संशोधनाकडे वेगळ्या नजरेनं पाहिलं गेलं असतं. आयुष्यभराची वैचारिक कमाई क्षणात धुळीला मिळाली असती.

त्या नोंदी मिळवल्याच पाहिजेत, अरुंधतीला त्याबाबतीत सांगितलंच पाहिजे, असं स्वत:ला परतपरत बजावतच अभ्यंकर तिथून बाहेर पडले.

✦✦✦

'काय सांगतेस ती रेकॉर्डस मिळत नाहीत ? म्हणजे काय ?' डॉक्टर अभ्यंकरांचा आपल्या कानांवर विश्वासच बसत नव्हता. अरुंधती जे काही सांगत होती ते अगदीच अनपेक्षित, जवळजवळ अशक्यच होतं. त्या पर्टिक्युलर पेपरशी संबंधित एक्सपेरिमेन्टचे मूळ रेकॉर्डस्, रॉ डेटा मिळत नव्हता.

'तुमच्या शिकवणीप्रमाणे सगळा डेटा मी जपून ठेवते सर. तो पेपर लिहिला

त्यावेळी सगळी रेकॉर्डस् मी दाखवली होती तुम्हाला.'

'आठवतंय मला. म्हणून तर व्हीसींना मी काळजी करू नका, असंच सांगितलं होतं. पण तू नीट पाहिलंस का ? कुठं ठेवली होतीस ती रेकॉर्डस ?'

'इतर रेकॉर्डस् बरोबरच तीही ठेवली होती. आता तो पेपर पब्लिश होऊनही इतका वेळ उलटून गेलाय. त्यामुळं त्यांच्याकडे परत पाहायची गरजच भासली नाही. पण इतरांबरोबर तीही रेकॉर्डस् असणार असंच समजून चालले होते मी. माझ्या कपाटातच ठेवली होती ती. बाकीची सगळी रेकॉर्डस् व्यवस्थित आहेत. नेमकी हीच नाहीशी झालेली आहेत. मलाही कळत नाही की, नेमकी हीच कशी नाहीशी झाली.'

परिस्थिती अतिशय गंभीर झाली होती, यात शंकाच नव्हती. कारण आता खबर वर्तमानपत्रांपर्यंत पोचली होती. कोणीतरी हितचिंतकानंच ती पोचवली होती. त्या डेली मेलचा वार्ताहर तर टपलेलाच होता काहीतरी सनसनाटी द्यायला. वास्तविक तसं ते एक चिटोरा पत्रच होतं. त्यात नेहमीच काही मोडतोड करून सनसनाटी बातम्या देण्यावरच भर असे. म्हणून तर अभ्यंकरांनी त्या वार्ताहराला आपल्या लॅबोरेटरीमधून घालवून दिलं होतं. तसे ते कोणालाच फारसे जवळ करत नसत. पण या महाशयांनी त्यांच्या सहनशक्तीची कसोटीच पाहिली होती. त्यामुळं घुश्शातच त्यांनी त्याला घालवून दिलं होतं. त्याचा बदला घ्यायची संधी त्याच्याकडे आयती चालून आली होती. त्याचा फायदा त्यानं उठवला नसता तरच नवल. एरवी इतरांनी त्याची फारशी दखल घेतली नसती, पण त्या मेलमधल्या बातमीची शहानिशा करण्यासाठी इतर वर्तमानपत्रांच्या प्रतिनिधींनी जेव्हा व्हीसींची भेट घेतली, तेव्हा त्यांनाही ते प्रकरण गुप्त ठेवणं शक्य झालं नाही. अर्थातच सगळीकडे बातमी छापून आलीच. त्यावर मल्लीनाथीही होऊ लागली. जाहीर चर्चा होऊ लागली. राजकारणी मंडळींना तर काय, काहीतरी निमित्तच पाहिजे असतं. त्यांनीही या बाबतीत हात धुऊन घ्यायला सुरुवात केली.

दुसऱ्या दिवशी तर डॉक्टरांवर बॉम्बशेलच पडला. तो पेपर ज्या जर्नलमध्ये प्रकाशित झाला होता त्याच्या संपादकांनी अभ्यंकरांकडे त्याविषयी स्पष्टीकरण मागितलं. जरूर पडली तर रॉ डेटा दाखवायची त्यांची तयारी असेल की काय, अशी चौकशी केली. इतर जर्नल्सकडे त्यांनी प्रकाशनासाठी पाठवलेल्या पेपर्सबद्दलही त्या त्या संपादकांची पत्र यायला सुरुवात झाली.

ती रेकॉर्डस् मिळाली असती, तर अभ्यंकरांनी कोणालाच धूप घातली नसती. त्यांनीच आक्रमक पवित्रा घेऊन सगळा उलगडा केला असता. पण त्या रेकॉर्डस्च्या अभावी आपली बाजू कमकुवत आहे, हे समजून त्यांनी मौनव्रतच धारण केलं होतं. पण त्याचा वेगळाच अर्थ लावला गेला. ते गप्प आहेत याचा

अर्थ पाणी नक्कीच कुठंतरी मुरतंय, 'दाल में कहीं ना कही कुछ काला है', असंच सगळेजण समजू लागले होते.

काही मराठी वर्तमानपत्रांनी तर कमालच केली होती.

'अरु ग अरु / आता काय मी करू ?' त्या दिवशीच्या त्या ठळक मथळ्याचा अर्थ प्रथम अभ्यंकरांच्या ध्यानात आला नाही. पण त्याखालची ती बातमी वाचल्यानंतर त्यांच्या तळपायाची आग मस्तकात गेली. तो बनावट पेपर अरुंधतीच्या खात्यात टाकून तिची ख्याती वाढवण्याच्या बदल्यात अरुंधतीनं डॉक्टरांना काय दिलं, असा सवाल त्या वार्ताहरानं केला होता. त्या सवालाचं कोणतं उत्तर अपेक्षित आहे, याविषयी वाचकाच्या मनात कोणताही संदेह उरणार नाही, याचीही पुरेपूर खबरदारी त्यानं घेतली होती.

अंजनीच्या, आपल्या पत्नीच्या, डोळ्याला डोळा भिडवणं त्यांना आयुष्यात प्रथमच त्या दिवशी अशक्य झालं. सकाळच्या न्याहारीच्या वेळी ते खाली मान घालून चकार शब्द न काढता बसले होते. शेवटी अंजनीलाच ते असह्य झालं. पुढं होऊन त्यांच्या खांद्यावर हात ठेवून तीच म्हणाली,

'हे सारं कुभांड आहे, याची मला खात्री आहे. तुमचंही मन स्वच्छ आहे ना ! मग अंगावर कोणी चिखल उडवला म्हणून तुम्ही शरमेनं मान खाली कशाला घालताय ! माझा तुमच्यावर संपूर्ण विश्वास आहे. तेव्हा बाकीचं सारं जग काय म्हणतंय, याची चिंता करायचं काम नाही. उजळ माथ्यानं सर्वांना सामोरं जा. मी खंबीर आहे. तेव्हा तुम्ही काळजी करू नका. बाहेरच्या ज्या काय लढाया तुम्हालाच लढाव्या लागणार आहेत, त्यावर तुम्ही तुमचं लक्ष केंद्रित करा. आणि हो, त्या अरुंधतीला आज घरी बोलवा. मी बोलावलंय, असं आवर्जून सांगा. नाहीतर तिचा बिचारीचा गैरसमज होईल. तुमच्यापेक्षा या धुळवडीचा बिचाऱ्या पोरीवर काय परिणाम होईल याची तुम्हाला नाही कल्पना यायची.'

अभ्यंकर पाहतच राहिले. अंजनीचं हे रूप आज ते पाहिल्यांदाच पाहत होते. तिच्या मांडीवर पडून मनसोक्त रडावं असं त्यांना वाटून गेलं. क्षणभर भावना अनावर होऊन त्यांच्या डोळ्यात पाणीही तरळलं. पण आयुष्यभराची शिकवण त्यांना सावरून गेली. अंजनीलाही आपला हळवेपणा पसंत पडणार नाही, हेही त्यांच्या लक्षात आलं.

नव्या जोमानं ते लॅबोरेटरीत गेले. अरुंधतीला कशाकशाला तोंड द्यावं लागणार आहे याचा जो अंदाज अंजनीनं व्यक्त केला होता, तो बरोबरच असल्याचं प्रत्यंतर त्यांना सलामीलाच मिळालं. त्यांच्या डिपार्टमेन्टच्या मुख्य दरवाजावरच भलंमोठं पोस्टर कोणीतरी लावलं होतं. त्याला अश्लील म्हणणंही त्याचा गौरव करण्यासारखं झालं असतं. आपल्या या टेक्नॉलॉजी डिपार्टमेन्टमध्ये

इतक्या विकृत, हलक्या मनोवृत्तीचं कोणी असेल, यावर त्यांचा विश्वासच बसत नव्हता. ट्रेडस्मनला ते काढून टाकायला सांगावं असा विचार त्यांच्या मनात आला. पण क्षणभरच. त्याला सांगितलं तर तोही कदाचित आणखी काही टोळभैरवांना ते दाखवून चघळत बसेल, असा संशयही त्यांना आला. आपल्या सहाध्यायांवर पूर्ण विश्वास ठेवत असू आपण. पण या साऱ्या प्रकरणानं आपल्याही मनोवृत्तीत फरक होत चाललाय, हे त्यांना जाणवलं आणि ते व्यथित झाले. आता कोणावर विश्वास ठेवावा आणि कोणावर ठेवू नये, हेच मुळी समजणार नव्हतं. समोर बसलेल्या सहकाऱ्यानं आपल्याबद्दल आदर दाखवला तरी ते केवळ नाटकच आहे, असं आपल्याला वाटत राहील, अशी शंका त्यांना भेडसावू लागली. संशोधनाची इमारतच मुळी विश्वासावर उभी केलेली असते. त्या पायालाच तडा गेला होता. आपल्याला दाखवले जाणारे रिझल्टस् खरोखर केल्या गेलेल्या प्रयोगांमधून मिळवलेले आहेत की, प्रयोग करण्याची खटपट न करताच मनचेच मांडलेले आहेत, हे आता आपण कधीच समजू शकणार नाही, ही चिंता त्यांचं मन पोखरू लागली. डोकं हातात धरून ते शून्यात नजर लावून बसून राहिले.

त्यातून त्यांना जाग आली ती फोनच्या आवाजानं. तो उचलायचीही त्यांना भीती वाटली. कोणीतरी रिपोर्टरच असणार असं त्यांचं मन त्यांना परतपरत सांगू लागलं. पण फोनची घंटी ऐकून कोणी आलं आणि आपण त्या फोनकडे पाहत नुसतेच बसून राहिलो होतो हे त्याला दिसलं, तर तेही योग्य होणार नाही, याची जाणीव त्यांना झाली. अनिच्छेनंच त्यांनी रिसिव्हर उचलला.

'हॅलो, डॉक्टर अभ्यंकर ? मी मल्होत्रा बोलतोय. डीसीटीमधून.'

थोडा वेळ हा मल्होत्रा कोण, असा प्रश्न त्यांना पडला. मग आठवलं डीसीटीमध्ये कोऑर्डिनेटर होता तो. डीसीटीची एक फार मोठी ग्रॅन्ट त्यांना मिळाली होती. पाच वर्षांचं आणि साडेतीन कोटी रुपयांचं ते प्रॉजेक्ट त्यांना मिळालं, तेव्हा अनेकांच्या पोटात दुखलं होतं आणि ते प्रॉजेक्ट औपचारिकरित्या अभ्यंकरांच्या हातात सुपूर्द करताना डीसीटीनं जो एक छोटासा समारंभ आयोजित केला होता, त्यावेळी डीसीटीच्या सेक्रेटरींनी अभ्यंकरांचं जे गुणगान केलं होतं, त्यामुळं तर तो पोटशूळ अधिकच वेदनामय झाला होता.

मल्होत्रा डीसीटीतर्फे त्या प्रकल्पाची देखभाल करत होता. म्हणजेच दर पंधरा वीस दिवसांनी एकदा तो अभ्यंकरांना फोन करून त्यांना आणखीनच हरभऱ्याच्या झाडावर चढण्याचा प्रयत्न करत होता. त्याला या प्रकल्पाचं थोडसं श्रेय का होईना, अनायसे मिळणार होतं. अभ्यंकरांच्या भवती असणाऱ्या प्रकाशवलयाचा थोडासा अंश त्याच्यावरही पडणार होता. तो भलताच खूष होता.

आताही त्यासाठीच त्यानं फोन केला असेल, हे समजून त्यांनी मल्होत्राशी कनेक्शन जोडून द्यायला सांगितलं होतं.

'डॉक्टर अभ्यंकर, वुई ॲट डीसीटी आर वरीड, एक्स्ट्रीमली वरीड.' नेहमीप्रमाणे मल्होत्रानं 'डाक्टरसाब कैसे हे आप, अजी ये सुपरव्हिजन तो एक बहाना है आपके चंद अल्फाज सुननेका' वगैरे तुपसाखरेत घोळलेली लखनवी भाषा वापरली नाही, तेव्हाच अभ्यंकरांच्या मनात पाल चुकचुकून गेली.

'डॉक्टर, आफ्टर ऑल डीसीटी हॅज नॉट ओन्ली इनव्हेस्टेड ए व्हेरी लार्ज अमाउंट, पण डिपार्टमेन्टला आपल्या रेप्युटेशनचीही पर्वा आहे. डिपार्टमेन्टनं अनुदान दिलेल्या प्रकल्पात काही हेराफेरी...'

'...मिस्टर मल्होत्रा, डीसीटीच्या प्रॉजेक्टमध्ये काहीही गडबड नाहीय. पंधरा दिवसांपूर्वीच मी रिपोर्ट पाठवला होता. त्यावर तुमच्याच कमेन्ट्स आहेत. त्याची कॉपी तुमच्याजवळ नसेल तर मी पाठवून देईन.' मल्होत्राला मध्येच तोडत अभ्यंकर म्हणाले.

'ते ठीक आहे.' मल्होत्राचा सूरही जरासा नरमला. पण थोडाच वेळ. परत उत्तेजित होत तो म्हणाला, 'त्या कमेन्ट्स देताना रिपोर्ट केलेले प्रयोग केले असतील, याविषयी आमच्या मनात शंका नव्हती. पण आता परिस्थिती जराशी बदललीय, असं नाही तुम्हाला वाटत ?'

'नाही. कारण ते प्रयोग खरोखरच केलेले आहेत. सगळेच प्रयोग केलेले आहेत. त्याची रेकॉर्ड्स आहेत आमच्याजवळ.'

'आम्हीही तेच म्हणतो आहोत. सगळ्याच प्रयोगांची रेकॉर्ड्स दाखवली गेली की, मग कोणाच्याही मनात कसलाही किंतू राहणार नाही. त्याचसाठी या साऱ्याच मामल्याची शहानिशा व्हावी, असं आम्हाला वाटतंय. एन्कवायरीचा रिपोर्ट येईपर्यंत प्रॉजेक्ट स्थगित ठेवावं, डिफर करावं, असं रेकमेन्डेशन करायचा विचार करतोय मी. सेक्रेटरींनाही तसंच वाटतंय.'

यावर अभ्यंकरांनी काही बोलावं अशी मल्होत्राची अपेक्षा असलीच, तर ती सफल होण्याची चिन्हं नव्हती. ते अवाक् झाले होते. त्या समारंभात गुणगानाची अतिशयोक्ती करून अभ्यंकरांची स्थिती अवघडल्यासारखी करणारे सेक्रेटरी आज त्यांच्याशी न बोलताच मल्होत्रासारख्या एका कनिष्ठ आणि केवळ हांजीहांजी करत पदोन्नती करून घेणाऱ्या कारकुनाची शिफारस योग्य मानून त्यांच्या चौकशीची मागणी करत होते. कोणाला आपला म्हणायचं ! कालपरवापर्यंत आपले गोडवे गाणारे, आपल्यापुढं उभं राहायचं म्हटलं तरी ज्यांचे पाय लटपटत असे, आज आपल्याविरूद्ध आवाज उठवायला उभे राहणार आहेत, याविषयी आता शंकाच नव्हती.

त्याची प्रचितीही अभ्यंकरांना थोडयाच वेळात आली. कुलगुरूंनी त्यांना बोलावून त्यांच्यावर विद्यापीठातील सहकाऱ्यांचा तसंच सरकारमधील वरिष्ठ पदाधिकाऱ्यांचा वाढता दबाव येत असल्याचं सांगितलं. ज्या अभ्यंकरांच्या नावावर विद्यापीठावर येणारे इतर आक्षेप नाकारले जात होते, त्या अभ्यंकरांनाच आज त्यांचं म्हणणं ऐकून न घेताच आरोपीच्या कोठडीत उभं केलं जाणार होतं. कुलगुरूंनी तर स्पष्टच शब्दात सांगितलं.

'अभ्यंकर, समजून घ्या. माझेही हात बांधलेले आहेत. व्यक्तिशः माझा तुमच्यावर पूर्ण विश्वास असला, तरी त्याला आता काडीचीही किंमत राहिलेली नाही.'

तुम्हालाच काडीचीही किंमत राहिलेली नाही, असंच अभ्यंकरांना वाटून गेलं. काहीही न बोलता ते ऐकत राहिले.

'खरं तर तुम्हाला ताबडतोब निलंबित करावं, असाच आग्रह बऱ्याच जणांनी धरला आहे. पण मी इथं असेपर्यंत तरी तसं करणार नाही. माझ्या हातून ते होणार नाही. त्यापरीस मी ही खुर्ची सोडून देईन.' या बोलण्यात खरेपणा किती आणि मानभावीपणा किती, हे अभ्यंकरांच्या ध्यानात येईना. आपण सिनिक बनत चाललो आहोत, कोणाचंही भलेपण आपल्या लक्षातच येईनासं झालंय, हेही तेवढ्यात त्यांना जाणवून गेलं. म्हणून मी एक कमिशन नेमून तुम... आय मीन, या साऱ्या प्रकरणाची चौकशी करायचं ठरवलं आहे. तुम्ही त्याच्याशी को ऑपरेट कराल, अशी मला आशा आहे. ही चौकशी लवकरात लवकर संपवावी असे आदेशही मी देणार आहे. तुम्ही निर्दोष आहात, याबद्दल माझ्या मनात शंका नाही. पण दिवस बदलले आहेत, सगळ्यांचीच खात्री पटली पाहिजे. पण तुम्ही काळजी करू नका. कर नाही तर डर कसली ! या अग्निपरीक्षेतून तुम्ही झळाळून बाहेर पडाल याबद्दल संशयच नाही.'

दिवस खरोखरंच बदलले आहेत, हे अभ्यंकरांनाही पटलं. त्यांच्यासमोर यायचीही ज्यांना भीती वाटत असे तेच त्यांचे डिपार्टमेन्टमधले सहकारी आता 'डिपार्टमेन्टच्या ख्यातीचा सवाल आहे. त्याच्यापुढं कोणीही व्यक्ती मोठी नाही. एका व्यक्तीच्या अफरातफरीमुळे सारं डिपार्टमेन्टच बदनाम होऊ देणार नाही आम्ही. आम्हालाही काही रेप्युटेशन आहे. त्यावर दुसऱ्या कोणामुळं लांछन यावं हे का सहन करावं आम्ही', अशी भाषा बोलू लागले होते. अजूनही त्यांच्या समोर येऊन तशी मागणी करण्याचं धाडस त्यांच्यात नव्हतं. पण उद्या परवा तेही ते करतील, यात शंका नव्हती.

या साऱ्यातून सुटण्याचा एकच मार्ग होता. कुलगुरूंचं म्हणणं तसं ठीकच होतं. चौकशीच्या अग्निपरीक्षेला तोंड द्यायलाच हवं होतं. कोणताही अपराध

केलेला नसताना सीतामाईलाही ती द्यावी लागली होती. आपण तर काय...!

पण त्या अग्निपरीक्षेला तोंड द्यायचं, तर ती रेकॉर्ड्‌स मिळणं आवश्यक होतं. त्याच्याच पाठी आता लागायला हवं होतं. इतर सारी कामं सोडून. त्यापायी सगळीच प्रॉजेक्ट्‌स पाठी पडणार होती. पण त्याची तशी चिंता नव्हती, कारण त्या प्रॉजेक्ट्‌सना अनुदान देणाऱ्या सगळ्याच एजन्सींनी चौकशीची मागणी प्रत्यक्ष अप्रत्यक्षरीत्या केलीच होती.

एका निर्धारानं अभ्यंकर आपल्या खोलीबाहेर पडले.

✦✦✦

आजही जॉन वेळेआधीच मिटींगसाठी हजर झाला होता. एक्सलंटच्या प्रॉडक्ट डेव्हलपमेन्टसंबंधी त्याला मिळालेल्या माहितीनं तो तसा डिस्टर्ब झाला होता. त्याच्या कंपनीच्या दृष्टीनं पाहिलं, तर ती बातमी उत्साह वाढवणारी हाती. त्यांच्या एकमेव प्रतिस्पर्ध्याच्या कामात जबरदस्त अडथळा निर्माण झाला होता. पण ज्या तऱ्हेनं तो उपटला होता, तो पाहता त्या क्षेत्रातल्या संशोधनाच्या सत्यासत्यतेबद्दल शंका यावी, अशी परिस्थिती होती.

डॉक्टर अभ्यंकरांना तो प्रत्यक्ष कधी भेटला नव्हता. पत्राद्वारे किंवा इ-मेलद्वारेही त्यांचा एकमेकांशी संपर्क नव्हता. पण अभ्यंकरांच्या ख्यातीविषयी त्याला चांगलीच ओळख होती. त्याला स्वत:लाही त्यांच्या संशोधनाबद्दल दराराच वाटत होता. आजवर इतक्या नवनवीन दिशा दाखवणारे मूलभूत सिद्धांत अभ्यंकरांनी मांडले होते, त्याला पुष्टी देणारे पुरावे सादर केले होते, नवनव्या तंत्रज्ञानाची पायाभरणी केली होती की, त्यांना आजवर नोबेल पुरस्कार कसा मिळाला नाही, याचंच त्याला कित्येक वेळा आश्चर्य वाटत असे. किमानपक्षी जगातल्या एखाद्या आघाडीवरच्या औद्योगिक संस्थेनं त्यांना आपल्याकडे खेचण्याचा प्रयत्न कसा केला नाही, हेही त्याला समजत नव्हतं.

आणि आता त्या अभ्यंकरांचंच संशोधन खोटेपणाच्या, फसवाफसवीच्या मार्गानं जाणारं होतं, वैज्ञानिक संशोधनात पवित्र मानल्या गेलेल्या काही आदिम तत्त्वांना हरताळ फासणारं होतं असं सांगितलं जात होतं. भलीभली मंडळी ते तसंच असल्याची ग्वाही देत होती. ते जर खरं असेल तर मग या जगात शिव, सुंदर असं काही आहे, यावर श्रद्धा कशी ठेवावी ? श्वासोच्छ्वास् आणि उदरभरण या व्यतिरिक्त माणसाच्या जगण्याला आवश्यक असलेल्या काही कोमल भावनाच जर अशा विरत जाणार असतील, तर मग जगण्याची आशा तरी कशी धरावी ?

रिजवेंच्या भरदार आवाजानं तो भानावर आला. मिटींग सुरू झाली होती.

'तर मग बिल आपला ड्रग बाजारात येण्याच्या तारखेत काही बदल करावे लागतील, असं तुला वाटत नाही तर ? सगळं आखल्यानुसार पार पडत आहे तर ?'

'यस सर ! अगदी आखणी केल्यानुसार, मोर्चेबंदी केल्यानुसार.' बिल म्हणाला आणि आपण काहीतरी खास विनोद केल्यासारखा हसला. त्याच्या त्या हसण्याला इतर बऱ्याच जणांनी साथ दिली. रिजवेंच्या चेहऱ्यावरही स्मिताची लकेर पसरून गेली. त्यात विनोद काय होता, हे जॉनला कळलं नाही. पण काहीतरी सांकेतिक भाषेत बोलल्यासारखं इतरांमधलं संभाषण चालू आहे, असं त्याला वाटत राहिलं.

म्हणून मग त्या संभाषणात भाग न घेता तो गप्पच राहिला. रिजवेंनीही नेहमीप्रमाणे त्याला तो गप्पगप्पच का म्हणून विचारलं नाही की, बिलनंही त्याला डिवचण्याचा प्रयत्न केला नाही. तो, मार्टिन, पॉल सगळेचजण आता आपली मोनॉपली कशी प्रस्थापित होणार, त्यामुळं आपला माल घेण्यावाचून कोणालाच पर्याय कसा उरणार नाही, त्यामुळं विक्रीचा दर आणि उत्पादन खर्च यांच्यात ताळमेळ राखण्याची जी आवश्यकता इतर वेळी भासते, त्यालाच कसा छेद देता येणार आहे, त्याबद्दलच उधाण आल्यासारखं बोलत होते. हातात एखादं नवं खेळणं मिळालं किंवा आपला हट्ट मानला गेला की लहान मूल कसं उंडारत सुटतं, तसंच सगळेजण वागत आहेत, असं जॉनला वाटत राहिलं.

आपल्या फायद्याची, नफ्यातोट्याच्या ताळेबंदाचीच सगळ्यांना फिकीर होती. शाश्वत अशा काही मूल्यांना तडा जाण्याची भीती आहे, याची कोणालाच पर्वा वाटत नव्हती. इतर काही कारणानं एक्सलंटला किंवा इतर कोणाही प्रतिस्पर्ध्याला अपयश आलं असतं, तर आपणही त्याचा आनंद व्यक्त करण्यात सामील झालो असतो. पण ज्या तऱ्हेनं आता आपली मक्तेदारी प्रस्थापित होण्याची चिन्हं दिसत आहेत, ती एखाद्या व्हायरसच्या, विषाणूच्या आगमनासारखी आहेत, हे कसं कोणाच्या ध्यानात येत नाहीय !

त्याहूनही अचंब्याची गोष्ट ही होती की, जे काही झालंय ते सर्वस्वी बुचकळ्यात टाकणारं आहे, असंच मुळी कोणाला वाटत असल्याचं दिसत नव्हतं. तसं होणारच अशी खात्री असल्यासारखी आणि आता ते प्रत्यक्षात आल्यामुळं अपेक्षापूर्ती झाल्यासारखी सगळी मंडळी वागत होती, बोलत होती. तशी खात्री सगळ्यांना का वाटावी ?

अभ्यंकरांच्या संशोधनाविषयी अशी अभद्र शंका घेतली जाईल, अशी अपेक्षा कोणी का बाळगावी ?

पोटात ढवळून निघाल्याची भावना जॉनला झाली. आपल्याला या भर मिटींगमध्ये उलटी होईल की काय, असं त्याला वाटू लागलं. तसं झालंच तर ओशाळगत न होण्यासाठी काय करावं, याचा विचार तो करू लागला. आपल्या पायाखालची जमीनच हादरते आहे की काय, असा भास त्याला होऊ लागला.

त्यानं डोळे घट्ट मिटून घेतले आणि त्यामुळं इतर सगळेजण आपल्याकडेच पाहत असतील अशी शंका येऊन ताबडतोब उघडले. त्याच्याकडे कोणाचंच लक्ष नव्हतं. एरवी त्याच्या म्हणण्याकडे बारकाईनं लक्ष देणाऱ्या रिजवेंचंही ध्यान दुसरीकडेच होतं.

ते पाहून सुखावत असतानाच एक दुसरीच शंका त्याचं मन कुरतडू लागली. आपण सोडून इतर सगळ्यांनाच काहीतरी गुपित माहिती आहे आणि आपणच तेवढे त्यापासून दूर ठेवले गेलो आहोत, वगळले गेलो आहोत, असं त्याला वाटू लागलं. आपल्या उत्पादनाच्या वाढीसाठी बिल आणि त्याचे साथीदार कोणत्याही थराला जाऊ शकतात, याची प्रचीती आजवर कितीतरी वेळा आली होती. त्यानं स्वत:ही त्याचा अनुभव घेतला होता. म्हणूनच तर त्यानं आपली बदली टेक्निकल इन्फर्मेशन सर्व्हिसेस विंगकडे करून घेतली होती. आपल्या हुशारीच्या आणि मेहनत करण्याच्या वृत्तीच्या जोरावर त्या विंगला महत्त्वाचं स्थान प्राप्त करून दिलं होतं. पण बिलच्या लांड्यालबाड्यांची त्याला पुरेपूर माहिती होती. त्याच्या या प्रवृत्तीचा काही संबंध तर या प्रकरणाशी नव्हता ना !

आपल्या नाकाजवळ कोणीतरी दुर्गंधी असलेली कुपी धरली आहे, असं जॉनला वाटू लागलं. परत एकदा त्याला मळमळू लागलं. उलटीची भावना परत एकदा डोकं वर काढू लागली. मिटींगमधून उठून जावं, असं त्याला वाटू लागलं. तेवढ्यात रिजवेंनी मिटींग आटोपती घेण्याची सूचना केली. रिजवे उठल्याबरोबर मग तो तिथं थांबलाच नाही. तीरासारखा धावत तो तिथून बाहेर पडला. इतर कोणाला काय वाटेल याची पर्वा न करता.

✦✦✦

चौकशीची चक्रं फिरू लागली, तशी त्या रेकॉर्डर्सची निकडीची गरज आहे, हे परत परत अभ्यंकरांच्या नजरेला आणून दिलं गेलं. त्यांना त्याची जाणीव नव्हती, अशातला भाग नव्हता. किंबहुना त्यांनीच सर्वप्रथम अरुंधतीला त्यासंबंधी विचारलं होतं. पण नेमकी तीच रेकॉर्डस् तिच्या कपाटातून गायब झाली होती. इतर सगळ्या प्रयोगांच्या नोंदी व्यवस्थित ठेवलेल्या होत्या. त्यावरून केलेल्या प्रयोगांच्या नोंदी ठेवण्याची शिस्त अभ्यंकरांनी आपल्या सर्वच विद्यार्थ्यांना, सहाध्यायांना लावली होती, हे सिद्ध होत होतं. त्यामुळं तर त्या विवक्षित नोंदी नसल्याचा मुद्दा त्यांच्याविरुद्ध जात होता. अर्थात अभ्यंकरांचा दोष अप्रत्यक्ष स्वरूपाचा आहे, हेही त्यामुळं प्रकाशात आलं होतं. संशोधनाची कडक शिस्त ते पाळत होते, खोटारडेपणा करणं त्यांचा स्थायीभाव नव्हता, हे त्यामुळं प्रकर्षानं सिद्ध होत होतं. म्हणूनच तर अशा परिस्थितीत त्या विवक्षित प्रयोगांच्या नोंदींचा अभाव हा ते प्रयोग केलेच गेले नसल्याचा पुरावा आहे, असंच मानलं जात होतं.

अरुंधतीवर त्याचा ठपका येत असला, तरी त्या नोंदी न पाहताच अभ्यंकरांनी तो पेपर लिहायला आणि प्रकाशनासाठी पाठवायला संमती कशी दिली, हा प्रश्न उठत होताच.

अभ्यंकरही त्या नोंदी मिळत नसल्यानं चक्रावून गेले होते. नेमक्या त्याच नोंदी गहाळ कशा होतात, तेच त्यांना समजत नव्हतं. चोरी झाली म्हणावं, तर आपण नेहमीच आपल्या कपाटाला कुलूप लावत असतो, असं अरुंधती शपथेवर सांगायला तयार होती. तरीही दिवसाकाठी काम करत असताना कोणी बोलावलं किंवा इतर काही कारणांनी काही मिनिटांकरता कपाट उघडं ठेवून ती खोलीबाहेर गेली असण्याची शक्यता होतीच. लॅबोरेटरीत कुठंही कोणालाही जायची मुभा होती. त्यामुळं ती नेमकी आपल्या खोलीत नसताना कोणीतरी त्या नोंदी चोरल्या असण्याची शक्यता नाकारता येत नव्हती. तसं असेल, तर मग चोराला एकतर त्या नोंदींचं महत्त्व माहिती असलं पाहिजे. त्या नेमक्या कुठं ठेवल्या आहेत, हेही ठाऊक असलं पाहिजे आणि मुख्य म्हणजे त्या पटकन् ओळखताही यायला हव्यात. तरच अरुंधती बाहेर गेली असतानाच्या थोड्या वेळात त्या पळवता आल्या असल्या पाहिजेत. म्हणजे मग चोर घरचाच असायला हवा. असा कोण असेल ? आपलाच कोणी विद्यार्थी इतका आपल्याला जीवनातून उठवायच्या उद्देशानं असं षड्यंत्र आपल्याविरुद्ध रचण्याचा प्रयत्न करेल, असं त्यांना वाटत नव्हतं.

तेवढ्यात त्यांना बेलाची आठवण झाली. तीही तर आपलीच विद्यार्थिनी होती. आणि तरीही तिनंच अरुंधतीविरुद्ध आरोप करून, तोही आपल्याला डावलून परस्पर कुलगुरुंकडे करून, या प्रकरणाची सुरुवात केली होती. ती जर आपल्यावर असे आरोप करायला धजावत असेल, तर मग दुसरा कोणी त्या नोंदी चोरून आपल्याविरुद्ध काही पुरावा का नाही तयार करणार ? पण छे, बेला नादान होती, अहंगंडानं पछाडलेली होती. त्याचबरोबर आपण तिच्याकडे लक्ष देत नसल्याची खोटी समजूत करून घेऊन आत्मपीडनात मग्न होत होती. दुसरं कोणी तिच्यासारखंच वागणारं असेल, असं नाही वाटत. मग त्या नोंदी बेलानंच तर चोरल्या नसाव्यात ?

पण तेवढी हुशारी तिच्या ठायी असेल, असं वाटत नाही. त्यासाठी माणूस मोठा पाताळयंत्री असण्याची आवश्यकता आहे. बेला तशी असेल, असं वाटत तरी नाही. तिचा कोणी साथीदार असेल, तिला शिकवणारा कोणी दुसराच करविता धनी असेल, तर मग तिच्याकडून हे घडेल. तरीही अरुंधती खोलीत नव्हती तेवढ्या तुटपुंज्या वेळात तिला हे जमेल ?

पण ती नसेल, तर मग दुसरं कोण ? अरुंधती स्वतःच तर नाही ? तीही

या कारस्थानात सामील झालेली नसेल ? आपण सगळ्या नोंदी अभ्यंकरांकडे दिल्या होत्या, महत्त्वाच्या असल्यामुळं त्यांनी त्या स्वत:जवळच जपून ठेवायचं ठरवलं होतं, असं सांगून ती सारी जबाबदारी आपल्यावर ढकलण्याचा तर प्रयत्न करणार नाही ? तसं करता यावं म्हणून तिनंच तर त्या नोंदी कपाटातून नाहीशा केल्या नसतील ? तसं करण्यातला धोका पत्करण्याइतकं धारिष्ट्य अरुंधतीकडे असेल ?

आपण हा कसला विचार करतो आहोत, हे लक्षात येऊन अभ्यंकरांना आपलीच किळस आली. शरमेनं ते चूर झाले. अरुंधतीवरही आपण अविश्वास दाखवू लागलो ? आपल्याला आजवर कधी संकटांचा सामना करण्याची वेळच आली नव्हती आणि पहिल्यांदाच तशी आली तेव्हा आपण इतके हवालदिल झालो ? आपली कातडी बचावण्यासाठी सर्वांवरच संशय घेऊ लागलो ? उद्या आपण अंजनीवरही असाच अविश्वास दाखवणार आहोत ? भलेही सारं जग आपल्याविरुद्ध खडं झालं असेल. पण त्याचा सामना करण्यासाठी आपण पळपुटेपणा करणार आहोत ? आजवर जपलेल्या मूल्यांना तिलांजली देणार आहोत ? मग आपल्यात आणि आपल्यावर चिखलफेक करणाऱ्यांमध्ये फरक तो काय राहिला ? आपणही वेगळं कारस्थानच रचण्याचा विचार केल्यासारखंच ते नाही का होणार ?

छे ! असा धीर सोडून नाही चालणार. थंड माथ्यानं, विचलित न होता विचार करायला हवा. निश्चित मार्ग सापडेल. असं हडबडून गेलो तर अधिकाधिक खोलात बुडल्यासारखंच होईल. तसं झालं तर मग यातून बाहेर पडण्याचा जो काही मार्ग असेल, तो आपल्याच हातानं आपण बुजवून टाकू. तसं करून चालणार नाही. थंड डोक्यानं विचार करायला हवा.

त्या नोंदी नाही मिळाल्या तरी हरकत नाही. आपण ते प्रयोग खरोखरीच केले याला पुष्टी देणारा तो एकमेव पुरावा आहे का ? त्या नोंदी मिळाल्या तर बिनतोड पुरावा मिळेल यात शंका नाही. पण त्या नाही मिळाल्या म्हणून दुसरा काही पुरावा आपण सादर करूच शकणार नाही का ?

ते प्रयोग केले त्यासाठी आपण काही मोठमोठी उपकरणं वापरली. न्युक्लिअर मॅग्नेटिक रेझोनन्स, गॅस क्रोमॅटोग्राफ, मॉलिक्युलर मॉडेलिंग करणारा सिलिकॉन ग्राफिक्सचा कॉम्प्युटर, इतर काही कॅल्क्युलेशन्स करण्यासाठी सुपरकॉम्प्युटर, इतरही काही इन्स्टुमेन्टस् वापरली आहेत. त्यातलं प्रत्येक इन्स्टुमेन्ट केव्हा वापरलं गेलं, कोणी वापरलं, कितीवेळ वापरलं, कशासाठी वापरलं, याचं लॉगबुक ठेवलं जातं. ते तर शाबूत असेल. कॉम्प्युटरमध्ये कदाचित तेव्हाचे रिझल्टस्‌ही सेव्ह केले गेले असतील. झालंच तर त्या प्रयोगांसाठी उंदीर, ससे,

गिनीपिग्ज वापरली. ती किती वापरली, केव्हा वापरली, त्यांना काय काय टोचलं गेलं याचं लॉगबुक ॲनिमल हाऊसमध्ये ठेवलं जातं. ते सापडायला हरकत नसावी. असे दुय्यम दर्जाचे पुरावे बरेच मिळतील. ते प्रत्यक्ष पुराव्यांसारखे जबरदस्त नसतील. पण असे निरनिराळ्या ठिकाणांहून आणि मोठ्या संख्येनं ते एकत्र केले, तर त्यांचा परिणामही नगण्य असणार नाही. त्यावरून निदान आपल्या नोंदी गहाळ झाल्या किंवा चोरीला गेल्या या आपल्या म्हणण्याला दुजोरा तरी मिळेल. संशयाचा फायदा मिळायला तरी आपण पात्र ठरू आणि कोणी सांगावं या सगळ्या पुराव्यांची गोळाबेरीज प्रत्यक्ष पुराव्याइतकी होईलही. तसं व्हायला लागलं तर कदाचित त्या प्रत्यक्ष नोंदी ज्यानं चोरल्या, त्याला उपरती होऊन तो त्या परत जागच्या जागी ठेवण्याची धडपड करेलही. परिस्थिती अगदीच हाताबाहेर गेलेली नाही. असो. अप्रत्यक्ष पुरावे गोळा करायच्या कामाला जोमानं लागलं पाहिजे. आता वेळ घालवून उपयोग नाही.

आपल्या खोलीतून बाहेर पडले तेव्हा अभ्यंकरांच्या चालीत पूर्वीचाच आत्मविश्वास दिसून येत होता. ताठ मानेनं तिथून ते निघून जात असलेले अनेकांनी पाहिले.

✦✦✦

'आता आणखी किती दिवस लागणार आहेत तुमचं सिलेक्शन व्हायला ?' बेलानं थोड्याफार चिडलेल्या स्वरात केवलरामाणीला विचारलं. तिची आणि त्यांची पहिली मुलाखत झाल्याला आता चांगले चार महिने होत आले होते. त्यांनी त्या पहिल्या भेटीतच सांगितल्याप्रमाणे ती त्यांच्याशी दर पंधरा दिवसांनी संपर्क ठेवत आली होती. पण दरवेळी काहीतरी गुळमुळीत आश्वासनांपलीकडे प्रगती होत नव्हती. ही नोकरी आपल्याला निश्चित मिळणार, या आशेवरच तर तिनं अरुंधतीविरुद्ध, पर्यायानं अभ्यंकरांविरुद्ध आरोप करण्याचं पाऊल उचललं होतं. तसं करण्यासाठी केवलरामाणीनं तिला प्रवृत्त केलं होतं का, असं विचारलं असतं तर त्याचं होकारार्थी उत्तर शपथेवर देणं तिला जमलं नसतं. पण त्या भेटीतच तो विचार आपल्या मनात रुजला, असं तिला आता वरचेवर वाटू लागलं होतं. अभ्यंकरांवर आरोप करून आपण आपलं तिथलं स्थान तर गमावलंच आहे. पण त्या प्रकारच्या विद्यापीठातल्या संशोधन केंद्रात किंवा इतर ॲकॅडमिक संशोधन संस्थेत प्रवेश मिळवण्याचा मार्ग आपण कायमचा बंद करून टाकला आहे, हे आता तिला उमजलं होतं. तिने दाखवलेल्या धिटाईबद्दल तिचं कौतुक करणारी, तिचं अभिनंदन करणारी मंडळीही तिला आपल्या प्रयोगशाळेत सामावून घ्यायला तयार नव्हती, हे तिला आतापर्यंत कळून चुकलं होतं. हा जळता निखारा जाणूनबुजून कशाला पदरात घ्या, असाच विचार सगळेजण करत होते. तो अंगावर पडून अभ्यंकर परस्पर भाजताहेत, हे ठीक आहे. नाहीतरी फारच

माजला होता लेकाचा. त्याला अशी अद्दल घडायलाच हवी होती, पण ज्यानं त्यांच्या अंगाला चूड लावली, तो पलिता आपल्या वाऱ्यालाही उभा राहता कामा नये, अशीच सर्वांची वृत्ती आहे, हे स्वत:तच गुरफटून राहणाऱ्या बेलालाही आता समजू लागलं होतं. त्यामुळं या केवलरामाणीनं ज्याची आशा दाखवून आपल्याला या साऱ्या महाभारताची नांदी करणारा शंख फुंकायला प्रत्यक्ष अप्रत्यक्षरीत्या उद्युक्त केलं ते तरी पदरी पडायला हवं, याची जाणीव बेलाला झाली होती. तेही नाही मिळालं, तर 'तेल गेलं तूप गेलं, हाती धुपाटणं आलं', अशीच आपली अवस्था होईल, हे आजकाल बेलाला वरचेवर जाणवू लागलं होतं. त्यामुळंच तीही अशी घायकुतीला आल्यासारखी केवलरामाणीला वरचेवर छेडत होती. पण तो ताकास तूर लागू देत नव्हता. अलीकडे तर तो आपल्याला टाळतोय, असंही बेलाला वाटू लागलं होतं. आजही जेव्हा तिनं त्याला फोन केला तेव्हा त्याच्या सेक्रेटरीनं तो तिथं नसल्याचे तिला सांगितलं. तसं सांगताना ती क्षणिक चाचरल्यासारखी झाली, असं वाटून बेला सरळ त्याच्या ऑफिसवरच आली, तेव्हा मग सारवासारव करत आपण नुकतेच तिथं पोचल्याचं केवलरामाणीनंच सांगितलं. त्याचबरोबर आपल्याला एक महत्त्वाची मिटींग असल्यानं बेलानं आपलं काम लवकर आटोपावं, असंही त्यानं तिला सांगितलं.

तिलाही वेळ घालवायचा नव्हता. म्हणून तर तिनं सरळ सरळ मुद्यालाच हात घालत, त्याला त्यांचा निर्णय केव्हा होणार, ते विचारलं होतं.

'कालच मी आमच्या क्लायंटशी बोललो. त्यांनी स्पष्टच सांगितलं. डॉक्टर अभ्यंकरांची जी चौकशी होत आहे, तिचा सारा डोलारा तू केलेल्या आरोपांवर आधारलेला आहे. त्यामुळं ती चौकशी पूर्ण होण्याच्या आतच जर तुला त्यांनी आपल्या रोस्टरवर घेतलं, एवढंच कशाला पण नुसती ऑफर जरी दिली, तरी त्या चौकशीपाठी आपण आहोत असाच इतरांचा समज होईल, अशी भीती वाटते आहे. त्यामुळं ही चौकशी संपेपर्यंत तरी ते ऑफर देऊ शकत नाहीत.'

'पण ही चौकशी कितीही दिवस चालेल. तोपर्यंत मी ताटकळतच राहायचं ?' वैतागलेल्या स्वरात बेलानं विचारलं.

'खरं आहे तुझं म्हणणं. पण माझाही नाईलाज आहे. क्लायंटचा मुद्दाही बरोबरच आहे. त्यांना वाटणारी भीतीही अगदीच अनाठायी नाही. तसा समज होऊन कोणी जर त्यांच्यावर मलप्रॅक्टिसेसचा किंवा मोनोपॉली प्रस्थापित करण्याचा दावा केला, तर ते त्यांना फारच महाग पडेल. म्हणूनच तर ते कांकू करताहेत. मीही त्यांना अधिक प्रेशराईज करू शकत नाही.'

'म्हणजे अभ्यंकरांची चौकशी पूर्ण होण्याची वाट पहात मी मनगटं चावत स्वस्थच बसायचं तर ?'

त्यावर थोडासा विचार केल्यासारखा आविर्भाव करत तो म्हणाला, 'एक मार्ग दिसतोय. ही चौकशी लवकर संपवणं तसं थोडंसं तुझ्याच हातात आहे. तुझ्याकडे जबरदस्त पुरावा आहे, असं तू म्हणते आहेस ना. तो ताबडतोब उघड करून तू चौकशी समितीपुढं ठेव. म्हणजे मग इतर बाबींचा विचार करण्याची समितीला गरजच भासणार नाही.'

'म्हणजेच मी सारी लढाई लढावी. त्यात मी यशस्वी होईन याची खात्री काय ? अभ्यंकर नाणावलेले आहेत. माझ्यासारखीच्या सांगण्यावर सगळे विश्वास ठेवतील असंच नाही.'

'का ? का ? तुझ्याकडे जबरदस्त पुरावा आहे ना ?'

'आहे. पण इथं पुरावा कोणता आहे, यापेक्षा तो कोणी सादर केलाय, याला महत्त्व असतं. सगळेजण माझ्याविरूद्ध टपलेले आहेत. तर मग इथंही माझ्याविरुद्ध कारस्थान करून अभ्यंकरांना सोडवण्याचा प्रयत्न कशावरून होणार नाही ?'

आपलं म्हणणं केवलरामाणीला पटलंय, असं तिला वाटेना. तिचं तिलाही ते फारसं पटत नव्हतं. केवलरामाणी आपल्याकडे विचित्र नजरेनं पाहतोय. पण तसं करताना त्याच्या ओठांवर एक गूढ तरीही समाधानाचं स्मित पसरलंय, असं बेलाला वाटू लागलं. ती अस्वस्थ झाली. तिथं आता जास्त वेळ राहिलो तर आपण गुदमरून जाऊ, असं तिला वाटू लागलं. कसाबसा केवलरामाणीचा निरोप घेऊन तिथून ती बाहेर पडली.

✦✦✦

'हॅलो, अनंत ? माधव बोलतोय. सॉरी अनंता, पण आय हॅव टू गिव्ह यू ए बॅड न्यूज.'

'आय सी. सांग तू. आजकाल कोणतीही न्यूज गुड असूच शकत नाही. तुझा तरी काय दोष ! अर्थात ज्या परिस्थितीतून मी जातोय, त्यापेक्षा अधिक वाईट काय असणार आहे ? सांग तू.'

'आपल्या प्रॉजेक्टबद्दल म्हणतोय मी. कंपनीनं तो ॲबॅन्डन करायचं ठरवलंय. एकतर आमच्या कॉम्पिटिटर्सना आता त्यांच्या अपेक्षेपेक्षा जादा वेळ मिळालाय. त्यांचा प्रॉडक्ट लवकरच येऊ घातलाय. आपला नंतर आला असता, तरी आपण त्यांना टक्कर देऊ शकलो असतो. पण आता, आता, आय मीन, या...'

'...बोल, बोल तू. तू कशाला संकोच करतो आहेस ? या बदललेल्या परिस्थितीत, म्हणजेच माझ्याविरुद्ध संशयाचें काहूर उठलेलं असताना असंच म्हणायचंय ना तुला ?'

'सॉरी अनंता, मला तसं नव्हतं... बट, बट, यू अंडरस्टॅंड.'

'माधव, आपण आज काही एकमेकांना ओळखत नाही आहोत. कोणतीही

परिस्थिती आली म्हणून मी आपल्याच माणसांवर भलभलते आरोप नाही करणार. तूही मला ओळखतोस. क्षण दोन क्षण माझंही मन विचलित झालं होतं. नाही असं नाही. पण आता मी सावरलोय. बोल तू.'

'तर अशा परिस्थितीत आपल्या ड्रगबद्दलही लोक शंका घेतील, निदान तशी ती त्यांनी घ्यावी, असं वातावरण तयार केलं जाईल. असं आमच्या मार्केटिंग डिपार्टमेन्टचं म्हणणं आहे.'

'बरोबरच आहे. चला माझी काळजी मिटली. आपल्या प्रॉजेक्टच्या शेड्युलचा बोजवारा उडतोय म्हणून मी अस्वस्थ झालो होतो. आता कंपनीनं माझी त्यातून सुटका केलीय. धिस इज गुड न्यूज, माधव.'

अनंतानं वरवर कितीही खेळकरपणाचा आव आणला असला, तरी त्याच्या त्या उडत्या वक्तव्याला विषादाची किनार आहे, हे त्रिलाकेकरांच्या ध्यानात आल्यावाचून राहीलं नाही. त्यावर अधिक काही न बोलणंच श्रेयस्कर, हे त्यांना कळलं. जड हातांनी त्यांनी रिसिव्हर खाली ठेवला.

✦✦✦

एकदा कालवलेला भात अनंता परतपरत कालवत असलेला पाहून अंजनीनं त्यांच्या हातावर आपला हात ठेवत त्यांना आवरलं. एकदम दचकून अभ्यंकरांनी नजर वर केली. अंजनी त्यांच्याकडेच पाहात होती. त्या नजरेत काय आहे हे एकाच शब्दात सांगायचं तर त्यांनी म्हटलं असतं. विश्वास. आयुष्यभराच्या साथसंगतीनंच येऊ शकणारा. विश्वास हा शब्दही अपुरा पडत होता. दुसरा समर्पक, अतिशय चपखल बसू शकेल असा शब्दच नव्हता. म्हणून त्या तोकड्या, वापरून वापरून गुळगुळीत झालेल्या शब्दाचा उपयोग करावा लागत होता. त्या नजरेला नजरेनंच उत्तर देण्याचा प्रयत्न करत अभ्यंकरांनीही दुसरा कोरडा हात तिच्या हातावर ठेवला.

'कसला विचार चाललाय एवढा ? चौकशीचं अखेरचं पर्व सुरू झालंय, असं म्हणत होता ना ? मग आता हत्ती जाऊन शेपूट उरल्यावर एवढा कसला विचार ?'

'शेपटानंच तडाखा दिल्याची कमी का उदाहरणं आहेत अंजनी ?'

'तुमचा तुमच्यावरचाच विश्वास उडत चालल्याची लक्षणं आहेत ही. अनंत आजवर असं कधी झाल्याचं मला तरी आठवत नाही. कठीण प्रसंग आले. पण तुमचा आत्मविश्वास कधी ढळला नव्हता.'

'खरं आहे. पण आजच्यासारखा प्रसंगही कधी आला नव्हता. गेल्या काही दिवसात असे क्षण आले की, कोणावरच विश्वास ठेवायची मनाची तयारी होत नव्हती. त्यातून आता सावरलोय मी. तरीही काही काही वेळा अशा शंकाकुशंका

मन कुरतडत राहतातच.'

'पण आता सगळी तयारी झाली आहे, असं तर म्हणत होतात तुम्ही.'

'झाली आहे ना. त्या विवक्षित प्रयोगांची रेकॉर्डस् गहाळ झाली आहेत, असं जेव्हा अरुंधतीनं मला सांगितलं ना, तेव्हा मी हादरूनच गेलो होतो. पायाखालची जमीन सरकल्याचा भास झाला होता मला. वाटलं, सगळं संपलं. आयुष्यभराची कमाई एका क्षणात विरून गेल्यासारखी नाहीशी होणार. त्या रेकॉर्डसच्या अभावी आम्ही खरोखरीच ते प्रयोग केले, असं कोणालाही पटवून देता आलं नसतं. दुसऱ्या कोणाच्या बाबतीत अशी परिस्थिती उद्भवली असती, तर माझाही त्याच्यावर विश्वास नसता बसला. मग इतरांनी केवळ मी सांगतोय म्हणून माझ्यावर विश्वास ठेवावा अशी अपेक्षा मी कशी काय करू शकत होतो ! त्यावेळी सांगतो तुला मी अंजनी, मला अरुंधतीचा राग आला. तिनंच तर जाणूनबुजून त्या नोंदी गहाळ केल्या नाहीत ना, माझ्यावर बालंट आणून माझं नाक कापण्यासाठी स्वत:वरही तोहमत येण्याचा धोका तिनं पत्करला तर नसेल, ते काय म्हणतात ना, 'भले अपनी दीवार गिरे मगर पडोसी की भैंस मरनी चाहिये' असा तर सारा मामला नसेल, असे विचार माझ्या मनात येऊन गेले. नंतर मी माझाच धिक्कार केला. कसली तरी घाण अंगावर पडून आपण मलीन झालो आहोत, असं सतत वाटत राहावं ना, तसंच मला वाटत राहिलं. पण तो धक्का तसा जबरदस्त होता.'

'हो. पण त्यातून सावरण्याचा दुसरा मार्ग शोधून काढला आहेत ना तुम्ही ? माझ्याजवळ त्या कॉपीजची ती फाईल ठेवून दिली आहेत ना तुम्ही ?'

'हो. ते प्रयोग ज्या साधनांचा उपयोग करून केले त्यांच्या लॉगबुकच्या नोंदी, काही ठिकाणी त्यांच्याशी संलग्न असलेल्या कॉम्प्युटरच्या मेमरीत आम्हाला त्या प्रयोगांच्या निष्कर्षांची नोंदही आढळली. तीही जपून ठेवली आहे. झालंच तर ॲनिमल हाऊसमधल्या नोंदी. प्रयोगशाळेतल्या प्राण्यांचे आम्ही अनन्वित हाल करतो, असा कांगावा करून त्या पर्यावरणवाद्यांनी जेव्हा वादळ उठवायचा प्रयत्न केला होता ना, तेव्हा मलाही त्यांचा राग आला होता. पण त्यावेळी उठलेला धुरळा खाली बसून काही नवीन कायद्यांची अंमलबजावणी व्हायला सुरुवात झाली ना, त्याचाच फायदा मिळालाय आम्हाला. त्या प्राण्यांना आम्ही नेमक्या कोणकोणत्या चाचण्यांना सामोरं जायला लावलं त्याच्या निष्पसपाती नोंदी ॲनिमल हाऊसमध्ये ठेवल्या जाऊ लागल्या. त्या आमच्या मदतीला आल्या आहेत. सगळ्या नोंदींच्या तीन तीन कॉपीज काढून मी तीन फायली तयार ठेवल्या आहेत. एक माझ्याकडे.'

'...एक माझ्याकडे.'

'हो आणि एक अरुंधतीकडे. एकसाथ तीनही गहाळ होण्याची शक्यता तशी नगण्यच.'

'तेच तर म्हणतेय मी. एवढी जय्यत तयारी ठेवल्यावर, आता काळजीचं कारणच काय ?'

'एवढी सगळी तयारी झाली तरी हा सगळा अप्रत्यक्ष पुरावा आहे. अंजनी, ती ओरिजिनल रेकॉर्डस् आणि या नोंदी, यांची तशी बरोबरी होऊ शकत नाही.'

'पण तुम्ही खोटेपणा करत नाही आहात, हे तर त्यावरून सिद्ध होऊ शकतं की नाही. प्रयोग केलेच नाहीत, असं तर आता ठामपणे कोणी म्हणू शकणार नाही ना ?'

'ते खरं आहे. शिवाय ज्यानं आरोप केला त्यानं आपण केलेल्या आरोपाच्या पुष्टीसाठी पुरावा सादर करायला हवा असा कायदा आहे असं मला सांगितलं जातंय.'

'दॅट इज करेक्ट. पुरावा सादर करण्याची जबाबदारी सारी त्या कारटीवर आहे, तुमच्यावर नाही.'

'पण तशी पळवाट शोधून मला यातून सुटायचं नाही. बेला पुरावा सादर करू शकेल, याबद्दल मला शंकाच आहे. त्या तांत्रिक मुद्याचा आधार मी घेतला तरी माझी लौकिक अर्थाने सुटका होईल खरी. पण माझ्या नावाला, प्रतिष्ठेला लागलेला डाग साफ धुतला जाणार नाही. कालच माधवचा फोन आला होता. तो म्हणत होता की, आमचं ते प्रॉजेक्ट सोडून देण्याचा निर्णय कंपनीनं घेतला आहे. कारण उद्या आमचा ड्रग बाजारात आला आणि तो अधिक शक्तिशाली तसंच स्वस्त असला, तरी त्याच्या विश्वासार्हतेबद्दल लोकांच्या मनात शंका राहतीलच. निदान तशा त्या याव्या, असे प्रयत्न केले जातील. माझी सुटका अशी तांत्रिक मुद्यावरून झाली तर मग अशा प्रयत्नांना खतपाणीच मिळेल. मला पुढं काही ग्रँट मिळवताना अतोनात अडचणी येतील. शिवाय मी विनाकारण असं लांच्छन का स्वीकारावं ? म्हणून धडपडतोय अंजनी. हा इनडायरेक्ट एव्हिडन्स काही उसंत मिळू देणार आहे, काही प्रमाणात गेलेला विश्वास परत मिळवायला मदत करणार आहे. तो एक महत्त्वाचा टप्पा असला, तरी ते मुक्कामाचं स्थान नाही. ते अजून गाठायचंच आहे.'

'तेही गाठलं जाईल अनंत. माझं अंतर्मन ग्वाही देतंय त्याची. चला आता त्याचा विचार नको. असा विचार करून जेवणही नाही घेतलं, तर लढायला बळ कुठून येणार ?'

✦✦✦

'आज बोलावलं होतंत तुम्ही मला.' केवलरामाणी काहीच न बोलता बसून राहिल्यामुळं चुळबुळणाऱ्या बेलानंच सुरुवात केली.

'आज ? ओऽह येस येस आज. हो बोलावलं होतं. कंपनी डिसिजन घेणार होती. याबद्दल सांगायचं होतं.' बांध फुटल्यासारखा केवलरामाणी एकदम बोलायला लागला.

'झाला ना डिसिजन ? मग केव्हापासून जॉईन व्हायचंय ? आणि कुठं ? बॉस कोण आहे ? पण महत्त्वाच्या गोष्टी राहिल्याच. कंपनीचं नाव काय ? तिच्या ॲक्टिव्हिटीज काय आहेत ? कॉम्पेन्सेशन पॅकेज काय देणार आहेत ?'

हात वर करून तिच्या प्रश्नांची ही सरबत्ती आवरत केवलरामाणी म्हणाला,

'एकदम इतके प्रश्न विचारण्यापूर्वी डिसिजन काय झालाय, ते तरी विचारायचं होतंस.'

बेला दचकली. ज्या तऱ्हेनं केवलरामाणी आता बोलत होता, त्यावरून सुरुवातीला तो गप्पच का होता, त्याचं उत्तर मिळत होतं, असं तिला वाटू लागलं. काहीतरी बिघडलं आहे, असं तिला जाणवू लागलं. आपल्या पायातलं बळ जातंय आणि आपण अशाच उभ्या राहिलो तर पडू, असं वाटून ती जवळच्याच खुर्चीचा आधार शोधू लागली.

'काय झालाय डिसिजन ?' कसंबंस उसनं बळ आणत तिनं विचारलं. आपल्या तोंडाला कोरड पडली आहे, हेही त्या क्षणी तिच्या ध्यानात आलं नाही.

'कंपनीनं इथं आपली सब्सिडियरी उघडण्याची कल्पना सध्या बाद ठरवली आहे. त्यामुळं काहीही रिक्रुटमेन्ट करण्याचा प्रश्नच उद्भवत नाही.'

'पण, पण मला दिलेल्या प्रॉमिसचं काय ?' तेवढं विचारायचीही ताकद आपल्यात कुठून आली हे बेलाला सांगता आलं नसतं.

'कसलं प्रॉमिस ? जर कंपनीनं इथं आपली सब्सिडियरी उघडली असती, तर तुला घेण्याचा विचार त्यांनी केला असता. तेही नक्की घेणार, असं सांगितलं नव्हतं. प्रॉमिस तर कसलंच दिलं नव्हतं. आणि दिलं असलं तरी जर कंपनी इथं येण्याचा विचारच बदलतेय तर मग कोणालाही रिक्रुट करण्याचा सवालच कुठं पैदा होतो ?'

बेलाला चक्कर आल्यासारखं वाटू लागलं होतं. पहिल्या मुलाखतीच्या वेळी असलेल्या त्या अमेरिकन माणसानं आपल्याला वचन दिलंय असं आपण समजत होतो, त्याचे शब्द आठवले. त्यानं मोठ्या हुशारीनं आपल्या शब्दांचा उपयोग केला होता. त्याच्या शब्दांचा आपण आपल्याला सोईस्कर अर्थ लावला. त्यानं आपल्याला निश्चित असं काहीच सांगितलं नव्हतं. तसं आपल्याला सिद्ध करता येणार नाही, हे ती समजून चुकली. तसं तर डॉक्टर अभ्यंकरांवरचे किंवा

अरुंधतीवरचे आरोपही आपल्याला सिद्ध करता येणार नाहीत, हेही ती गेल्या वेळच्या चौकशी समितीच्या बैठकीत समजून चुकली होती. आपणच आपली कशी फसवणूक करून घेत होतो, ते तिला कळू लागलं होतं. नाहीतर आपलं नाव या प्लेसमेन्ट एजन्सीला आणि त्या अमेरिकन कंपनीला कसं कळलं, त्यांनी अगदी घरी फोन करून आपल्याला बोलावून कसं घेतलं, या आपल्याला पडलेल्या कोड्याचं उत्तर आपल्याला कोणीच स्पष्टपणे दिलेलं नाही, हे या आधीच आपल्या लक्षात यायला हवं होतं. तसं ते वेळेवर आलं असतं तर... ! पण आता उशीर झाला होता. आता त्या विचारांना कसलाच अर्थ उरला नव्हता.

केवलरामाणीच्या ऑफिसातून झपाट्यानं निघून जावं असं वाटूनही खुर्चीतून उठण्याचं त्राणही आपल्या अंगात राहिलेलं नाही, हेही बेलाच्या त्याच क्षणी ध्यानात आलं.

✦✦✦

'या, या डॉक्टर अभ्यंकर. तुमचं अभिनंदन करावं की नाही हे मला समजत नाहीय.' कुलगुरू म्हणाले. 'म्हणजे तुमच्यावरचे आरोप खोटे आहेत, तो कोणाचा तरी बनाव आहे, हे आम्ही पहिल्यापासूनच जाणून होतो. त्यामुळं त्यातून तुम्हाला चौकशी समितीनं मुक्त केलंय, त्याबद्दल तुमचं अभिनंदन करायला हवं. पण सारा प्रकारच किळसवाणा असल्यानं तुम्हाला हे असले उपचार पसंत पडणार नाहीत, हेही मी समजून आहे.'

अभ्यंकर चेहरा निर्विकार ठेवत तसेच बसून राहिलेले पाहून कुलगुरूच पुढं म्हणाले.

'खरं तर माझीच सुटका झालीय. कारण काही वेडंवाकडं झालं असतं तर विद्यापीठाची बदनामी झाली असती आणि त्याची झळ मलाही लागली असती. माझ्या कारकीर्दीत असं काही होणं मला भलतंच महाग पडलं असतं. कुलपतींनी मलाच जाब विचारला असता. कॉमनवेल्थ व्हीसींच्या कॉन्फरन्सच्या अध्यक्षपदासाठी माझ्या नावाची शिफारस करण्याचा विचार कुलपती करत होते. पण या तुमच्या प्रकरणामुळं आजवर ते त्यांनी पुढंच ढकललं होतं. आता त्याचीही मोकळीक झाली.'

आपण काय बोलतो आहोत, हे या गृहस्थाला कळतंय का, हेच अभ्यंकरांना कळेना. आपल्या कारकीर्दीनंतर जर ही भानगड उपटली असती तर आपल्याला त्याचं सोयरसुतक वाटलं नसतं, हे आपल्याच तोंडानं आपण कबूल करत आहोत, हे कसं याच्या लक्षात येत नाहीय ? आणि तशी कबुली देऊन तो आपल्या जखमेवर मीठच चोळतोय, हेही कसं त्याला समजत नाही ?

आपल्यावरचे आळ खोटे ठरवले गेले आहेत, म्हणून सुटकेचा सुस्कारा

टाकावासाही त्यांना वाटेना. या अशा सुटकेपेक्षा ज्या जर्नलमध्ये तो पेपर प्रकाशित झाला होता त्याच्या संपादकांचं आलेलं पत्र त्यांना अधिक प्रांजळ वाटलं होतं. त्या पेपरमधली निरीक्षणं खरोखरीच केलेल्या प्रयोगांवर आधारित आहेत की नाही, याबद्दल जरी आपण काही सांगू शकत नसलो, तरी त्यातले निष्कर्ष सगळ्या कसोट्यांना उतरलेले आहेत, इतरांनी त्यांना दुजोरा दिलेला आहे, त्यामुळं तो पेपर मागं घेण्याचा प्रश्नच उद्भवत नाही असं त्यांनी कळवलं होतं. कुलगुरुंच्या, इतरांच्याही दिखावटी खुषीपेक्षा त्या संपादकाचं वस्तुनिष्ठ विवेचन त्यांना अधिक भावलं होतं.

कुलगुरुंचा निरोप घेऊन तिथून निघून जावं, या उद्देशानं ते उठले, तोच कुलगुरू परत म्हणाले, 'तुम्हाला बोलावण्याचं खरं कारण विसरतच होतो. मलेरियाविरुद्ध एक नवं अतिशय परिणामकारक औषध एका अमेरिकन कंपनीनं तयार केलंय. त्याच्या आपल्या देशातल्या वितरणाचा समारंभ पुढच्या आठवड्यात आपल्या मंत्र्यांच्या हस्ते होणार आहे. त्यावेळी त्या औषधाबद्दल आणि आजच्या जागतिकीकरणाच्या वातावरणात आपलं औषधधोरण, विशेषतः ट्रॉपिकल डिसिजेससारख्या संसर्गजन्य रोगांविरुद्धच्या औषधांबाबत काय असावं, याबद्दल मंत्र्यांना तुमच्याशी चर्चा करायची आहे. तेव्हा तुम्ही केव्हा उपलब्ध असाल, अशी विचारणा झाली आहे. यासारखी संधी परत मिळत नसते, हे मी तुम्हाला सांगायला नको. तेव्हा बोला काय कळवू ?'

आपल्याला खरोखरीच काय वाटतंय, हे कळवायची यांची हिंमतच होणार नाही, याची अभ्यंकरांना खात्रीच होती. त्यांना या सगळ्याचाच उबग आला. 'डायरी बघून सांगतो' असं काहीसं पुटपुटत ते तिथून उठले आणि वेगानं तिथून निघून जाऊ लागले.

याच वेगानं त्या सगळ्यांपासूनच दूर जाता आलं तर काय बहार होईल, असा विचार त्यांच्या मनात पिंगा घालू लागला. पण ते होणार नाही. आपल्याला याच पाण्यात राहायचं आहे. तिथं देवमासा हे सोज्वळ नाव धारण करणारे शार्क भक्ष्यांच्या शोधात सतत भटकत राहणार आहेत, हे त्यांना माहिती होतं. त्यांच्याशी वैर करणं तर सोडाच पण त्यांच्या वाटेत चुकूनही आडवं येऊन चालणार नाही, हेही ते जाणून होते. पण ते मासेच जर आपल्या वाटेत येऊ लागले तर त्यांना टाळायचं कसं, याचाच विचार आता करायला हवा होता.

तोच करत अभ्यंकर तिथून निघून गेले.

✦

गांधारीचे पुत्र

टेलिफोनची रिंग वाजायला लागली. अकस्मात ध्यानीमनी नसता आंधी येऊन गडगडाट होऊ लागावा तशी. तिचा आवाज ऐकून गांधारी दचकली. तिच्या अंगावर शहारा उमटला. पाठीच्या मणक्यावरून एक गिळगिळीत लहर दौडत गेली. क्षणार्ध चमकून नाहीशा होणाऱ्या विजेच्या लोळागत.

तिची तंद्री आता भंग पावली होती. फोनची रिंग वाजतच होती. एक लांबलचक रिंग. थोडासा पॉझ, परत तेवढीच लांबलचक रिंग. फोन लोकल नव्हता. बाहेरून आलेला होता. लॉन्गडिस्टन्स. तो घ्यावासा वाटलाच नाही. त्या रिंगपाठोपाठ कोणता संदेश येणार आहे, हे जणु तिला माहितीच होतं. तो ऐकण्याची इच्छा तिला नव्हती. त्या गांधारीनं म्हणे डोळ्यांवर पट्टी बांधून आयुष्य काढलं होतं. आपल्याला डोळ्यांबरोबरच कानही झाकून घेऊन आयुष्य काढावं लागणार आहे की काय ? तसं काढण्याची ताकद आपल्यात आहे का ?

कोणीतरी येऊन फोन घेतला होता. दबलेल्या आवाजात चाललेलं संभाषण तिच्या कानावर पडत होतं. पण ती जागची उठली नाही. पलीकडच्या भिंतीवर असलेल्या पंकजच्या तसबिरीवर लावलेली नजरही तिनं उचलली नाही.

फोन खाली ठेवून कोणीतरी आपल्या शेजारी येऊन उभं राहिल्याचं तिला जाणवलं. थोड्या वेळापूर्वी फोनवर बोलताना जो दबलेला आवाज वापरला गेला होता, त्याच दबलेल्या आवाजात कुजबुजल्यासारखं कोणीतरी म्हणालं, 'मॅडम...'

फोनवरून मिळालेला निरोप आपल्याला सांगण्यासाठी तो तिथं उभा आहे, याची तिला जाणीव झाली. तो काय सांगणार आहे, हे तिला माहिती होतं. काही

फरक असलाच तर तो तपशिलातला असेल. तो तपशील कळला न कळला, सारखंच होतं. तो निरोप ऐकून घेण्याची खरं तर तिची इच्छा नव्हती. पण तो ऐकल्याशिवाय गत्यंतर नव्हतं. आपण तो ऐकल्याशिवाय तो कोणीतरी तिथून हलणार नाही, याची तिला खात्री होती. राहता राहिला सवाल तिच्या इच्छेचा. ती तर तिची स्वत:ची कधीच राहिली नव्हती. गेली निदान पंचवीस वर्ष तरी तिला तिच्या इच्छेविरूद्ध बऱ्याच गोष्टी कराव्या लागल्या होत्या. त्याचा दोषही ती दुसऱ्या कोणाला देऊ शकत नव्हती. त्या पहिल्या वेळीच जर आपण आपल्या इच्छेवर ठाम राहिलो असतो, पंकजलाही ती इच्छा मान्य करायला लावलं असतं, तरच कदाचित आजची परिस्थिती बदलली असती. पण जेव्हा तिनं नाईलाजानं का होईना पंकजला सासूबाईंची इच्छा मान्य करायला परवानगी दिली, त्याचवेळी आजच्या या परिस्थितीची मुहूर्तमेढ रोवली गेली होती.

मुहूर्तमेढ ! तिचं तिलाच हसू आलं. कसला शब्द सुचला आपल्याला. कोणत्याही शुभ घटनेची मुहूर्तमेढ रोवली जाऊ शकते. तिची सुरुवात करण्यासाठी मुहूर्त पाहिला जाऊ शकतो. यासारख्या अशुभाची नांदी करायला मुहूर्त कशाला कोण पाहील ! पण हे सगळं गाडं असं अशुभाच्या मार्गानं जाणार आहे, याची त्यावेळी कुठं कल्पना आली होती.

त्या कोणीतरी परत तिला तिच्या तंद्रीतून जागं केलं, 'मॅडम...' यावेळी त्याच्या शब्दांमध्ये अजीजी नव्हती. एक प्रकारची जबरदस्ती हाती. 'आता मी काय सांगतोय ते बऱ्या बोलानं ऐका' असंच जणु तो सांगत होता. फक्त ते त्या शब्दांमध्ये व्यक्त करण्याची छाती त्याला होत नव्हती.

'हं, बोला' एक दीर्घ सुस्कारा सोडत तिनं प्रतिसाद दिला.

'आताच बातमी आलीय. मगधच्यानं किष्किंधेच्याचा वध केलाय.'

हाच निरोप तिनं अपेक्षिला होता. फक्त ज्याचा वध झाला तो कुठला आणि ज्यानं केला तो कुठला, हेच तेंवढं तिला माहिती नव्हतं. त्यानं काही फार मोठा फरक पडणार नव्हता. आज किष्किंधेचा गेला. तो राहिलाच असता तरी उद्या परवा मारला गेलाच असता आणि ज्यानं त्याचा वध केला, तो तरी उद्याचा दिवस पाहील, याची शाश्वती नव्हती.

'वध !' परत एकदा तिला हसू आलं. विषण्ण. कसकसले शब्द वापरतो आपण. आपल्या जिभांना वळण पडलंय त्याचा हा परिणाम. नाहीतर 'वध' म्हणून होत असणाऱ्या खुनांचं उदात्तीकरण करण्यात काय मतलब होता ! चार शतकांपूर्वीच्या मोगल साम्राज्यात गादीसाठी शहाजाद्यांमध्ये अशा साठमाऱ्या होत असत. त्या शहाजाद्यांनी केल्या म्हणून त्यांना कोणी वध म्हटलं असलं, तरी इतिहासात त्यांची नोंद खून अशीच केली गेलीय आणि वध म्हणायला ज्याला

मारलं गेलंय तो तरी काय मोठा महात्मा लागून गेलाय ! तोही त्यांच्याच जातकुळीतला. हा सुपात तर दुसरा जात्यात. एवढाच फरक. बाकी सगळे एकाच माळेचे मणी !

तिनं एकदम आपल्या हातांकडे पाहिलं. आपले हात रक्तानं बरबटलेले आहेत, असं तिला वाटून गेलं. ते पुसावेत या इच्छेनं तिनं पलिकडचा नॅपकिनही ओढून घेतला. पण हातावर तर एकही डाग दिसत नव्हता. लौकिकार्थानं आपले हात स्वच्छ असतील, पण तेही खूनसत्रांमध्ये गोवले गेले आहेत, या जाणीवेची बोच तिच्या काळजात कळ उठवून गेली.

केव्हा झाली या सगळ्याची सुरुवात ? पंकज गेला त्या काळरात्री ? त्या कमकुवत मन:स्थितीत आपण देवरावजींनी केलेल्या त्या सूचनेचा स्वीकार केला तेव्हा ? त्याच सूचनेचा पाठपुरावा करत, डॉक्टर भरूचांनी संमतीपत्रावर आपली सही केली तेव्हा ? सही आपली असली तरी या सगळ्या कांडाला देवरावजी आणि डॉक्टर भरूचाही जबाबदार नाहीत का ? सारासार विचार करण्याच्या मन:स्थितीत आपण नाही, हे त्यांना त्यावेळी कळत का नव्हतं ? किंबहुना यात त्यांचा स्वार्थ नव्हता ? देवरावजींचा राजकीय स्वार्थ आणि डॉक्टरांचा व्यावसायिक स्वार्थ. त्यांना या कामगिरीचे पैसे नसले मिळाले तरी नाव, प्रतिष्ठा, ख्याती तर मिळाली ! त्यावेळीही आपल्याला अमितजी आवरत होते. हरीशनं तर अतिशय स्पष्ट शब्दातच आपल्याला सुनावलं होतं. त्यावेळी आपण त्याच्यावर रागावलो होतो. आपलं महत्त्व कमी होईल, या भीतीनं तो विरोध करतोय, असा आरोप त्याच्यावर केला गेला. त्याचा अपमानच केला होता. तो मुकाट्यानं गिळून तो तिथून निघून गेला होता. त्या अपमानाचा बदला घेण्याचा यत्किंचितही प्रयत्न त्यानं गेल्या पंचवीस वर्षांमध्ये केला नव्हता. आजमितीला त्याचंच अनुमान बरोबर आलेलं असतानाही त्यानं 'मी म्हटलं नव्हतं तसं' असं सांगण्यासाठीही आपल्याशी संपर्क साधलेला नाही. उलट आपल्याविषयी त्याला काळजीच वाटते आहे, असे रिपोर्ट मिळाले आहेत आपल्याला. कोण आपला आणि कोण आपमतलबी, हे ओळखलंच नाही आपण त्यावेळी. कधीच ओळखता आलं नाही आपल्याला.

म्हणून तर आता इतरांना दोष देण्यात काहीच अर्थ नव्हता. चूक सर्वस्वी आपलीच होती. तिची फळं आता आपल्यालाच भोगली पाहिजेत. केवळ आपल्यालाच ती भोगावी लागली असती, तर चिंता नव्हती. पण ती इतरांनाही भोगावी लागत आहेत. संपूर्ण देशावरच त्याची काळी अभद्र छाया पसरलेली आहे. तो गुन्हा अक्षम्य आहे. त्याचं परिमार्जन कसं करायचं ? कोणीतरी रामशास्त्रीच त्यासाठी यायला हवा. 'या गुन्ह्याला देहांत प्रायश्चित्ताशिवाय दुसरा पर्यायच नाही' असं

परखड शब्दांमध्ये सुनावणारा.

पण आपणच पेरलेल्या बीजाची हीही फळं. रामशास्त्री आज नावालाही उरले नाहीत. निष्ठुर न्यायनिवाडा करणारे कुणी उरलेले नाहीत. बांधिलकीचं पाखंड माजवत केलेल्या नेमणुकांपायी आजचे न्यायमूर्तीही तोंडपुजे, लाळघोटे आणि बिनकण्याचे झाले आहेत. भाट झाले आहेत.

त्याची सुरुवात मात्र आपण नाही केली. ती झाली सासूबाईंच्या कारकीर्दीतच. त्यांनी समर्थपणे देशाची धुरा वाहिली होती खरी. कितीतरी काळ. मधली ती कसोटीची तीन-चार वर्ष सोडली तर सलगपणे. पण त्या तीन-चार वर्षांत सासूबाईंचीही मनोवृत्ती साफ पालटून गेली होती. कदाचित वय झालं होतं त्यांचं त्यावेळी म्हणूनही असेल. वरवर कणखर असल्याची बतावणी त्या करत असल्या, तरी त्या बतावणीला इतरांसारखे आपण फसलो नव्हतो. त्यांना किती एकाकी वाटतंय, याची जाणीव आपल्याला त्यावेळी झाली होती. म्हणूनच त्यांना धीर देण्यासाठी, आधार देण्यासाठी आपण त्यांच्याजवळ गेलो. त्यावेळी तरी ते नातं केवळ कौटुंबिक ठेवण्याचाच आपला विचार होता. राजकीय वारसा म्हणून त्यावेळी तरी पंकजकडे पाहिलं जात नव्हतं. छोटा असूनही धीरजच त्यावेळी त्यांच्या राजकीय कामात दखल देत होता. त्यांची पाठराखण करत होता.

पंकज त्यावेळी आपल्या इन्फर्मेशन टेक्नॉलॉजीच्या फील्डमध्ये खूष होता. नवनवीन सॉफ्टवेअर विकसित करण्यात आनंद मानत होता. सोमवार ते शुक्रवार आठवड्याचे पाच दिवस मान मोडून काम करायचं आणि मग वीकएंड आला की जवळपासच कुठंतरी पिकनिकला जात मौजमजा करायची, असा आयुष्यक्रम होता. आपलं दोघांचंच मर्यादित जग होतं ते. त्या जगात तरी तिसऱ्याला कोणाला स्थान नव्हतं. तसं हक्काचं स्थान घेणारं तिसरं तोवर तरी कुणी आलं नव्हतं. सासूबाईंना धीर देण्यासाठी जरी आठवड्याचे पाच दिवस आपण त्यांच्याबरोबर घालवत असलो, तरी घर सोडून त्या बाहेर गेल्यावर काय करतात, याकडे ना आपण फारसं लक्ष दिलं, ना पंकजनं. त्याविषयीच्या बातम्या दुसऱ्या दिवशीच्या वर्तमानपत्रातूनच आपण दोघं वाचत होतो. त्यावर कोणतीही मल्लीनाथी न करता.

त्यातच कोणीतरी विरोधकानं त्यांच्यावर आगपाखड केल्याची बातमी तिखटमीठ लावून छापून आलेली असे. ती वाचून पंकज आणि आपण, विशेषत: आपण, भलतेच अपसेट होत असू. पण सासूबाईच ते उडवून लावत. त्याला फारसं महत्त्व द्यायचं नसतं, हेच आपल्याला पटवून देत. पंकजनं तर असल्या गोष्टींचा फारसा सीरियसली विचार कधी केलाच नव्हता. धीरज काही काही वेळा भलताच संतापत असे. पंकजनं विनोद करत वातावरणातला ताण हलका करण्याचा

प्रयत्न केला, तर त्याच्यावरही घसरायला तो कमी करत नसे.

पंकज तेही मनावर घेत नसे. तो हे जाणून होता की धीरज आहे म्हणूनच आईच्या राजकीय वारशानं जोखड आपल्या मानेवर पडलेलं नाही. तो ते बोलूनही दाखवत असे. त्यावर त्यावेळी तरी आपण प्रतिवाद करत असू की, असा वारसा काही निसर्गदत्त नाही, मग तो घ्यायचाच कशाला ? राजकीय नेत्याच्या मुलांनी राजकारणातच पडायला हवं, असा काही कायदा नाही, मग मनाविरुद्ध ते ओझं डोक्यावर घ्यायचंच कशाला ?

आपले त्यावेळी तसे विचार होते, हे आज कोणाला सांगूनही पटायचं नाही. कोणी विश्वासच ठेवणार नाही त्यावर. कारण हा वारसा अबाधित चालू ठेवण्याच्या अट्टाहासापायीच तर ही आजची परिस्थिती ओढवून घेतली आहे आपण. आपल्या त्या वेळच्या त्या निष्पाप विचारांनाच आपण घट्ट धरून बसलो असतो, तर आजचा हा दुर्धर प्रसंग ओढवलाच नसता. पण आता तसा विचार करून काहीच उपयोग नाही. इडनच्या बगीचातलं ते सफरचंद ॲडॅम आणि इव्हनी खाल्ल्यापासून माणूस निष्पापता म्हणजे काय हे विसरूनच गेला आहे. आपणही तसलं सफरचंद खाल्लय. मनाविरूद्ध ते खाल्लं, तसं आज शपथेवर सांगणं कठीण होईल. अंगवळणी पडलेल्या बेमुवर्तखोरपणापायी चारचौघात धिटाईनं तसं विधान करूही आपण. पण आपल्याच मनाला फसवणं नाही जमणार आपल्याला. तेवढा मुर्दाडपणा नाही अजून भिनलेला आपल्या अंगात.

केव्हा बरं खाल्लं आपण ते सफरचंद ? पंकज गेला त्या काळरात्री ? छे ! त्याही आधी. धीरजला अपघात झाला त्यावेळी. शिमल्याच्या वाटेवर हिमालयातल्या उंचीवरच्या एका वळणावर धीरजची गाडी उलटली आणि त्यानं आपल्या, पंकजच्या आणि आपल्या आयुष्याला एक वेगळंच वळण दिलं. आपल्या आयुष्याचा गाडाच उलटून गेला. धीरज म्हणजे मनस्वी माणूस. जे काही करेल ते सर्व जीव पणाला लावून, स्वत:ला संपूर्णपणे झोकून देऊन, हातचं राखून काही करणं त्याच्या स्वभावातच नव्हतं. म्हणून तर राजकीय क्षेत्रातही तो जहाल म्हणूनच ओळखला गेला होता. त्याचे सगळे निर्णय इस पार या उस पार या धर्तीचे असत. थोडं इथलं थोडं तिथलं असला बोटचेपेपणा त्याला पसंतच नव्हता. त्यापायी त्याचे आणि सासूबाईंचेही खटके उडत. काही म्हटलं तरी त्या राजकारणात मुरल्या होत्या. जनतेची नाडी ओळखून होत्या. आसपासच्या सगळ्यांचं, मग ते राजकारणी असोत की नोकरशहा, पाणी जोखून होत्या. म्हणूनच तर धूर्तपणानं आपलं म्हणणं इतरांच्या गळी उतरवण्याचं कसब त्यांनी चांगलंच आत्मसात केलं होतं. नको असलेल्याला दूर करण्यात, त्याचा कायमचा बंदोबस्त करण्यात त्यांनी कधी हात आखडता घेतला नाही. पण त्या ते अशा सफाईनं करत की,

आपला पत्ता कधी काटला गेला, हे त्याचं त्यालाच कळत नसे आणि कळे तोवर एक तर फार उशीर झालेला असे किंवा त्याचं खापर ज्याच्यावर फोडता येईल असा कोणी बळीचा बकराही तयार केलेला असे.

धीरजचा खाक्या मात्र एक घाव दोन तुकडे असाच होता. त्यामुळं तर त्यानं अनेकांची दुष्मनी पत्करलेली होती. पुढं पुढं सासूबाईही त्याच्याच कलानं वागू लागल्यावर त्यांनीही दुष्मनी पत्करायला सुरुवात केली होती. त्यामुळंच तर एकेक करून सगळे राजकीय आप्त स्वकीय दूर झाले. सासूबाई एकट्या पडू लागल्या. त्याबरोबर त्या धीरजवर अधिकाधिक विसंबून राहू लागल्या. त्या पायी आणखी मंडळी दूर जाऊ लागली. एक घातचक्रच तयार झालं.

ते दिसत असूनही आपण काही बोललो नाही. पंकज तर आपल्याच व्हर्चुअल रिॲलिटित गुंग होता. कधी काळी न राहवून आपण त्याच्याकडे बोललोच तर तो ते हसण्यावारी उडवून लावत असे. त्यावेळी धीर करून आपण सासूबाईंशी ते बोलायला हवं होतं का ? त्यांनी ते ऐकून घेतलं असतं का ? की नसती लुडबूड केल्याबद्दल आपलीही त्यांनी आणि धीरजनं खरडपट्टी काढली असती ? राजकारणापासून संपूर्णपणे अलिप्त राहाण्याच्या त्यावेळेच्या हट्टापायी तर आजची स्थिती नाही ना ओढवून घेतलेली ?

परत एकदा फोनची रिंग वाजली. आता कोणी कोणाचा खून केलाय ? तसा कोणीतरी केलाय, म्हणून तर फोन वाजतोय. शिकारी कोण आणि शिकार कोणाची, एवढंच काय ते माहिती नाही. तोच तपशील देण्यासाठी फोन वाजतोय. घेईल कोणीतरी. आपण स्वत: ती बातमी ऐकली काय आणि दुसऱ्याच्या तोंडून ऐकली काय, तिचा बीभत्सपणा थोडाच कमी होणार आहे !

'मॅडम...'

यावेळी ती तयार होती. तिनंच विचारलं, 'कोणाचा ?'

'देवगिरीच्याचा.'

'कोणी ?'

'कलिंगवाल्यानं.'

'हं.' एवढंच म्हणत तिनं त्याला तिथून जायला सांगितलं. हा कितवा. एकोणिसावा ? की एकोणतिसावा ? त्याची गणती करण्यातही अर्थ नव्हता. एकोणतीस गेले तरी अजूनही एकाहत्तर शिल्लक आहेत, असं स्वत:चं सांत्वन करून घेण्यातही अर्थ नव्हता. कारण त्या उरलेल्या एकाहत्तरांची वाटचालही त्याच दिशेनं होत आहे याविषयी शंका नव्हती. निदान तिच्या मनात तरी संदेह नव्हता. 'मरे एक त्याचा दुजा शोक वाहे । अकस्मात तोही पुढे जात आहे.' कुठं तरी केव्हातरी वाचलेल्या त्या जुन्या कवितेचे चरण तिच्या मनात उमटले. ते

आपल्याला आठवताहेत याचंही तिला नवल वाटलं. ते कुठं तरी स्मृतिकोषात साठवून ठेवले गेले आहेत याचीही तिला जाणीव नव्हती. पण या आठवणींचं असंच असतं. कुठं तरी वळचणीला त्या पडून राहातात. सुस्तपणे. आणि मग एकाएकी कसली तरी बोच लागते आणि तो सुस्तावलेला अजगर फणा काढून उभा रहातो.

ज्यांनी फोनवरच्या बातम्या दिल्या, त्यांना तिच्या या निर्विकारतेचं म्हटलं तर आश्चर्य वाटत होतं. आजवर एक थंडगार बर्फाची पुतळी, आईस मेडन, असंच तिचं वर्णन केलं गेलं होतं. तिच्या चेहऱ्यावर कधी हंसू तर फुटलेलं कोणी बघितलंच नव्हतं. पण इतरही कुठल्या भावभावनांचं ओझरतंही दर्शन कोणालाही झालं नव्हतं. तिच्या चेहऱ्यावरच्या त्या हलक्या मेकपच्या थराला भेदून त्या भावभावना कधी डोकावलेल्या नव्हत्या.

तिचं तिलाच याचं आश्चर्य वाटत असे. आपण अशा कोरड्या कशा झालो ? काही मानसशास्त्रज्ञांनी तिच्या या थंड वागणुकीची उपपत्ती लावली होती. तरुणपणीच एकापाठोपाठ तिच्यावर कोसळलेल्या दुःखाच्या दरडींनी तिची भावविवशताच मारून टाकली होती, असा त्यांचा निष्कर्ष होता. तो खरा होता, असं तिलाही कधी कधी वाटत राही. ती पूर्वी तशी नव्हती, हेही खरं होतं. एखाद्या फुलपाखराचा पंख झाडावरच्या काट्यात अडकला की तो काटा आपल्याच पायात रुतल्यासारखी वेदना तिला होत असे. पंकज नेहमी तिची त्यावरून चेष्टा करायचा. पण त्याला तिचा हा भावुकपणा आवडला होता. त्याचपायी तर तो तिच्याकडे आकर्षित झाला होता.

जोवर आयुष्यात चढउतार आले नव्हते, तोवर तिची ती मूळ वृत्ती तशीच शाबूत राहिली होती. तिचा चेहरा जलाशयातल्या पाण्यासारखा नितळ होता. हलक्याशा खड्याच्या पडण्यानंही त्यावर तरंग उमटत असत. पण प्रथम धीरज, नंतर सासूबाई आणि नंतर खुद्द पंकज ध्यानीमनी नसताना तिला एकटीला टाकून अज्ञाताच्या प्रवासाला निघून गेले आणि तिचं भावविश्वही आपल्याबरोबर घेऊन गेले. धीरजचा आपल्या गाडीवरचा ताबा त्या उंचीवरच्या वळणावर असताना सुटला आणि तिच्या आयुष्याचा गाडाही असाच ताबा सुटून वळणावळणावर ठेचकाळत घरंगळत गेला. तिनं, पंकजनं काही निर्णय घेतले, असं नुसतं म्हणायचं. पण त्या निर्णयावर त्यांचं नियंत्रण होतं की, कोणीतरी त्यांचा हात जबरदस्तीनं धरून त्यांच्याकडून ते निर्णय घेववत होता, हे नसतं सांगता आलं.

आताही प्रत्यक्ष मुलांच्या खुनांची बातमी कानांवर येऊनही ती स्तब्ध कशी, याचं अनेकांना आश्चर्य वाटत होतं. पण एकतर हे अपरिहार्य आहे, असंच तिला अलीकडे वाटत आलं होतं. आणि तसं वाटत नसतं, तरी तिच्या मनातल्या

सगळ्या नाजूक भावनांचा कधीच कोळसा झाला होता. कदाचित त्यावेळी अमितजी आणि त्यांनी आणलेल्या त्या डॉक्टर सबनीसांचं ऐकलं असतं, तर आजचा हा प्रसंग ओढवला नसता, असं तिला वाटून गेलं. पण या जरतारी युक्तिवादाला आता काहीच अर्थ राहिला नव्हता. आपल्या आयुष्यासारखाच तो पोकळ झाला होता.

धीरज गेला आणि पंकजला त्याच्या मनाविरुद्ध सासूबाईंनी आपला राजकीय वारस केला. पंकजला त्यात रसही नव्हता आणि गम्यही नव्हतं. आपल्यालाही ते पसंत नव्हतं. आपण कडाडून विरोध केला. पंकजला सोडून जाण्याचीही धमकी दिली. पण सासूबाईंनी आपल्याला मनवलं. कट्टर विरोधकांचंही मतपरिवर्तन त्या कशा करत असतील, याचा प्रत्यक्ष अनुभव घेतला आपण. एरवी सासूबाईंनी तसं केलं नसतं. पंकजला त्याच्या मार्गानं जाऊ दिलं असतं. पण त्यावेळी त्या आपल्या राजकीय जीवनात अशा एका ठिकाणावर पोहोचल्या होत्या की, आहे त्याच मार्गानं पुढं जाण्याशिवाय त्यांना गत्यंतर नव्हतं. वाघावर स्वार झाल्यासारखी त्यांची स्थिती झाली होती. खाली उतरता येत नव्हतं. आपली मांड ढिली होऊ देता येत नव्हतं. एकट्याला ती स्वारी पार पाडता येणार नाही, अशीही भीती वाटत होती. अशा वेळी बरोबरीनं कोणीतरी त्याच वाघावर आरूढ होणं आवश्यक होतं. तो साथीदारही आपल्याला ढकलून देणार नाही, याची खातरजमा करून घ्यायची होती. अशावेळी त्यांच्यासमोर पंकजशिवाय पर्याय नव्हता. तसे रोज येऊन पाय धरणारे अनेक होते. पण कोणावरही त्या विश्वास ठेवू शकत नव्हत्या.

आपल्या मनाविरुद्ध आपण पंकजला राजकारणात शिरू दिलं आणि तिथपासूनच सगळं बदललं. आपलं आपल्या, पंकजच्या, आयुष्यावर तोवर काही नियंत्रण होतं. त्यानंतर लगाम हातून सुटला होता. चौखुर उधळणाऱ्या घोड्याच्या आयाळीला कसंबसं चिकटून राहाण्याचा प्रयत्न करण्यातच सगळी शक्ती खर्ची पडत होती.

धीरज गेला. पंकजनं नव्या आयुष्याक्रमाला सुरुवात केली आणि एकाएकी सासूबाईंचा वध झाला. हो, तो मात्र वधच होता. भेकडपणे केला गेलेला. ज्याच्यावर विश्वास टाकला त्यानंच खंजीर खुपसलेला. सूर्याजी पिसाळ. किंवा आपल्या अधिक परिचयाचा ब्रूटस.

त्या धक्क्यातून सावरायच्या आतच, काय होतंय ते समजण्याच्या आतच सगळी धुरा पंकजच्या खांद्यावर येऊन पडली होती. त्यावेळी तरी पंकजला आपण मागे खेचायला हवं होतं. पण एक तर तोवर पंकजलाही ती नशा चढली होती आणि नाही म्हटलं तरी आपल्यालाही.

परत एकदा घडी नीट बसल्यासारखी वाटत असतानाच पंकजचाही वध झाला. सासूबाईंचं अंतिम दर्शन तरी घेता आलं होतं. पंकजचं तर नखही दिसू

शकलं नाही. अश्विन तेव्हा जेमतेम दहा महिन्यांचा होता. त्याला उराशी धरून आपण स्फुंदत राहिलो होतो. एकांतात. आपल्या भावविश्वात उठलेला तो शेवटचा कल्लोळ. भावनांचा तो प्रकट केलेला शेवटचा निचरा.

आता आपण काय करायचं, हा विचारच मुळी त्यावेळी मनात ठरला नव्हता. पण आपल्याला तो तसा करायला लावायला अवतीभवतीचे गणंग टपलेलेच होते. त्यांनी पंकजची जागा आपणच पुढं चालवली पाहिजे, असा आग्रहही धरला. एवढंच नाही तर आपल्यानंतर अश्विन अशी क्रमवारीही लावून टाकली.

हे मान्य करावं की नाही, हे आपल्याला समजत नव्हतं. उलटसुलट सल्ला देणाऱ्यांनी आपल्या गोंधळात भरच टाकली होती. आपल्याला त्यावेळी तरी आता एकटीनं अश्विनला कसं वाढवायचं, हाच सवाल सतावत होता. मनाच्या त्या दोलायमान अवस्थेतच देवरावजींनी ते सुचवलं. हो तेच. देवरावजीच. नक्की तेच. पण कोणी ते सुचवलं हे महत्त्वाचं नव्हतं. आपण त्या मनधरणीला बळी पडलो, हे महत्त्वाचं होतं. तरी अमितजी आणि डॉक्टर सबनीस अडवू पाहात होते. पण आपण एका गुंगीत असल्यासारखं त्यांच्याकडे दुर्लक्ष करत राहिलो.

देवरावजींनी योजनापूर्वक पण धीर धरत बोलत असल्याचा देखावा करत म्हटलं होतं.

'मॅडम, तसं म्हटलं तर हे बोलायची ही वेळ नाही. तुमच्यावर कोणता प्रसंग गुदरलाय, याची पुरेपूर जाणीव आहे मला. पण आपण काय, पंकजजी काय, साधी माणसं थोडीच आहात. आपलंच दुःख कुरवाळत बसायला. आपल्याला राज्याचीही, देशाचीही, आम जनतेचीही फिकीर पडलेली असणार, याबद्दल आम्हाला यत्किंचितही शंका नाही. आपल्या घराण्यानं पिढ्या न् पिढ्या जी देशसेवा केली आहे, तिला तोड नाही. ती अशीच अखंड चालू राहावी, याच उद्देशानं ही सूचना करण्याचं धाडस करतोय.'

ते काय बोलताहेत याकडे तसं फारसं लक्ष नव्हतंच. फक्त जे काही सांगायचंय ते लवकर आटपून हे आपल्याला एकटीला का राहू देत नाहीयेत, असाच प्रश्न पडला होता. थोड्याफार नाराजीनंच आपण त्यांचं म्हणणं ऐकायला सुरुवात केली.

'आपल्या घराण्यालाच मिळालेला हा शाप दिसतोय मला. प्रथम धीरजजी गेले. मोठ्या मॅडम गेल्या आणि आता पंकजजी. कोणालाही नैसर्गिक मरण आलं नाही. अपघाती किंवा घातपाती मरणच आलंय सगळ्यांना. हा एक आनुवंशिक वारसाच दिसतोय मला तरी. आपल्या घराण्याच्या जीन्समध्ये लिहून ठेवलेला. तो पुढंही तसाच उतरणार असला तर...'

त्यांच्या म्हणण्याचा होरा अजूनही आपल्या ध्यानात आला नव्हता. त्यांनीच मग तो अडखळत विषद करून सांगितला.

'म्हणजे देव करो आणि तसं न होवो, तसं झालच तर माझ्या तोंडात किडे पडतील. मॅडम. पण याच इतिहासाची पुनरावृत्ती झाली आणि अश्विनराजाच्या जिवाला काही धोका...'

त्यावेळी खरं तर आपण उसळायला हवं होतं. ताडकन् त्यांच्या श्रीमुखात भडकवायला हवी होती. तसं केलं असतं तर ते आपली सूचना करणं विसरून गेले असते आणि आजचा प्रसंग उभा राहिला नसता. पण आपण भांबावून जाऊन अश्विनला पोटाशी आणखी जवळ धरलं. तो जवळजवळ गुदमरून जाईल असं आणि भांबावलेल्या भीतीग्रस्त चेहऱ्यानं त्याच्याकडे पाहू लागलो. त्यांना बहुधा तेच हवं होतं. कारण त्या प्रसंगातही समाधानाचं हसू त्यांच्या त्या मख्ख किळसवाण्या चेहऱ्यावर पसरल्याचं अजूनही आपल्याला आठवतंय.

'म्हणजे तसं होऊ नये. आपण सर्वतोपरी काळजी घेणारच आहोत. त्यांना कडेकोट बंदोबस्तात ठेवणार आहोत. पण समजा तसं काही त्यांच्या जीन्समध्येच लिहिलं गेलं असेल तर मग त्याच्यावर काही उपाय करायला नको का आपण ? काही प्रोॲक्टिव्ह स्टेप्स घ्यायला नको का आपण ?'

ते थांबले होते. आपली प्रतिक्रिया अजमावायला. आपण काहीतरी प्रतिप्रश्न करू अशी त्यांची अपेक्षा असावी. पण आपण केवळ प्रश्नात्मक मुद्रा करून त्यांच्याकडे पाहात राहिलो होतो. ते बघताच त्यांनीच पुढं सुरुवात केली.

'आजकाल आपण पाहताच आहात मॅडम, मिलिटन्सी वाढतेय, दहशतवाद फोफावतोय. आपण कितीही काळजी घेतली, तरी कधीतरी दुर्दैवानं एखाद्या दहशतवाद्याच्या अंधाधुंद, बेछूट गोळीबाराची शिकार होण्याची शक्यता नाकारता येत नाही. तशी दुर्घटना घडलीच तर त्यापासून आपल्या योजनांना धोका पोचता कामा नये. एक जण बळी पडलाच तर त्याची जागा घ्यायला दुसरा पुढं सरसावला पाहिजे.'

आता मात्र आपण बुचकळ्यात पडलो होतो. ते काय बोलत होते हे त्यांचं त्यांना तरी कळत होतं की काय, अशी शंका आपल्याला येऊ लागली होती. अश्विनवर हल्ला झालाच, त्याला काही दगाफटका झालाच तर त्याची जागा घ्यायला दुसरा कोणी ? दुसरं कोणी आहेच कुठं आपल्या घरात ? मग यांचा रोख आहे तरी कुणाकडे ?'

म्हणूनच आपण एकाच अश्विनजींऐवजी अनेक अश्विनजी तयार करायचे. त्यांचे क्लोन्स बनवायचे. माणसाचे असे क्लोन्स, म्हणजेच त्यांच्या झेरॉक्स कॉप्याच म्हणा ना. अगदी हुबेहूब, एकाला झाकावा आणि दुसऱ्याला काढावा.

त्यांची चेहरेपट्टी, शरीरयष्टी, आचार-विचार सगळं सगळं एकसारखं. अगदी डिट्टो. म्हणून तर आत्ताच अश्विनजींचे क्लोन्स तयार करायचे. अगदी गुपचूप. काही मोजक्या मंडळींपलीकडे हे गुपित इतर कोणालाही कळता कामा नये. त्यांना वेगवेगळ्या ठिकाणी, देशातल्या विविध भागात वाढवायचं. सगळीकडे मग अश्विनजींचंच नेतृत्व उभं राहील. दुसरा पर्यायच जनतेसमोर उभा राहू शकणार नाही. कोणीही विरोधक असणारच नाही. सगळे अश्विनजींचेच क्लोन्स असल्यानं कोणीही बंड करण्याचा प्रश्नच उद्भवणार नाही. सगळे कसे गुण्यागोविंदानं राज्य करतील. सगळी सत्ता आपल्याच हातात राहील. कोणताही विरोध न होता, आपल्या योजना पार पाडता येतील. महाभारतात गांधारीचे शंभर पुत्र होते, अशी आख्यायिका आहे. आजच्या या युगातही ती परत जिवंत करता येईल. अश्विनजींचे शंभर क्लोन्स तयार करून शंभर पुत्र देशसेवेला देण्याचं अभूतपूर्व कार्य आपल्या हातून घडेल.'

क्लोन कसे तयार करतात, हे काही आपल्याला कळलं नव्हतं. ती वैज्ञानिक प्रक्रिया पार पाडणाऱ्या त्या डॉक्टरांनी ते आपल्याला समजावून सांगितलं होतं. आपल्या अस्सल अश्विनच्या जिवाला त्यात कसलाही धोका नाही. हे पटवून द्यायला आणलं गेलं होतं त्याला. अश्विनच्या शरीरातल्या एखाद्या अवयवाचा एक छोटासा तुकडा शस्त्रक्रिया करून काढून घेतला जाणार होता. त्या तुकड्यापासून त्याच्या अनेक पेशी अलग केल्या जाणार होत्या आणि मग ऐकेका पेशीपासून एकेक नवा अश्विन तयार केला जाणार होता. एक नवी कार्बन कॉपी जन्माला येणार होती. त्या कॉपीला जन्म देण्यासाठी कोणाचं तरी गर्भाशय उसनं घेणं आवश्यक होतं. तसं कृत्रिम गर्भाशयही शास्त्रज्ञांनी तयार केलं होतं. कोणी तयार झालंच नसतं. आपलं गर्भाशय भाड्यानं द्यायला, तर त्या कृत्रिम गर्भाशयाचा उपयोग केला गेला असताच. पण आजकाल भाडोत्री गर्भाशय मिळणं तसं अवघड राहिलं नव्हतं. योग्य मोबदला मिळाल्यावर ती कामगिरी पार पाडायला अनेकजणी पुढं येत.

प्रश्न तो नव्हताच. प्रश्न होता आपल्याच संमतीचा. अश्विनच्या अशा कार्बन कॉप्या तयार करण्याच्या त्या योजनेला आपली संमती आवश्यक होती. त्या मोहीमेचं नावही ऑपरेशन कौरव ठेवलं गेलं होतं. कौरव शंभर होते म्हणून. सुरुवातीला ती योजना आपल्याला अमानुषच वाटली. पण त्यावेळी आपण खरंच मनानं खचलो होतो. बघता बघता घरातली तीन कर्ती सवरती माणसं अपघाताला किंवा घातपाताला बळी पडली होती. आपल्या घराण्याला हा शापच आहे, त्या केनेडी घराण्यासारखा, असं सगळेजण खुलेआम म्हणू लागले होते. आपलाही त्यावर विश्वास बसू लागला होता. अश्विनलाही असाच दगाफटका

होणार नाही कशावरून, अशी शंका आपलंही मन कुरतडू लागलं होतं. मन खचलेलं असलं की अंधश्रद्धेला पोषक अशी जमीन तयार होते. आपण तर त्यावेळी अगदीच एकटे पडलो होतो. अशावेळी वेळप्रसंगी आपल्या हाकेला शंभर पुत्र धावून येऊ शकतात. ही कल्पना मोहात टाकणारी होती. दिलासा देणारी होती.

देवरावजी आणि डॉक्टर तर रोजच तिला खतपाणी घालत होते. ती प्रत्यक्षात आल्यावरच्या परिस्थितीची रोचक वर्णनं करीत होते. आपल्या मनातल्या उरल्यासुरल्या अडसराला खिंडारं पाडत होते. कोणाकडेही याची वाच्यता करायची नाही, असं त्यांनी सांगितलेलं होतंच. आपल्यालाही कोणाकडे त्याविषयी बोलवत नव्हतं. फट् म्हणता ब्रह्महत्या व्हायची. तरीही अमितजींकडे बोलल्याशिवाय राहवलंच नाही. ज्यांच्यावर विश्वास टाकता येईल, असे ते एकच होते. पंकजही त्यांच्याशी विचारविनिमय केल्याशिवाय सहसा कोणताही निर्णय घेत नसे. त्यात ते स्वत: राजकारणापासून, सत्तेपासून नेहमीच चार हात दूरच राहिले होते. पंकज सत्तेत असल्याचा गैरफायदाही कधी त्यांनी घेतला नव्हता. आपल्या व्यवसायाला पोषक, फायदेशीर अशी धोरणं राबविण्याचा आग्रह कधी धरला नव्हता. त्यांना काही विचारलं तरच आपलं मत व्यक्त करत, आपणहून अनाहूत सल्ला कधी त्यांनी दिला नाही. निदान राजकीय बाबतीत तरी नाहीच नाही. एखाद दुसऱ्या कौटुंबिक बाबतीत कधीतरी काही बोलले असतील. पण तेही आडूनच कसलाही आग्रह न धरता.

त्यांनी त्या योजनेला सक्त विरोध केला होता. जीन्स तेच असले तर शारीरिक गुणधर्म शरीरक्रियाविषयक गुणधर्मासारखे असू शकतील. शारीरिक क्षमतेवर आधारित कसब सारखं असू शकेल. त्यातली पारंगता सारखी असू शकेल, पण मानसिक, बौद्धिक गुणधर्म सारखेच, हुबेहूब असण्याची शक्यता तशी कमीच आहे हे पटवून द्यायचा प्रयत्न त्यांनी केला होता. मानसिक, बौद्धिक गुणधर्मांचा विकास होण्यात जन्मजात देणगीबरोबरच पालनपोषणाचाही मोठा सहभाग असतो, हे नाना परीनं समजावण्याचा प्रयास केला होता. त्या गुणधर्मांच्या बाबतीत जेवढा वाटा खानदानाचा तेवढाच, किंबहुना, कांकणभर अधिकच, परवरिशचाही असतो, हे आपल्या गळी उतरवण्याची कोशीश केली होती आणि म्हणूनच हा भलताच प्रयोग करण्याच्या फंदात पडू नये, असाच सल्ला दिला होता. त्या आपल्या म्हणण्याच्या पुष्ट्यर्थ त्यांनी डॉक्टर सबनीसांचीही साक्ष काढली होती. मात्र डॉक्टरांना खऱ्याची कल्पना न देता आपल्याला केवळ सैद्धांतिक चर्चेतच रस असल्याचं सांगितलं होतं.

पण आपण त्यांचा सल्ला उडवून लावला होता. राजकीय दडपणाला,

विवशतेला बळी पडलो होतो. तेव्हापासून या आधुनिक गांधारीचे ते शंभर पुत्र देशाच्या विविध भागात वाढत होते. अमितजींनी सांगितल्याप्रमाणे ते दिसायला अगदी हुबेहूब होते. त्यांच्या शारीरिक लकबी अगदी एकसारख्याच होत्या. पण त्यांची मानसिक, बौद्धिक धाटणी मात्र वेगवेगळी होत असल्याचं आपल्याला केव्हापासून जाणवलं होतं. त्यांना नेतृत्वाची देण्यात आलेली दीक्षा मात्र त्या प्रत्येकाच्या मनात सत्तेची लालसा, असीम, बेगुमान लालसा निर्माण करत असेल, हे आपल्या ध्यानातच आलं नाही. त्याचीच परिणती या आजच्या परिस्थितीत झाली होती.

त्यातल्या प्रत्येकालाच आपल्या हाती निरंकुश सत्ता हवी होती. एकट्याची सत्ता. कोणाचीही भागीदारी नसलेली सत्ता. त्या महत्त्वाकांक्षेच्या आड कोणीही आलेलं त्यांना खपत नव्हतं. ती पूर्ण करण्यासाठी कोणत्याही मार्गाचा विधिनिषेध त्यांना नव्हता. मूळ जन्मजात वृत्ती आणि त्या सर्वांनाच देण्यात आलेली समान दीक्षा यांच्या एकत्रित प्रभावापायी तेवढा सारखेपणा मात्र आला होता. त्यातूनच हे खूनसत्र आरंभलं गेलं होतं. प्रत्येक जण आपणच कसे वरचढ होऊ, हे पाहात होता. आपणच एकमेव अश्विन राहू, दुसरा अश्विन आपल्याला प्रतिस्पर्धी म्हणून उरणार नाही, याची खातरजमा करून घेण्यातच सगळ्यांची शक्ती खर्ची पडत होती. आपण कोणालाही अडवू शकत नव्हतो. तसे करण्याची शक्तीच आपल्याजवळ उरली नव्हती. जे काही होतंय ते हतबलतेनं पाहात राहाण्यावाचून आपण काही करूच शकत नव्हतो.

त्या महाभारतातल्या गांधारीच्या नशीबीही तिच्या आयुष्याची ज्योत मालवण्याच्या आधीच शंभरही पुत्रांची हत्या झालेली पाहाण्याचं संकट आलं होतं. आपल्या नशीबी तोच भोग आहे. तरीही ती गांधारीच नशीबवान. कारण तिला त्या हत्या प्रत्यक्ष पाहाव्या लागल्या नव्हत्या. तिच्या मन:चक्षूंनाच ते हत्याकांड दिसलं असेल. आपल्याला मात्र खरोखरीच उघड्या डोळ्यांनी हे सगळं पाहावं लागतंय.

आपल्या डोळ्यांवर पट्टी बांधून घेतल्यामुळंच त्या गांधारीला आपल्या लेकांचे उपद्व्याप दिसले नव्हते. त्यामुळंच ती त्यांना वेळीच आवर घालू शकली नव्हती. त्यातूनच पुढचं सारं महाभारत घडून आलं. असा आरोप तिच्यावर केला जातो. पण तिनं डोळ्यांवर बांधलेली पट्टी दुराग्रही पुत्रप्रेमापोटी बांधलेली नव्हती. पतीच्या अंधत्वाचा डोळस स्वीकार करण्याच्या कर्तव्यपूर्तीपायी बांधलेली होती. आपण मात्र आंधळ्या पुत्रप्रेमापोटी आपल्या डोळ्यांवर ही झापडं बांधून घेतली होती. आजच्या या महाभारताला आपणच आमंत्रण दिलं होतं. मग आज ते होमकुंड धडाडून पेटलंय म्हणून आपण असा मूक आक्रोश करून तरी काय होणार आहे !

टेलिफोनची रिंग वाजली तशी आणखी एकाची भर पडली. याची तिनं मनोमनी खूणगाठ बांधली. तो आकडा शंभरापर्यंत लवकरात लवकर कसा पोचेल, याचाच विचार ती करू लागली. ती शंभर पापं भरून होईपर्यंत आपल्यालाही यातून मुक्ती नाही, हे तिनं मनोमनी जाणलं होतं. ती घडी उगवण्याचीच प्रतीक्षा ती करू लागली.

✦

सारेच सज्जन

उजव्या हातात कोणी तरी ठेवलेल्या चंदनाच्या छोट्या ढलप्या घेऊन त्या चितेवर ठेवण्यासाठी प्रोफेसर सिंगला पुढं झाले, तशी मिरचंदानीनं आपली नजर त्यांच्यावर रोखली. सिंगलांचे हात थरथरत होतेच; पण त्यांच्या पाठीची कमान वाकायला लागल्याचंही दिसत होतं. केस तर केव्हाच पांढरे झाले होते. मिरचंदानीला आश्चर्य वाटून गेलं. तसं म्हटलं, तर तो रोजच सिंगलांना पाहत होता; पण इतक्या अलिप्तपणे त्यानं त्यांच्याकडं बघितलं नव्हतं. नाही तरी रोजच ज्याची गाठभेट होते अशा व्यक्तीचा असा त्रयस्थपणे पंचनामा आपण करतच नाही.

'च्यायला ! सालं वाटलं होतं तितकं हे केसाळ अस्वल ताठ नाही राहिलेलं. नाही नाही म्हणता वयाचा परिणाम होऊ लागलेला दिसतोय. रग जिरलेली दिसतेय !' सिंगलांच्या वेड्यावाकड्या कापलेल्या दाढीवरून गळणारे पावसाच्या पाण्याचे थेंब आणि मनगटावरच्या पांढऱ्या केसांची भिजून चिकटून राहिलेली गुंतवळ पाहत मिरचंदानी मनाशीच म्हणाला. सिंगलांची त्याला दया आली, पण क्षणभरच. त्यांच्याविषयी वाटणारी तेढ तेवढ्यात उफाळून वर आली आणि आपल्या भुवयांवरून वाहणाऱ्या पाण्याच्या ओघळांबरोबर त्यानं सिंगलांबद्दल मनात चमकून गेलेले सहानुभूतीचे विचारही झटकून टाकले.

चितेला नमस्कार करून सिंगला येऊन उभे राहिले, ते त्यांच्या शेजारीच. तिकडे चितेला अग्नीही दिला गेला होता. पावसापासून तिचं रक्षण करण्यासाठी वर पत्र्याचं छप्पर असलं, तरी वाऱ्यामुळे पाण्याची झड तिच्यावर पडत होतीच, तरीही ओतलेल्या रॉकेलमुळे तिनं पेट घ्यायला सुरुवात केली होती.

''नशिबानं असा दगा दिल्याबद्दल त्याच्यावर चिडला नाहीत तुम्ही, प्रोफेसर ? सणसणीत वॉर्निंग द्यायची नेहमीसारखी. का नशीब तुमच्याकड रजिस्टर न झाल्यामुळे हात चोळत स्वस्थ बसावं लागतंय ?'' कुत्सित हसत तुच्छतेनं निथळणाऱ्या स्वरात मिरचंदानीनं विचारलं.

राजीव शिरोडकरच्या मरणाचा धक्का नाही म्हटलं, तरी सिंगलांना बसला होताच. तरीही झालं तेच उत्तम झालं, सर्वांचीच यातून व्यवस्थित सुटका झाली, असं त्यांना वाटल्यावाचून राहिलं नाही. राजीव त्यांचा सर्वांत हुशार, आवडता विद्यार्थी होता. खरं तर त्यांचं नातं गुरुशिष्याऐवजी मैत्रीचंच होतं. राजीववर त्यांनी आपल्या साऱ्या अपेक्षा, आकांक्षा केंद्रित केल्या होत्या; पण त्यांची ती महत्त्वाची कल्पना चोरून, त्यांच्यापासून लपवून त्यानं स्वतंत्र काम करायला सुरुवात केली आणि त्या मैत्रीचं रूपांतर कडव्या स्पर्धेत झालं. स्पर्धा कसली, अघोषित युद्धच होतं ते ! राजीव आपल्याशी अशी दगाबाजी करेल, असं त्यांना स्वप्नातही वाटलं नव्हतं, त्यामुळेच त्याच्या फितुरीचा खात्रीलायक पुरावा मिळाला, तेव्हा ते भडकून उठले. दुसरा कोणी असता, तर त्या क्षणीच त्यांनी त्याला लाथा मारून हाकलून दिलं असतं; पण राजीव हा वसंत शिरोडकरांचा मुलगा आहे, हे त्यांना विसरता येत नव्हतं. त्यामुळे जागच्या जागी चरफडत राहण्याशिवाय आपण काहीच करू शकत नाही, हे जाणून ते अधिकच अस्वस्थ झाले होते. स्वत:च्या त्या वांझोट्या रागाचीच त्यांना चीड आली हाती. 'तुझं तळपट होईल,' असं हाताची बोटं मोडीत म्हणणाऱ्या एखाद्या म्हातारीसारखं त्यांचं मन त्या दिवसापासून राजीवला शिव्याशाप देत राहिलं होतं, तरीही त्याची अशी अखेर व्हावी, पुरती उमलण्यापूर्वीच त्याच्या जीवनाची कळी कायमची कोमेजून जावी, असं त्यांना कधीच वाटलं नव्हतं; पण मिरचंदानीसारखी माणसं ते खरं मानणार नाहीत आणि त्याच्या मृत्यूला आपणच जबाबदार आहोत असं निदान आपल्या पाठी म्हणत राहतील, याची त्यांना खात्री होती. ते आपल्या कानी पडावं, अशीही त्याची धडपड राहील, याविषयीही त्यांना शंका नव्हती.

''तरी मी त्याला नेहमी सांगत होतो, उगीच एवढी फास्ट गाडी चालवू नकोस म्हणून,'' मिरचंदानीच्या कुत्सितपणाकडे दुर्लक्ष करीत सिंगला म्हणाले, ''कधी तरी असा भयानक ॲक्सिडेंट होईल, अशी भीती मला सतत वाटत होती. खैर, जो होना था सो हो चुका ! त्याचे पेपर्सच आता त्याच्या पाठी राहणार आहेत. त्याला अमर करणार आहेत.'

चितेला हात जोडून नमस्कार करत त्यांनी तिथून जाण्यासाठी पाऊल उचललं आणि तेवढ्यात परत वळून हलक्या आवाजात कुजबुजल्यासारखं ते मिरचंदानीला म्हणाले,

"उद्या वेळ मिळाला, तर माझ्या ऑफिसात ये. राजीवच्या गेल्या महिन्या दोन महिन्यांतल्या नोट्सवर जरा बारकाईनं नजर टाकू या. मला वाटतं आपल्या कामाविषयी तुझ्याशिवाय दुसऱ्या कोणाकडंच तो फारसं बोलत नसे, इझन्ट इट ?"

सिंगलांविषयी मिरचंदानीला वाटणारी चीड एकदम उफाळून वर आली. वळून त्यांच्या नजरेला नजर भिडवत तो जोरानं ओरडला, "मसणात जा, प्रोसेसर सिंगला." आपण कुठं आहोत याचंही भान त्याला राहिलं नाही. तो नेमकं काय बोलला, हे जरी व्यवस्थित ऐकू गेलं नसलं, तरी त्याच्या चढलेल्या आवाजानं इतरांचं लक्ष त्या दोघांकडं गेलंच.

सिंगलांना त्यामुळे ओशाळल्यासारखं झालं, तरी मिरचंदानीच्या ते गावीही नव्हतं. ताडताड पावलं टाकत तो तिथून निघून गेला. चष्म्याच्या काचा पुसण्याचं निमित्त करून सिंगला थोडा वेळ तिथंच रेंगाळले. इतरांना त्यांनी थोडं पुढं जाऊ दिलं. बाहेर पडून आपल्या गाडीकडे ते जाऊ लागले. त्या वेळेलाच मिरचंदानी, डॉ. वसंत शिरोडकरांच्या नव्या कोऱ्या होंडा सिटीमध्ये शिरत असलेला त्यांना दिसला. शिरोडकर आत गाडीतच होते, हेही त्यांच्या नजरेतून सुटलं नाही.

आपल्या गाडीच्या हँडलवर हात ठेवून ते पाहतच राहिले, मिरचंदानीला शिरोडकरांनी आपल्याबरोबर का न्यावं ? शिरोडकर म्हणजे बडं प्रस्थ होतं. सगळ्या ॲकॅडमीचे ते फेलो तर होतेच. इन्साचेही प्रेसिडेंट झाले होते. रॉयल सोसायटीची फेलोशिपही त्यांच्या पदरात पडलेली होती. दर महिन्याला एका नव्या पुरस्काराचा सन्मान त्यांच्या गळ्यात पडत होता. सरकारदरबारी तर त्यांचं चांगलंच वजन होतं. कोणाच्याही करियरला आकाशात चढवणंही त्यांच्या हातात होतं आणि कोणी जर त्यांच्या हितसंबंधांच्या आड आला, तर त्याची करियर कायमची बरबाद करण्याचं सामर्थ्यही त्यांच्याजवळ होतं; पण माणूस मुद्दामहून कोणाचं वाकडं करणारा नव्हता. कोणी जाणूनबुजून त्यांच्या विरोधात गेलं, तरच त्याला त्याची किंमत मोजावी लागे. सिंगलांवर तशी त्यांची आजवर मेहेरनजरच राहिली होती. राजीवला त्यांनी आपला विद्यार्थी करावा, म्हणून शिरोडकरांनीच त्यांना गळ घातली होती. राजीवलाही त्यांनीच सिंगलांचं शिष्यत्व घ्यायला सांगितलं होतं.

पावसाची भुरभुर चालूच होती. गाडीची काच स्वच्छ ठेवण्याचा आटोकाट प्रयत्न वायपर आपल्याकडून करत होते; पण सिंगलांचा श्वास आतल्या बाजूनं त्या थंड काचेवर जमून ती अधिकच धूसर करत होता. त्यांचं मनही तसंच धूसर झालं होतं. वायपरच्या आंदोलनाबरोबर साथ संगत करत त्यांचं मन मिरचंदानीच्या नावाचाच जप करत होतं. शिरोडकरांनी त्याला आपल्याबरोबर का न्यावं, हा

प्रश्नच त्यांना सतावत होता. आपल्या ठरवून दिलेल्या जागी गाडी पार्क करत त्यांनी गाडीचं कुलूप लावलं आणि त्याचबरोबर आपल्या मनालाही लगाम घातला. उगीचच नसती भुतावळ उठवून आपण आपल्यालाच चटके देत आहोत, हे त्यांच्या ध्यानात आलं. आजवर शिरोडकरांची त्यांना मदतच झाली होती. त्यांनी त्यांचं भलंच केलं होतं. आताही पोरगा मेला त्याचा ठपका ते आपल्यावर कशाला ठेवतील ! मिरचंदानीसारख्या कोत्या मनाच्या माणसाच्या शब्दावर विश्वास ठेवून ते आपल्याला छळू लागतील, अशा विचाराला थारा दिल्याबद्दल त्यांनी आपल्या मनाला फटकारलंच.

कोटाच्या खिशातली चावी घेऊन ते आपलं ऑफिस उघडायला पुढं होणार, तो ऑफिसचा दरवाजा उघडाच असलेला त्यांना दिसला. घाईगडबडीत आपण तो बंद करायला विसरलोच होतो, की काय, असा विचार मनात येतो न येतो, तोच दरवाजा कोणीतरी जबरदस्तीनं कुलूप तोडून उघडलाय, हे त्यांच्या लक्षात आलं.

उघड्या दरवाजातून पलीकडचा कॉम्प्युटर दिसत होता. तो चालू केलेला होता. त्याच्यासमोर कोणीतरी पाठमोरं बसलं होतं. कॉम्प्युटरच्या पडद्यावरच्या प्रकाशानं त्याच्या डोक्याभोवती एक वलय केलं होतं. क्षणभर सिंगलांना राजीवच त्या कॉम्प्युटरवर काम करत बसलाय, असं वाटून गेलं.

राजीवला त्यांनी शेवटचा पाहिला तो असाच. त्यांच्या ऑफिसमधल्या कॉम्प्युटरवर काम करत तो बसला होता. त्याची बोटं सतारियाच्या सफाईनं माऊसवर नाचत होती. इंटरनेटवरून त्यानं वर्ल्ड मॉलिक्युअर डेटाबेस उघडला होता आणि त्यातून आपल्याला हवी ती नेमकी माहिती शोधून काढण्याचं त्याचं काम चालू होतं. जीन्सच्या पाठच्या खिशातून एक पत्र डोकावत होतं. दुरूनही त्या पत्राचा तलम कागद ते कुठून तरी परदेशातून आलं असावं, हे स्पष्ट करत होता.

एरवी सिंगलांचं लक्ष त्या पत्राकडे जाण्याचं कारणच नव्हतं. त्यात कोणता मजकूर असावा, याचा अंदाज बांधण्याचा तर प्रश्नच उद्भवला नसता; पण त्या दिवशी सकाळीच त्यांना 'नेचर' मधून फोन आला होता. त्या अग्रगण्य साप्ताहिकाच्या संपादकांची आणि त्यांची चांगलीच जानपहचान होती. आजवर 'नेचर' साठी अनेक पेपर्सचं परीक्षण त्यांनी केलं होतं. स्वीकारलेल्या पेपर्सचं महत्त्व समजावून सांगणारी त्यांची मल्लिनाथीही अनेक वेळा मागून घेऊन 'न्यूज अँड व्ह्यूज' विभागात प्रकाशित करण्यात आली होती. त्यांच्या अभ्यासाच्या विषयातला एखादा नवा लक्षणीय पेपर प्रकाशनासाठी 'नेचर' कडे आला आणि त्याची प्रकाशनपूर्व माहिती सिंगलांना मिळाली नाही, असं कधी झालं नव्हतं.

म्हणूनच संपादकांनी घाईघाईनं त्यांना फोन केला होता. बायोटेक इंटरनॅशनल कंपनीच्या शास्त्रज्ञांनी तो नवा पेपर प्रकाशनासाठी पाठवला होता. अजून तो परीक्षणासाठी पाठवायचा असला, तरी वरवर पाहता संपादकांना तो प्रकाशनयोग्य आणि महत्त्वाचा वाटला होता. त्यावर मल्लिनाथी करण्यासाठी सिंगलांकडे पाठवण्याचा त्यांचा विचार होता. त्यासाठी पूर्वानुमती घेण्याकरिता त्यांनी सिंगलांना कॉन्टॅक्ट केलं होतं. फोनवर अर्थात पेपरचा सगळाच तपशील सांगणं शक्यच नव्हतं; पण त्याचा गोषवारा आणि मुख्य म्हणजे त्याचा प्रमुख निष्कर्ष, यांची माहिती संपादकांनी त्यांना दिलीच होती.

गेले काही महिने सिंगलांच्या कानावर त्याविषयीच्या वावड्या पडतच होत्या. त्या पेपरमुळे त्या खऱ्या असल्याचा पडताळा मिळाला होता. जर कोणत्याही सामान्य पेशीत टेलोमरेझ या विकराला कार्यान्वित केलं गेलं, तर ती पेशी वृद्धत्व टाळून अमर होऊ शकते, हेच बायोटेकमधल्या शास्त्रज्ञांनी सिद्ध करून दाखवलं होतं. संशोधन एक नवी संकल्पना रुजवणारं, क्रांतिकारी होतं, यात शंकाच नव्हती. कर्करोगाची पेशी सोडली, तर कोणत्याही पेशीचं आयुष्य मर्यादितच असतं, ती अमर नसते, त्यामुळेच त्या पेशीपासून बनलेला प्राणीही अमर नसतो. त्यालाही म्हातारपणाच्या यातना सहन कराव्या लागतात आणि त्याच्या आयुष्याला पूर्णविरामही मिळतो. जर पेशीच्या अंगी निसर्गानं घालून दिलेली ही लक्ष्मणरेखा ओलांडण्यात यश आलं, तर मग उद्या प्राण्यांच्या, अगदी मानवप्राण्याच्या आयुष्याची निसर्गानं आखून दिलेली सीमाही पार करता येईल. त्याच्या आयुष्याची दोरी तुटणारच नाही, अशी व्यवस्था करता येईल.

पेपर अतिशय खळबळ माजवणार, यात शंकाच नव्हती. सिंगलांच्या मनात उडालेली खळबळ मात्र वेगळ्याच प्रकारची होती. पेशींमध्ये टेलोमरेजला कार्यान्वित करणारी आज्ञावली कशी घुसवायची, याची मूळ कल्पना सिंगलांची होती. ती निदान प्रयोगशाळेमध्ये यशस्वीरित्या राबवता येते, याची खात्री त्यांनी प्रयोगानिशी करून घेतली हाती. त्याचं प्रकाशन मात्र त्यांनी टाळलं होतं. मोठ्या प्रमाणावर त्याचा उपयोग करता येईल, असं तंत्रज्ञान विकसित करण्यावर त्यांचा भर होता. ते संपूर्ण विकसित झालं, की त्याचं पेटंट घ्यायचा त्यांचा विचार होता. त्याच्या स्वामित्व हक्कापोटी मोठं घबाड हाती लागणार होतं. त्यातलं बरंचसं इन्स्टिट्यूटच्या पदरात पडलं, तरी जो काही हिस्सा त्यांच्या आणि राजीवच्या वाट्याला आला असता, तोही भरघोस राहिला असता. इन्स्टिट्यूट तर त्यांची कायमची ऋणी राहिली असती. मानसन्मान मग आपोआप चालून आले असते.

पण राजीव त्यांना डावलून ते तंत्रज्ञान बायोटेकला विकण्याचा विचार करतो आहे, अशी कुजबूज होती. त्यांच्याही कानावर ती आल्यावाचून राहिली नव्हती.

राजीवला समक्ष विचारायचा त्यांना धीर होत नव्हता. तो अशापैकी नाही, आपल्याला फसवणार नाही, असं तर त्यांना वाटत होतंच; पण समजा, या सगळ्या अफवा निघाल्या आणि राजीव तसले काही एक उपद्व्याप करत नसल्याचंच सिद्ध झालं, तर मग त्याच्यावर खोटा आळ घेतल्याबद्दल वसंत शिरोडकरांची काय प्रतिक्रिया होईल, याचाही विचार त्यांना सतावत होता, तरीही राजीव पूर्वीसारखा आपल्याशी मोकळेपणानं बोलत नाही, आपल्या कामाचा तेवढा सविस्तर अहवाल आपल्याला देत नाही, त्याच्या आणि मिरचंदानीच्या बैठका वाढू लागल्या आहेत, पेशींच्या बाह्य आवरणामधली प्रथिनं एकमेकांत कशी गुंतलेली असतात आणि ती गुंतवळ सोडवण्याचे कोणते मार्ग आहेत, याबद्दलच्या पेपर्सचे त्याच्या टेबलावर ढीग पडले आहेत, हे सिंगलांच्या नजरेतून सुटलेलं नव्हतं. संपादकांच्या फोनमुळे निर्णायक पुरावा हाती लागला होता. राजीव त्यांना आणि इन्स्टिट्यूटलाही डावलून बायोटेक कंपनीबरोबर परस्पर व्यवहार करत होता. पेशींमध्ये टेलोमरेज कार्यान्वित करण्याचं तंत्रज्ञान कंपनीला विकण्याचं कॉन्ट्रॅक्ट करण्याच्या दिशेनं वाटचाल करत होता. आताही तो त्यांच्या कॉम्प्युटरवरूनच हवी ती माहिती बिनदिक्कत मिळवत होता. आपण काय करतो आहोत, त्याची लाजही त्याला वाटत नव्हती.

पुढं होऊन त्याला बदडून काढावं, किमानपक्षी त्याची खरमरीत हजेरी घ्यावी, अशी जबरदस्त इच्छा त्यांना झाली. ते पुढं होणार तोच त्यांना आठवलं, ते स्मशानातून परत येत होते. राजीवच्या चितेवर त्यांनी आपल्या हातांनी चंदनाच्या ढलप्या ठेवल्या होत्या. त्याचा मृतदेह त्यांनी आपल्या डोळ्यांनी पाहिला होता. राजीव कसाही असला, तरी आता या जगात नव्हता. तो त्यांच्याच काय पण कुठल्याच कॉम्प्युटरवर काम करू शकणार नव्हता. मग समोर दिसतंय ते कोण ? त्याचं भूत ! पण छे ! भुताखेतांवर विश्वास ठेवायला ते कुणी खेडवळ थोडेच होते; पण कॉम्प्युटर चालू असून, त्यावर कोणीतरी काम करत होतं, हे तर खरंच होतं. का आपल्याला भास होताहेत ?

गोंधळल्यासारखे ते तिथंच घुटमळत राहिले.

पण त्यांची चाहूल आत बसलेल्या त्या व्यक्तीला लागलीच.

पुढच्याच क्षणी तो घाईघाईनं उठला. शेजारच्या खुर्चीवर ठेवलेली स्कूलबॅग त्यानं लगबगीनं उचलली आणि वळून तो धावत सुटला. वाटेत आलेल्या सिंगलांना तर त्यानं अक्षरशः ढकलून दिलं. तोल सावरण्यासाठी सिंगलांनी दाराचं हँडल पकडण्याचा प्रयत्न केला; पण त्यांच्या वजनानं आणि त्या माणसाच्या ढकलण्यानं दरवाजा सताड उघडला जाऊन, त्याच्याबरोबर सिंगलाही बाहेरच्या दिशेनं खेचले गेले, जमिनीवर पडले. त्यांच्या अंगावरून उडी मारून तो माणूस

पळून गेला.

तेवढ्या वेळातही त्यानं हनुवटीवर राखलेली बुल्गानिन पद्धतीची दाढी आणि त्याचे घारे डोळे सिंगलांच्या नजरेतून सुटले नाहीत. त्याचा बाकीचा चेहरा मात्र त्यांना नीट दिसला नाही. आपण एखादं स्वप्न तर पाहत नाही ना, असं वाटून सिंगला झपाट्यानं दिसेनाशा होणाऱ्या त्या घुसखोराकडे पाहतच राहिले.

पोलिसांना फोन करून बोलवावं, असा विचार त्यांच्या मनात जितक्या झपाट्यानं आला, तितक्याचं तातडीनं त्यांनी तो उडवून लावला. पोलिसांनी भलभलते प्रश्न विचारायला सुरुवात केली असती, तर मग राजीव आणि त्यांच्या अघोषित लढ्याविषयी सगळंच सांगावं लागलं असतं. राजीव आता उत्तर द्यायला या जगात नाही, याचा फायदा घेऊन आपण त्याच्याविषयी नसतं कुभांड रचत आहोत, असं मग सगळे म्हणतील आणि मिरचंदानीसारखे लोक त्याला पाठिंबा देतील, अशी भीती त्यांना वाटली.

उठून त्यांनी कितपत नुकसान झालं असेल, याचा अंदाज घ्यायला सुरुवात केली. फ्लॉपी डिस्क्स इतस्ततः विखुरल्या होत्या. काही कॉम्पॅक्ट डिस्कही आवरणातून काढून बाहेर फेकल्या गेल्याचं दिसत होतं. कॉप्युटरच्या पडद्यावर राजीवच्या पेशींच्या आवरणामधल्या प्रथिनांविषयीच्या संशोधनाविषयीच्या नोंदी दिसत होत्या; पण त्या नोंदी राजीवच्या कॉम्प्युटरवर नसून आपल्या कॉम्प्युटरवर आहेत, याचा पत्ता त्या घुसखोराला कसा लागला, हा प्रश्न त्यांना छळू लागला.

✦✦✦

त्या आलिशान वातानुकूलित गाडीच्या गुबगुबीत गाद्यांवर बसूनही मिरचंदानी अस्वस्थ होता. अणकुचीदार खिळे आपल्या बैठकीत कोणीतरी रोवून ठेवले आहेत, असे त्याला वाटत होतं. बाहेर कोसळणाऱ्या पावसामुळे बाहेरचं टेंपरेचर उतरलेलं होतच, त्यामुळे आतंलं एअरकंडिशनिंगही आहे त्यापेक्षा अधिक प्रभावी वाटत होतं, तरीही आपण राजीवच्या चितेजवळ उभे आहोत आणि धडधडणाऱ्या चितेची धग अजूनही आपणास लागत आहे, अशी भावना सतत त्याला होत होती. त्या थंड वातावरणातही त्याला घाम फुटला होता.

शेजारीच राजीवचे वडील वसंत शिरोडकर बसले होते. त्यांची नजर कुठंतरी शून्यात लागली होती. त्यांच्याशी बोलण्यासाठी त्यांनी तोंडही उघडलं नव्हतं. त्यांचे मौनच मिरचंदानीची अस्वस्थता वाढवत होतं; पण त्यांच्या भीतीनं त्याला चुळबूळही करता येत नव्हती. अवघड जागी झालेल्या दुखण्यासारखा कोंडमारा सहन करत तो बसून होता.

राजीवला ॲक्सिडेंट झाल्याची बातमी कळल्यानंतर थोड्याचं वेळानं त्याला शिरोडकरांनी फोन केला होता. राजीव त्या वेळी कोमात होता. तो जगण्या

वाचण्याची शक्यता फारच थोडी असली, तरी डॉक्टरांनी अजून हात टेकले नव्हते. कदाचित वसंतराव शिरोडकरांच्या समाजात, सरकार दरबारात असलेल्या वजनामुळे तसं त्यांना स्पष्ट सांगणं त्या वेळी शक्य झाले नसेल. तो तेथे मृत्यूशी झुंज देत असतानाच त्याला शिरोडकरांचा फोन आला होता. त्यांच्या आवाजात जरब होती. बोलणंही तुटक आणि जेवढ्यास तेवढं अशा थाटात होतं. कसलंही प्रास्ताविक न करता ते सरळ मुद्द्यावर आले होते.

''राजीवच्या बायोटेक कंपनीबरोबरच्या व्यवहारांची तुला काय माहिती आहे ?'' त्यांनी रोखठोक सवाल केला होता. तुला काही माहिती आहे का, असं त्यांनी विचारलं नव्हतं. आपल्याला माहिती आहे यात शंकाच नाही, हेच त्यांनी स्पष्ट केले होतं. मिरचंदानी त्यामुळे गडबडून गेला होता. आपल्याला त्याची काही माहिती नाही, असं सांगण्याचा विचारही त्याच्या मनात आला नव्हता; पण कोणत्याही परिस्थितीतून स्वतःची बिनबोभाट सुटका करून घेण्याचं कसब त्यानं आत्मसात केल होतं. तेच याही वेळी त्याच्या मदतीला धावून आलं.

''ते प्रत्यक्ष भेटीतच सांगणं ठीक होईल, फोनवर नाही,'' असं त्या वेळी सांगून त्यानं आपली सुटका करून घेतली होती; पण आता तशी सुटका होण्याची आशा नव्हती. शिरोडकर गप्प असले, तरी त्यांनी तोच प्रश्न आपल्याला परत विचारला आहे, याची जाणीव होत होती. खोटं बोलून चालणार नव्हतं. तसं केलं तर कधी ना कधी आपण पकडले जाऊ, याविषयी त्याला शंकाच नव्हती. अशा वेळी अर्धसत्य अधिक कामाला येतं, हे आजवरच्या त्याच्या अनुभवातून तो शिकला होता.

मिरचंदानी जेव्हा इन्स्टिट्यूटमध्ये दाखल झाला होता, तेव्हा त्याच्याही डोळ्यांसमोर आदर्श होते; पण केवळ अधिकाधिक उच्च दर्जाचं संशोधन आपल्या हातून कसं होईल, याचेच विचार त्याच्या मनात येत असत. पेटंट, रॉयल्टी, प्रमोशन, ॲवॉर्ड्स यांच्या बाबतीत उदासीन नसला, तरी त्यांच्या पाठीमागं धावण्यात त्याला स्वारस्य नव्हतं. मग बरोबरीच्या सहाध्यायांनी नव्हे, तर मागून आलेल्या तरुण पोरांनीही घरं बांधल्याचं, नव्या कोऱ्या गाड्या घेतल्याचं, शेअरमध्ये पैसे गुंतवल्याचं पाहिल्यावर त्याचीच नजर बदलली. सगळी मूल्यंच जिथं बदलून गेली, तिथं पूर्वीचे आदर्शही चलनातून बाद झालेल्या नाण्यासारखे बद्द वाजताहेत, हे त्याच्या लक्षात आलं. नाही तरी घरची बिझनेसची लाइन सोडून हे संशोधनाचे कसले भिकेचे डोहाळे लागले आहेत, अशी त्याची हेटाळणी घरातील सगळीच मंडळी करत होती.

पण, मिरचंदानी हुशार होता. तसंच आपली कुवत ओळखून होता. आपल्या संशोधनाची धाव कुठल्या कुंपणापर्यंत जाऊ शकते, हे तो समजून चुकला होता.

आपल्या पदरी भरघोस रॉयल्टी मिळवून देणारी पेटंट असतील, अशी भलतीच आशा बाळगणं म्हणजे स्वत:ची फसवणूक करून घेणं आहे, हे तो जाणून होता. त्यामुळे त्यानं दुसराच मार्ग पत्करला होता. आपण आपलं संशोधन तर मन लावून करतच आहोत; पण नव्यानं यात पडणाऱ्या तरुणांनाही मार्गदर्शन करायला आपण तत्पर असतो, अशी हवा त्यानं निर्माण केली. असाच अडकलेला कुणी पोरगा आला, तर त्याला सहानुभूती दाखवून त्याला धीर द्यायचा, त्याचा उत्साह परत बळावेल अशी मदत करायला, तो नेहमीच तयार राही. त्यामुळे सगळी तरुण मंडळी त्याच्याशी मोकळेपणानं बोलत असत; पण इच्छा असूनही या नव्या पोरांना मदत करायला ज्यांना वेळ मिळत नसे, अशा सिनियर लोकांचं मत त्याच्याबद्दल चांगलं झालं होतं.

आपल्या ताज्या रिसर्चचे रिझल्ट्स ही तरुण पोरंही आपल्या गाईडच्या आधी त्याला ऐकवत. कसलाही आडपडदा न ठेवता त्याच्याबरोबर चर्चा करत. त्याच्याकडून काही बहुमोल सूचना मिळतील, ही त्यांची अपेक्षा असे आणि काही चुकलंच असलं, तर ती चूक दुरुस्त कशी करायची, हेही त्याच्याकडून कळेल, अशी त्यांची खात्री असे. मिरचंदानीच्याही ते पथ्यावर पडत असे. कारण या दगडगोट्यांमध्ये कोणती रत्नं-माणकं लपलेली आहेत, याची त्याला सर्वांच्या आधी कल्पना येत असे आणि मग त्याची माहिती बायोटेकसारख्या कंपन्यांना देऊन, तो त्यांना त्या संशोधनाला अनुदान द्यायला लावून, पुढे त्यांचं तंत्रज्ञान त्याच कंपनीला मक्तेदारीनं मिळवून देण्याचा मार्ग मोकळा करीत असे. त्याचं भरघोस कमिशन कंपनीकडून त्याला मिळाल्यावाचून राहत नसे. तंत्रज्ञान दलालीचा हा नवाच व्यवसाय मिरचंदानीनं शोधून काढला होता आणि कोणत्याही व्यवसायात केवळ आपला भरपूर फायदा करून घेण्याचा विचारच वरचढ होऊ लागला, की जे होतं तेच झालं. नैतिकतेची नवी व्याख्या मग आपोआप तयार केली जाते आणि सगळ्याच कृत्यांवर त्या नव्या नैतिकतेचा मुलामा चढविला जातो. राजीवच्या बाबतीत मिरचंदानीनं तेच केलं होतं. टेलोमरेझबद्दलच्या मूळ कल्पना सिंगलांच्या असल्या, तरी त्यावरचे प्रयोग राजीव करीत होता. त्यामुळे त्या प्रयोगांमधल्या रिझल्ट्सबद्दल राजू सिंगलांच्या आधी मिरचंदानीशी बोलला होता. त्या रिझल्टचं खरं महत्त्व त्या वेळी त्याच्या लक्षात आलं होतं. एक प्रचंड घबाड आपल्या हाती लागू शकतं याची त्याला खात्री पटली होती. आजवर जरी आपण भरपूर कमाई केली असली, तरी त्या वेळच्या कामगिरींमध्ये आणि आता राजीव करीत असलेल्या संशोधनांमध्ये, क्लब मॅच आणि इंटरनॅशनल टेस्ट मॅचइतका फरक आहे, हे त्याच्या सराईत नजरेनं केव्हाच टिपलं होतं. नेहमीच्या वाटेनं गेलं, तर राजीवच्या आणि त्याच्याही पदरात काही मामुली तुकडेच पडतील, सगळा

मलिदा इन्स्टिट्यूट खाऊन जाईल हे त्यानं ओळखलं होतं त्यामुळे धोपटमार्ग टाळून, इन्स्टिट्यूट, सिंगला या सगळ्यांना डावलून परस्पर बायोटेक कंपनीबरोबर संधान बांधायला त्यानंच राजीवला तयार केलं होतं. आपल्याला या व्यवहारातून जबरदस्त कमिशन मिळणार आहे, याचा राजीवला सुगावाही लागू न देता त्यानं कंपनीला त्याच्याशी स्वतंत्रपणे करार करता येईल, अशी व्यवस्था केली होती. तंत्रज्ञान संपूर्ण विकसित होईपर्यंत राजीव त्याच्या रिझल्ट्सची कोणाही बरोबर, अगदी सिंगलांबरोबरही वाच्यता करणार नाही, अशी अट बायोटेकनं राजीवला घातली होती. बदल्यात त्याला दर महिन्याला नगद अनुदान मिळेल, याचीही व्यवस्था केली होती.

हा सगळा दोन नंबरचा व्यवहार करून मिरचंदानी मात्र नामानिराळा राहिला होता. इन्स्टिट्यूटच्या भल्यासाठी आपला नवीन पिढीला मदत करण्याचा देखावा त्यानं अधिकच जोमानं चालू ठेवला होता. त्याबद्दल सर्वांचीच कृतज्ञता स्वीकारताना नम्रतेचा आव आणण्यातही तो तरबेज झाला होता; पण संशोधन प्रायोगिक टप्पा ओलांडून तंत्रज्ञानात रूपांतरित होण्याची पायरी जवळ येत चालली, तशी राजीवची चलबिचल होऊ लागली. आपल्या या व्यवहाराची आज ना उद्या वाच्यता होईलच, त्याची फळं आपल्याला भोगावी लागतील. कदाचित इन्स्टिट्यूटमधूनच नाही तर सायंटिफिक इस्टॅब्लिशमेंटमधूनच आपली कायमची हकालपट्टी होईल, अशी भीती त्याला वाटू लागली. तसं झालं, तर मग आपल्याला केवळ बायोटेकच्या मेहरबानीवर अवलंबून राहावं लागेल आणि मग, आज आपल्याला एवढ्या मानानं वागवणारी, तळहातावरच्या फोडाप्रमाणे जपणारी कंपनी आपल्याला तसंच वागवेल की सापळ्यात सापडलेल्या उंदराप्रमाणे खेळवेल, याची शंका त्याला सतावू लागली होती.

त्यावेळी मिरचंदानीही हादरून गेला होता. राजीवनं आपलं मन वडिलांकडे मोकळं केलं, तर तो वाचेल; पण आपल्यावर मात्र आभाळ कोसळेल, हे न समजण्याइतका तो दुधखुळा नव्हता. त्या काळात त्याचीही झोप उडालेली होती. आपल्याला छळणाऱ्या भीतीबद्दल तो बायोटेककडंही बोलू शकत नव्हता. कंपनीला राजीवच्या मन:स्थितीची कल्पना आली असती, तर कंपनी खवळून उठली असती. आजवर त्यांनी या प्रकल्पावर केलेली गुंतवणूक अक्कलखाती जमा करायला कंपनी सहजासहजी तयार झाली नसती. त्याची शिक्षा आपल्यालाच भोगावी लागेल, हे मिरचंदानी पुरेपूर जाणून होता.

राजीवच्या मृत्यूनं तसं त्याला हायसंच वाटलं होतं. त्याची सहीसलामत सुटका झाली होती, त्यामुळे आता शिरोडकरांना कितपत सांगावं, याचा तो विचार करत होता. सगळं काही सांगण्याची गरज पडणार नाही, हे त्याला

समजल होतं; पण शिरोडकरांना दुसरीकडून किंवा राजीवकडूनही कितपत माहिती मिळाली, याचा त्याला अंदाज येत नव्हता. म्हणूनच तोही गप्प बसून होता.

आता आपण बोलायला सुरुवात केल्याशिवाय ही कोंडी फुटणार नाही, हे मिरचंदानीला कळून चुकलं. अडखळत त्यानं सांगायला सुरुवात केली.

"तसं पाहिलं तर ओरिजिनल कल्पना सिंगलांचीच होती; पण राजीव त्यावर काम करत होता. मिळालेले रिझल्ट्स पाहून तो भलताच एक्साईट झाला होता...'

शिरोडकरांची काहीच प्रतिक्रिया न झाल्याचं पाहून त्याला धीर आला होता. त्याची जीभ मोकळी झाली होती.

"...यातून रेव्होल्युशनरी टेक्नॉलॉजी उभी राहू शकेल असं त्याला वाटू लागलं होतं. त्या टेक्नॉलॉजीचा समाजाला जितका लवकर फायदा मिळेल तितकं चांगलं, असं त्याला वाटत होतं. समाजाचं ऋण आपण फेडलं पाहिजे, अशी त्याची ठाम समजूत होती; पण सिंगला कां कू करत आहेत, असं त्याला वाटत होतं. म्हणून ती टेक्नॉलॉजी समाजाला ताबडतोब उपलब्ध करून देणाऱ्या कोणाच्या तरी शोधात तो होता. बायोटेक कॉर्पोरेशनची आपल्याला मदत होऊ शकेल, असं त्याला वाटत होतं. त्यांच्याशी थेट संपर्क साधणं धोक्याचं आहे, हे त्याला समजत होतं; पण सिंगलांच्या ॲटिट्यूडमुळे त्याचा नाईलाज झाला होता. त्याची ओढाताण पाहून मी त्याची आणि बायोटेकची गाठ घालून दिली."

इतका वेळ आपली नजर समोर लावून बसलेल्या शिरोडकरांनी एकच जळजळीत कटाक्ष त्याच्याकडे टाकला आणि परत आपली नजर वळवून त्यांनी गाडीच्या खिडकीतून बाहेर पाहण्यास सुरुवात केली.

"माझ्यापासून राजीवनं कधीच काही लपवून ठेवलेलं नव्हतं. अलीकडे मात्र तो मला दुरावत चाललाय, माझे विचार त्याला पटत नाहीत, माझ्यापासून तो काहीतरी लपवतोय हे मला समजलं होतं. सिंगला त्याला जबाबदार आहेत, अशी माझी समजूत झाली होती. आय ॲम ग्लॅड टू नो दॅट आय वॉज रॉंग," ते म्हणाले आणि त्यांनी ड्रायव्हरला गाडी थांबवायला सांगितले.

✦✦✦

सिंगला समोरच्या कॉम्प्युटरच्या पडद्यावरच्या आकड्यांकडे पाहत होते. आपली ओरिजिनल आयडिया प्रत्यक्षात खरी ठरत असल्याचा पुरावा त्यांना दिसत होता. त्यांना विषण्ण करत होता. परत एकदा नशिबानं आपल्याला चकवलंय, याची जाणीव करून देत होता. पूर्वी एकदा असंच एक महत्त्वाचं संशोधन पूर्ण होत आलं असतानाच, त्याच कल्पनेवरचा पेपर दुसऱ्याच कोणीतरी 'नेचर'मध्ये प्रकाशित केलेला त्यांनी पाहिला होता. त्यांचाही पेपर प्रकाशित झाला

होता. त्याचाही बोलबाला झाला होता; पण त्या शोधाचं श्रेय त्या दुसऱ्याच्या नावावर गेलं होतं. आपण फक्त त्याच्या पालखीचे भोई ठरलो होतो, याची आठवण परत एकदा त्यांच्या काळजात कळ उमटवून गेली.

आताही आपल्याच विद्यार्थ्यानं आपल्याला दगा दिला. पैसा सोडाच; पण श्रेयही आपल्याकडून हिरावून घेतलं. वर त्याबद्दल कोणाकडे बोलायचीही चोरी !

रागानं त्यांनी हातातली फ्लॉपी जोरानं जमिनीवर आदळली.

आणि ते दचकले. फ्लॉपी फुटल्याचा आवाज फोनच्या बेलसारखा कसा आला, असा विचार ते करत असतानाच खरोखरीच फोन वाजतोय, याची त्यांना जाणीव झाली. नाईलाजनं घेतल्यासारखा त्यांनी रिसिव्हर उचलला.

''हॅलो, इज दॅट प्रोफेसर सिंगला ?'' पलीकडून कोणातरी बाईचा आवाज येत होता.

''येस, सिंगला स्पीकिंग.''

''मी रिबेक्का थॉर्प. अमेरजीन कॉर्पोरेशनची व्हाईस प्रेसिडेंट. आमचे चीफ सायंटिफिक कन्सल्टंट, डॉ. वसंत शिरोडकर, यांनी मला तुमच्याशी बोलायला सांगितलंय. तुमचा रिसर्च अतिशय महत्त्वाचा असल्याचं ते म्हणाले. वुई वुड बी इंटरेस्टेड इन टॉकिंग टू यू. यू वुड फाईंड इट एक्स्ट्रिमली प्रॉफिटेबल टू यू.''

अमेरजीन ! म्हणजे बायोटेकचे कॉम्पिटिटर्स. त्यांना माझ्याशी बोलायचं म्हणजे शिरोडकरांनी त्यांना टेलोमरेजबद्दल माहिती दिली असणार. सिंगलांचं मन समोरच्या कॉम्प्युटरपेक्षाही अधिक वेगानं धावत होतं.

आणि रिबेक्का थॉर्पबरोबरच्या भेटीत त्यांची अटकळ खरीच ठरली. फक्त त्या वेळी शिरोडकरही तिथं असतील, हा त्यांचा होरा मात्र चुकला. त्याऐवजी तिच्याबरोबर एक दुसराच इसम होता. त्याची बुल्गानिन पद्धतीची दाढी आणि घारे डोळे मात्र सिंगलांना बरंच काही सांगून गेले.

''लेट मी नॉट बीट अबाऊट द बुश,'' रिबेक्का म्हणाली. ''राजीव शिरोडकर इज डेड. शॉकिंग, बट नथिंग कॅन ब्रिंग हिम बॅक. एका अर्थी ते बरंच आहे. कारण त्यामुळे दुसऱ्याच एका कंपनीशी तो करत असलेल्या बेकायदा व्यवहाराला आळा बसला आहे. त्याच्या या रिसर्चची...''

''...बट दॅट वॉज माय ओरिजिनल आयडिया !'' सिंगला जवळजवळ किंचाळलेच.

''एक्झॅक्टली ! म्हणून तर तुमच्याशी बोलतो आहोत. आता कायदेशीररित्या, इन्स्टिट्यूटच्या मिडियममधून आपण व्यवहार करू शकतो. शिवाय सगळं क्रेडिटही तुम्हालाच मिळेल. शिवाय आजवर त्या दुसऱ्या कंपनीबरोबर चाललेल्या व्यवहारात तुम्ही गुंतलेले नसल्यामुळे, तुम्ही काही राजीवचा रिसर्च चोरलात असंही कोणी

म्हणून शकणार नाही. शिवाय...''

''पण राजीवनं सगळा डेटा त्यांना दिला असेल तर ?''

''नाही. त्यांच्या हाती अजूनही काहीच महत्त्वाची माहिती लागलेली नाही. आम्हाला त्याची खात्री आहे.'' सिंगलांनी चमकून ते सांगणाऱ्या त्या दाढीवाल्याकडे पाहिलं. त्याच्या डोळ्यांमध्ये एक वेगळीच चमक आल्याचं त्यांना दिसलं. आपल्या कॉम्प्युटरवर राजीवचा सगळा डेटा आहे, हे त्याला समजलं असावं, या त्यांना छळणाऱ्या प्रश्नाचं उत्तर त्यांना मिळालं होतं.

रिसर्च रिझल्ट्स म्हणजे टेक्नॉलॉजी नव्हे. ती यशस्वी होत असल्याची पावतीच फक्त त्यातून मिळते. ती तशी पावती कंपन्यांना हवी असते; पण त्याहूनही त्यांना गरज असते, ती ते मिळवण्यासाठी वापरलेल्या पद्धतींची. वेगवेगळ्या प्रयोगांसाठी वापरलेल्या छोट्या छोट्या युक्त्यांची. पाककृतीत मीठ चिमटीएवढं घालायचं, की चमचाभर, हे महत्त्वाचं असतं. तो पदार्थ घरची सगळी मंडळी आवडीनं खातात, हे सांगणं महत्त्वाचं नसतं.

आणि राजीवच्या त्याच नोंदी अजून कोणाच्या हाती लागल्या नव्हत्या. त्या आपल्याजवळ असाव्यात या हिशेबानं शिरोडकरांनी या लोकांना आपल्याकडे पाठवलंय हे सिंगला समजून चुकले. तसा सल्ला कंपनीला देण्यासाठी शिरोडकरांना किती फी मिळाली, याचा विचारही नकळत त्यांच्या मनात उमटलाच. राजीवनं बायोटेकऐवजी अमेरजीनबरोबर व्यवहार केला असता, तर शिरोडकरांचा त्याला तेवढाच विरोध राहिला असता का, हाही प्रश्न त्यांचं मन कुरतडू लागला.

त्या मिटींगहून परतताच सिंगलांनी राजीवच्या टेबलाचे खण धुंडाळायला सुरुवात केली. राजीवनं आपल्यापासून बरंच काही लपवून ठेवलं असलं, तरी आपल्या कामाच्या नोट्स ठेवण्याबाबत तो काटेकोर होता, शिस्त पाळणारा होता, हे सिंगला जाणून होते. त्याचबरोबर या नोंदी कॉम्प्युटरवर नाहीत, हेही त्यांनी कधीच तपासलं होतं. एकापाठोपाठ एक वह्या असलेल्या नोंदी त्यांना सापडत नव्हत्या.

त्यांना एकदम राजीवला झालेल्या ॲक्सडेंटनंतरचा पोलिसांचा रिपोर्ट आठवला. ॲक्सिडेंट एवढा जबरदस्त होता, की राजीवच्या मोटारीला आग लागली होती. ती विझविण्यात आली होती. त्यामुळे राजीवचा मृतदेह ओळखण्याच्या अवस्थेत राहिला होता, तरीही बराच जळाला होता. त्याच्या जवळच्या बॅगमधल्या सगळ्याच वस्तू मात्र पूर्ण जळाल्या होत्या. बहुतेक करून त्या सगळ्या वह्याच होत्या, असं पोलिसांनी खास नमूद करून ठेवलं होतं. त्याच तर राजीवच्या नोट्स नव्हत्या ? तसं असेल तर इथं नाहीच सापडायच्या.

''त्या नाहीच तुम्हाला सापडायच्या. त्या त्याच्या वह्यात नाहीत.'' त्यांच्या

कानावर शब्द आले. त्यांनी वळून पाहिलं. मिरचंदानी त्यांना खिजवल्यासारखा हसत दारात उभा होता. ''मी कधीच त्या वह्यांची तपासणी केलीय. राजीव मरण पावण्याच्या आधीच. त्या इथं ठेवण्याइतका राजीव मूर्ख नव्हता. तुम्हाला त्यांची किती निकडीची गरज आहे, हे मला माहिती आहे, म्हणूनच मी आलोय. माझ्याशी कोलॅबरेशन केलंत तर...'' त्यांच्या समोरची खुर्ची ओढून घेत तिथं बसण्याचा प्रयत्न करत मिरचंदानी म्हणाला; पण त्याच्या हातातून ती खुर्ची खसकन ओढून घेत त्याच्याविषयी वाटणारा तिरस्कार नजरेतून किंवा स्वरातून लपवण्याचा यत्किंचितही प्रयत्न न करता सिंगला म्हणाले,

''तुझ्याच शब्दांत सांगतो, मिरचंदानी. मसणात जा!''

✦

इद्या

येशीचा म्हातारा डोणजाईच्या कड्यावर जाताना पडला असं कळलं, तेव्हापासून मिऱ्या, जागल्याच्या निरोपाची वाट पाहत होता. जागल्या आज नक्की आपल्याला बोलावणार, याची त्याला खात्री होती.

जागल्याला माथ्यावरच्या डोंगरातल्या दगडादगडाची माहिती होती आणि त्या दगडांमधल्या कपारीकपारीत उगवणाऱ्या झाडपाल्याची. कोणत्या पाल्यामध्ये कोणती दवादारू लपलेली आहे, याची खडा न खडा माहिती जागल्याला होती. त्याच्या बापजाद्यांपासून त्याच्याकडे ही विद्या आलेली होती. जागल्याला अजून पोरबाळ नव्हतं. त्यामुळं तो कुणाला ही विद्या बहाल करणार ! म्हणून तर जागल्या मिऱ्याला तयार करत होता. खरं तर जागल्याला त्याची फार फिकीर लागून राहिली होती. आपल्यापाठी ही विद्या तशीच मरून जाणार, याची त्याला चांगलीच काळजी लागली होती. त्याच्या बानं त्याला तो गुडघ्याएवढा झाल्यापासून शिकवायला सुरुवात केली होती. कोणालाही दवादारूची गरज भासली की, जागल्याच्या बाला हाकारे जायचे. मग बा जागल्याला घेऊन निघायचा. दिवसाच्या कोणत्या पारी निघायचं, याचं पण एक शास्त्र होतं. ज्याला दवादारू द्यायची त्याची काय बीमारी आहे, हे पहिले बा समजून घ्यायचा. मग जी काय दवादारू द्यायची असेल, त्याच्या मानानं मग कधी निघायचं, हे ठरवायचा. जागल्याला बोलावून तो सांगायचा,

'जागल्या, आज दिस मावळतीला दोन घटका राहिल्या की निगायचं बग. त्या तिकडं नाकाड्यावरच्या अंगाला जायचं बग आपल्याला. परतीला रातीचं दोन

पार पन होऊन जातील. दशमी न्यायची का बरुबर ?'

"पर बा, आज काय पूनव हाय थोडीच ! अमुशा टळून तीन दिसच तर झाल्यात. वाटंत म्हसूबाच्या पारावर भाकर खायची तर अंदार लई गुडूप असतू."

"मग येताळाचं भ्या वाटतंय का काय ? का राकस खातु तुला ?" आणि बा गडागडा हसायचा. जागल्याला लाज वाटायची. अंधाराची भीती त्याला वाटायची. पण तसं कबूल करायला त्याची तयारी नसायची.

पण एकदा बाहेर पडलं की, त्याची भीती कुठल्या कुठं पळून जायची. बा अगदी सावलीसारखा त्याच्या पाठीशी असायचा, हे तर झालंच. पण बा एकेका झाडाची, झुडुपाची सगळी माहिती त्याला द्यायचा. त्यात तो रमून जायचा. बालाही किती काय माहिती होतं. एकेक चमत्कार असल्यासारखा तो सारं सांगायचा. कोणत्या झुडपाला केव्हा पानं फुटतात, त्यातलं कोणतं पान घ्यायचं, त्याच पानात कशी दवा असते, त्याच्या अल्याडपल्याडचं पान घेतलं तर दवा मिळण्याऐवजी काही वेळा जहर कसं मिळतं, कोणत्या झाडाचा पाला इखारी असतो, तो टाळून फुलाचा नवाकोरा कोंब नेमका कसा घ्यायचा असतो, कोणत्या झाडाची फक्त सालच काढायची असते, सारं सारं बाला माहिती असे. फुलाचा नवा कोरा कोंब नेमका कसा मिळवायचा, हेही बाला ठावं असे. तो कोंब घ्यायला गेला आणि त्या झाडाला कोंब आलेलाच नाही, नाहीतर येऊन निब्बर झालाय, असं कंदी झालंच नाही. बाला हे कसं समजतं, याचं त्यावेळी जागल्याला आश्चर्य वाटे. एकदा त्यानं बाला विचारलं सुदीक,

"बा, ह्यो कोम काय तुज्या कानामंदी येऊन सांगतो काय की, आज सांजच्याला मी भाईर येनार हाय. तवाच तू ये म्हून."

यावर परत एकदा बा गडगडाट केल्यासारखा हसला होता. अन मग डोळ्यांत आलेलं पाणी पैरणीच्या टोकानं पुसत म्हणाला होता,

"जागल्या, अरं ह्यो झाडपाला म्हंजी आपले मैतरच हायती बग. आपण त्यांच्या संगती दिस काडले, त्यांची देखभाल केली, त्यांना मानसाला जपावं तसं जपलं की, मग ते पन आपली गुपितं आपल्याला सांगत सुटत्यात बग. तू असाच माज्यासंगटी येत चल. मंग तुज्या बी कानात येऊन सांगतील ते, कंदी पान फुटनार आणि कंदी त्याच्यावर बोर धरनार."

जागल्या बघत असे, बा खरोखरीच त्या झाडांची मैतर असल्यासारखी निगा राखत असे. कधी कधी तर कोणालाही दवादारू नको असताना सुद्धा तो मोहिमेवर निघत असे. त्यावेळी तो म्हणे, "आज या आपल्या दोस्तांनाच दवादारू करायची बरं का !" आणि मग तो बारकाईनं बघत राही. कोणत्या झाडावर किडामुंगी आहे, कोणाची फांदी वाकडी झालेली आहे, कोणाला सुतार

पक्ष्यानं भोक पाडलंय, कोणाच्या ढोलीत जनावर शिरलंय. सगळ्याचा बंदोबस्त करायचा तो. एखादं नवं झुडूप उखडायला लागलं असलं किंवा कपारीच्या खाली सापडलं असलं तर त्याला हलक्या हातानं बाहेर काढायचा. दुसऱ्या ठिकाणी मऊशीर जमीन पाहून तिथं रोवायचा. झऱ्याचं पाणी आणून घालायचा. पुढच्या खेपेला परत येऊन ते नीट जगतंय, याची खात्री करून घ्यायचा. वस्तीतल्या म्हाताऱ्याकोताऱ्यांची, शीक पडलेल्यांची जेवढी काळजी घ्यायचा, तेवढीच या रानातल्या मैतरांची घ्यायचा.

दवा म्हणून एखाद्या झाडाची साल काढायची असली की बाला बाका प्रसंग आल्यासारखं वाटायचं. हातातल्या चाकूला धार आहे, त्याच्या पात्याला वेड्यावाकड्या खबदाडी पडलेल्या नाहीत, याची तो खात्री करून घ्यायचा. मरीआयचं चांगभलं करायचा आणि मग त्या झाडाला हात जोडून सांगायचा,

'द्येवा म्हाराजा, आज त्या मानकीच्या मावळनीला लावायला तुजी साल होवी म्हून आलोय. माप कर. न्हाईतर ह्यो हातातला चाकूच काय पन खिल्लासुदीक लागू दिला नसता तुज्या अंगाला. आता पन तुला कायीएक तरास व्हनार न्हायी, याची दकल घ्येईन म्या. मानकीच्या मावळनीला उतार पडू दे द्येवा म्हाराजा. अन आमा सगल्यांना बरकत दे. जागल्याला पन आनलाय आज तुझ्या पायावर घालाया. त्येला पन आपला करून घे द्येवा म्हाराजा.'

पिरुबाच्या जत्रेला म्हणून जागल्या काजऱ्याला गेला होता, तेव्हा तिथल्या देवळातला गुरव रवळनाथाला गाऱ्हाणं घालताना बासारखाच बोलत असल्याचं जागल्यानं पाहिलं होतं. ते गाऱ्हाणं घालत असताना देवळातले सगळेजण कसे डोळे मिटून हात जोडून शांत उभे राहत, तेही त्यानं पाहिलं होतं आणि गाऱ्हाणं घालून संपल्यावर जमिनीवर लोळण घेत ते देवाला कसे नमस्कार करत, तेही त्यानं बघितलं होतं. बा झाडापुढं हात जोडून उभा राहिला की, जागल्याही मग त्या देवळातल्या लोकांसारखा डोळे मिटून हात जोडून उभा राही. अन् बाचं गाऱ्हाणं घालून संपलं की जमिनीला माथा टेकवत नमस्कार करत असे. बाही ते बघून खूष होत असे.

पण त्या नमस्कारापेक्षाही जागल्याला बघायला आवडे ते बा त्या झाडाची साल सोलताना. नागल्या न्हावी पण बाची दाढी करताना नाहीतर आपलं टकुरं भादरताना इतक्या हलक्या हातानं वस्तरा चालवत नाही, असं त्याला वाटत राही. सालीला आतल्या बाजूनं गाभ्याचे धागे चिकटून राहिलेले असत. बा ते अल्लद सोडवून मगच साल काढून घेत असे. ती घेतानाही उगाचच हातात चाकू आहे म्हणून गरजेपेक्षा ज्यादा साल त्यानं काढून घेतलीय, असं कधीच झालं नाही आणि साल काढल्यानंतर त्या ठिकाणी कसला तरी पाला चिकटवून

पटकुरानं ती जागा बा बांधून टाकत असे. कोणचा पाला लावायचा ते पण एक दिवस बानं जागल्याला समजावून सांगितलं होतं. आण पण घातली होती की, पाला हातात नसेल तर मग साल सोलायची नाही. पण असं कंदी झालंच नाही. घरच्या धोकटीत तो पाला नसेल तर बा पहिले तो पाला घ्यायला जाई. अन् मगच साल काढण्यासाठी वस्तऱ्याला धार लावायला घेई.

साल हलक्या हातानं कशी काढायची, ते पण बानं जागल्याला शिकवलं होतं. त्यासाठी पहिले त्याला जुन्या वाळक्या काठ्या दिल्या होत्या. त्यांची वरची परत काढायला सांगितलं होतं. जागल्यानं चाकू चालवला तो त्या काठीला भसकन भोकच पडलं. अन् मग तीच काठी घेऊन बानं जागल्याला बडवलं होतं. पुढं कंदीपण चाकू हातात घेतला की, जागल्याला त्या बाच्या हातच्या माराची याद यायची. काय बिशाद त्याची मग सालीचा गरजेपेक्षा ज्यादा टवका उडेल !

बाचे केस पांढरेधोप होऊ लागले, तसा बा जागल्याला एकट्यालाच रानात धाडू लागला. जागल्यानं तर बाच्या पुढं मजल मारली होती. बाला पण ठावं नसलेल्या कितीतरी झाडपाल्याच्या दवादारूची माहिती त्यानं मिळवली होती. ती दवा वस्तीतल्या लोकांना पाजून त्यांना बरं पण केलं होतं. वस्तीच्या बाहेर पण त्याला मागणी येऊ लागली होती. दूरदूरवरून लोक येत त्याच्याकडे दवापाण्यासाठी. बाला त्याचा पुष्कळ अभिमान वाटे. जागल्याच्या तोंडावर कंदी तो बोलला नाही. पण त्याच्या पाठी सगळ्यांना तो जागल्याचं कौतुक सांगत राही. ते मग जागल्याच्या कानावर ते घालत असत.

बा पुढं अगदीच थकला तेव्हा त्यानं एक दिवस जागल्याला बोलावलं.

''आरं ये जागल्या, बस हितं असा माझ्याजवल.''

बा त्या वेळी बराचसा खाटल्यावर निजूनच राहत असे. दोन डाव भाकरतुकडा खायसाठी उठत असे तेवढाच. तो अन् जागल्या दुसऱ्यांसाठी इतका दवादारू करत. पण स्वत:ला कोणती दवा द्यायची, हे त्यानं जागल्याला कंदीच सांगितलं नाही. जागल्याला स्वत:लाही कळत नव्हतं. आपली विद्या अधुरीच असेल असं समजून त्यानं बाला पण विचारलं होतं. तेव्हाच बा म्हणाला होता,

''न्हायी रं पोरा, तुला तर माज्यादिखीत ज्यादा समजतंय बग. मनादिखीत ठावं न्हायी, असी कितीतरी दवादारू तुवा धुंडून काडलीस बग. पन आता मला कसली दवा ! आता दवादारूचा काय पन उपेग न्हायी पोरा. आता कसली पन दवा केली तरी मी कायी उटायचा न्हायी.''

त्यावर जागल्या रडायला लागल्यावर त्याच्या पाठीवरून आपला सुरकुतलेला हात फिरवत बा म्हणाला होता,

''रडू नगंस पोरा. आरं माजं सोनंच व्हतंया बग. तू माजी इद्या फुडं न्येलीस,

आपल्या वस्तीतल्याच न्हवं तर भायेरल्या लोकास्नी पन तू दवादारू देतोस, आनि काय होवं मस्नी ! मला काय पन वंगाळ वाटत नाय बग. तू बी काय वंगाळ वाटून घ्येऊ नगंस. पन एक सांगतू ते ध्येनात ठीव. कुनाला बी कंदी दवादारूला न्हायी म्हनू नगं. ह्ये आपल मैतर हायती ना, त्येनीच आपल्या पोटापान्याचा बंदोबस्त क्येलाय. त्येनला जप. त्येंची तोडझोड होऊ देऊ नगं. आन् पैक्यापायी त्येनला इकू बी नगं. दवादारूचा बी कंदी पैका घ्येचा न्हाय. तसा तू घ्येतलास, तर तुजी इद्या तुला सोडून जायल बग. पर तुजी इद्या तुज्यापासीच ठ्येवू नगं. तुज्यापाटीबी ती तसीच ऱ्हायील, हे बग. म्या जसी ती तुला दिली तसी तू पन तुज्या पोराबाळास्नी दे. आपल्या वंशात ती तसीच ऱ्हाया होवी. तवा आपल्या या डोंगरावरच्या मैतरांची निगा राक, त्ये तुजी निगा राकतील. तूस्नी कंदी बी काय बी कमी पडू द्येयाची न्हाय.''

जागल्याला बाचा आदेश अजूनही आठवत होता. त्याच्या मनावर तो कोरून ठेवल्यागत राहिला होता. त्यानं त्याचं तंतोतंत पालन केलं होतं. वस्तीतला कधी कोणी आजारी पडला, आता तर वस्तीबाहेरचा पण कधी कोणी आजारी पडला की, जागल्याला बोलावणं येई. ते कधीही दिवसाचं, रात्रीचं आलं तरी, जागल्या तसाच बाहेर पडत असे. त्याच्या पडशीत काही दवादारू नेहमीच सापडे. पण जर नसली तर तसाच तो ती आणायला जाई. फक्त योग्य वेळेलाच ती गोळा करावी लागे. ती वेळ येईपर्यंत काय थांबावं लागे तेवढंच. एरवी जागल्यानं कधी आपल्याकडून चालढकल केलीय, असं होत नसे.

त्याच्या दवा दारूनं उतार पडलेले लोकसुद्धा त्याची कदर करत. घरचा दाणागोटा, भाजीपाला तिथून परतताना जागल्याच्या पडशीत पडलेला असे. कोणी किती दिलं, दिलं की नाही, याची जागल्यानं कधी फिकीर केली नाही. बानं सांगितलेला धर्म त्यानं आजवर पाळला होता. कसोशीनं. त्याच्या घरची चूल त्यामुळं कधी पेटली नाही असं झालंच नाही.

बा गेला तेव्हा चूल जागल्याच पेटवत होता. माय तर बाच्या आदीच गेली होती. तीबी अशीच डोंगरावर काही तरी आणायला गेली होती. तिथंच कड्यावरून खालच्या दरीत पडली. मागमूस पण लागला नाही. ती गेली तेव्हापासूनच बा पण थकला. जागल्याच तेव्हापासून चूल पेटवून भाकर-कोरड्यास करू लागला होता. बा गेल्यावरही बरेच दिवस तो तसाच सडाफटिंग राहिला होता आणि मग एक दिवस असाच तो एका म्हाताऱ्याला दवा करायला गेला. तेव्हा त्या म्हाताऱ्याची नात राधी त्यानं दव्याच्या बदल्यात जागल्याच्या पडशीत घातली. म्हातारा शेवटच्या घटका मोजत होता. जागल्यानं मनापासून त्याला दवादारू केली. पण त्याचा काही एक फायदा झाला नाही. होणारच नव्हता. म्हाताऱ्याच्या पाठी

त्याच्या नातीचा संभाळ करणाराही कोणी नव्हता. त्यानं तिला जागल्याच्या हवाली केली. जागल्या चांगला बाप्या माणूस. ती अजून न्हातीधुती पण झालेली नव्हती. पण म्हाताऱ्यालाही त्याचं काही वाटलं नाही आणि जागल्यानंही काही आडकाठी घेतली नाही. नाही तरी त्याचं लग्न लावून द्यायला त्याच्याकडेही होतंच कोण !

तेव्हापासून राधी त्याची घरवाली झाली. तेव्हापासून जागल्याच्या हातनं चूल पेटली नाही. राधीनं तिचा ताबा घेतला. जागल्यानंही तिला घरी आणलेला झाडपाला कुटायला, घोटायला, उकळायला, रांधायला शिकवलं. तयार झालेली दवा बाटल्यात भरून पुरून ठेवायला शिकवलं. ते शिकता शिकता राधी मोहाच्या फुलाची दारू पण तयार करायला शिकली. ताजी ताजी दारू पिऊन मग जागल्या ल्हास होऊन पडायचा.

न्हाती धुती झाली तशी राधी एक रात्र जागल्याच्या अंथरुणात शिरली. त्या रात्री मोहाची दारू न पिताच जागल्याला नशा चढली. राधी तशी उफाड्याचीच. जागल्याला तिनंच दमवलं. ती तशी ताज्या दमाचीच होती. जागल्याची जवानी नाही म्हटलं तरी जरा उतारालाच लागली होती.

अशीच वर्षं गेली. पण राधीची कूस काही उजवली नाही. जागल्याही कष्टी व्हायचा. राधीला म्हणायचा.

"राधे, तुज्या म्हाताऱ्यानं तुला माज्या संगटी टाकली, तर तुजी कूस कायी उजवंना. काय कराचं ?"

"तू दुसरा घरोबा का करीनास ?" राधी त्याला उलट म्हणे.

"छ्या ! कायी तरी बोलू नगंस. तुज्या म्हाताऱ्याला कबूल क्येलंय मी. आता न्हायी म्हसूबानं आपल्याला लेकरू दिलं, तर आपल्या हातून काय तरी कागाली जाली आसंल. दुसरा घरोबा करून त्येची सजा तुला एकलीलाच कशापायी ? कूस उजवंना म्हून तुला काय दुक व्हत असंल, ते काय मला कलंना व्हय ? मला बी कालीज हाय. त्येचं तर दुक हायंच. पर बाला आकीरच्या वकताला शबूद दिला व्हता, त्येचं काय ? या रानातल्या झाडपाल्याची माहिती, दवादारूची इद्या, त्यानचं फुडं काय व्हायचं ? बानं आन घातली होती, इद्या मरू द्याची नाय म्हून."

तो काय म्हणतोय, हे राधीला नीटसं समजलं नाही. पण पोटी मूल नाही, आपल्या मायेची पाखर ल्यायला कोणीच नाही, या काळजीबरोबरच दुसरीही कसली तरी काळजी जागल्याला घेरून राहिली आहे, एवढं तिला समजलं होतं. जागल्याच्या घरात आल्यापासून तिला कसलीही चिंता कधी लागलीच नव्हती. जागल्यानं तिला तसं फुलासारखंच ठेवलं होतं. वस्तीतल्या इतर पोरींच्या दादल्यांच्या

एकेक गोष्टी ती ऐकत होती. त्यांच्या अंगावरचे काळेनिळे वळ पाहत होती आणि तिची नितळ काया तशीच राहिल्याचं, तिच्यावर एक वेगळीच झळाळी चढल्याचं पाहून त्या पोरींकडून झालेलं तिचं हेवामिश्रित कौतुक अनुभवत होती.

जागल्यावरही त्यामुळंच तिचा जीव जडला होता. वस्तीतल्या त्याच पोरी अंगावरच्या दादल्यांच्या पराक्रमांच्या निशाण्या तिला दाखवता दाखवताच, त्याच दादल्यांनी अमुशेच्या राती पुनवेचं चांदनं अंगावर चढवल्याच्या कहाण्याही तिला सांगत होत्या. त्या ऐकून तिच्या काळजात कळ उमटत असे. जागल्या त्या बाबतीत कमी पडतो, हे तिला समजू लागलं होतं. त्यामुळंच आपली कूस उजवत नाही की काय, अशी शंकाही तिला छळत असे. पण इतर कोणत्याही बाबतीत जागल्याबद्दल तक्रार करायला जागाच नाही, हेही ती जाणून होती. दोन वेळचा भाकरतुकडा रांधण्यापलीकडे आपण मात्र जागल्यासाठी काहीच करू शकत नाही, याची खंत म्हणूनच तिला मधून मधून वाटत राही. आताही जागल्याला कसली काळजी वाटतेय, ते जर नीट समजलं असतं, तर त्याच्यावर उपाय करण्यासाठी आपण काही तरी करू शकलो असतो, असं तिला वाटून गेलं. आपण अडाणी असल्याची जाणीव तिला पहिल्यांदाच झाली. वस्तीतले सगळेजण जागल्याला कसा मान देतात, त्याच्या विद्येची कशी कदर करतात, हे तिनं जवळून पाहिलं होतं. जागल्याला मिळणाऱ्या मानाची तीही वाटेकरीण झाली होती. जागल्याच्या दवानं उतार पडल्यावर जेव्हा कोणी देवाच्या पायावर डोकं ठेवायला जाई, तेव्हा तिथल्या प्रसादाबरोबर तिलाही चुडा मळवट मिळाल्याशिवाय राहत नसे.

जागल्याच्या मनात तिची कूस न उजवल्याचा सल आहे, याचं तिलाही दुःख होतं.

"त्यो काय म्हनतो ती इद्या मरू द्याची नसेल तर जितं पोर पायजे." आपल्याला जे समजलं ते ती इतर पोरींना सांगायची. पण त्यांनाही म्हसूबाला नवस करण्याशिवाय दुसरा उपाय सुचत नसे. तोही त्यांनी करून पाहिला होता. एकीनं जागल्यालाच काय तरी दवादारू करायला सांगायचा उपाय सुचवला होता. जागल्यानं तर तो आपण केव्हाच करून पाहिल्याचं सांगितल्यावर तर ती गप्पच झाली.

एक दिवस असंच कोणीतरी शहरातून आलं होतं. काजऱ्यातल्या एकाला पिवळी झाली होती. जोराची. मरायलाच टेकला होता. सगळी देशी, विलायती दवा करून पाहिली. पण त्याला उतार नव्हता. तेव्हा शेजारच्या वस्तीतल्या त्याच्या पावण्यानं जागल्याला हाक घातली. जागल्याही आपल्या बाण्याला जागून ताबडतोब धावून गेला. तांबडं फुटायला दोन प्रहर असतानाच त्यानं तारल्याच्या

सुळक्यावर जाऊन हवा तो विशिष्ट झाडपाला आणला होता. तीन तास घाम गाळून दवा तयार केली होती आणि त्याला दिली होती.

सुरुवातीला ती त्या आजारी माणसाला द्यायला कोणी तयारच नव्हता. त्याच्यावर उपचार करणाऱ्या डॉक्टरांनी तर धमकीच दिली होती. काहीबाही झालं तर मग आपल्याला सांगू नका. आपलं म्हणणं डावलून तुम्ही ती गावठी भोंदू वैदूची दवा दिली असं लिहून द्या म्हणूनही तो डॉक्टर हटून बसला होता. पण मग त्याचा काका उठला आणि त्यानं त्या डॉक्टरालाच सांगितलं की, देत नाही आम्ही ही गावठी दवा, पण तूही लिहून दे की, माझा पुतण्या शंभर टक्के बरा होईल, जगेल. त्या बरोबर त्या डॉक्टरानं पळ काढला. त्या काकानंच म्हसूबाचं नाव घेत जागल्याची दवा त्याला पिलवली. तीन दिवस जागल्या सतत पहाटे उठून तारल्याच्या सुळक्यावर जात होता. दवा तयार करत होता. मरायला टेकलेला तो पुतण्या चौथ्या दिवशी उठून चालायला लागला.

डोळ्यांतली आसवं पुसण्याचा प्रयत्न न करता त्या काकानं जागल्याला गळामिठी घातली. जागल्यानं जेव्हा पैका घ्यायलाही नकार दिला, तेव्हा तर काकाचा उर भरूनच आला. जागल्याची पडशी त्या दिवशी दाण्यागोट्यानं आणि मीठमिरचीनं इतकी भरून गेली की ती उचलून आणता आणता तो थकून गेला.

डोंगरावरचा झाडपाला आणताना त्याला असा थकलेला आपण कधीच कसा पाहिला नाही, याचं राधीला आश्चर्य वाटलं होतं.

त्याच काकाची ओळख सांगत एक दिवस जागल्याकडे एकजण आला. जागल्याला वाटलं त्याला पण पिवळीवरची दवा हवी असेल. पण त्यानं आपण संशोधन करत असल्याचं सांगितलं. जागल्याला तो काय बोलतोय, तेच कळेना. कळलं ते एवढंच की, तो या अशाच रानावनातल्या झाडपाल्यांवरची माहिती गोळा करतो आणि ती लिहून ठेवतो. जागल्याकडून त्याला फक्त ती माहिती हवी होती. जागल्या एरवी तयार झाला नसता. पण त्याला बाची आण याद आली.

"इद्या मरू घेऊ नगंस !" बा म्हणाला होता. पिवळी झालेल्या त्या पुतण्यालाही त्यानं असंच मरू दिलं नव्हतं. त्यापायी तो शहरातही गेला होता. त्या डॉक्टरानं घातलेल्या शिव्याही त्यानं मुकाट्यानं ऐकून घेतल्या होत्या. मग आपली विद्या मरू द्यायची नसेल, तर त्या काकानंच धाडलेल्या या दुसऱ्या डॉक्टराला माहिती द्यायला काय हरकत आहे !

तरीही जागल्यानं सगळीच माहिती एकदम नाही पुरवली. थोडी थोडीच सांगितली. तीही हवी असेल तर आपण सांगू त्यावेळेला आपल्याबरोबर रानावनात डोंगरदऱ्यात यावं लागेल, अशी अट घातली. तो डॉक्टर तयार झाला. जागल्याबरोबर भटकला. उन्हातान्हाची, भूकतहानेची पर्वा न करता. जागल्याबरोबर त्यानंही

कंदमुळं खाल्ली. झऱ्याचं पाणी पिऊन तहान भागवली. जागल्या सांगत असे त्यातला शब्द न शब्द तो आपल्याबरोबरच्या वहीत लिहून घेत असे. नवीन झाडझुडूप दिसलं की, तिथं बसून त्याचं चित्र काढत असे. फोटू काढत असे. त्यानं जागल्याचेही फोटो काढले होते.

त्याच्या बदल्यात त्यानं जागल्याला कधी पैका देऊ केला नाही. पण त्याच्या दवा तयार करण्याचं काम हलकं करण्याच्या नाना युक्त्या त्याला सांगितल्या. दवा टिकवण्याच्या लकबी पण त्याला शिकवल्या. त्यानं आपलं नावही कायसं सांगितलं होतं. पण जागल्याला ते कधीच बोलता आलं नाही. तो आपला त्याला डागदरसायेबच म्हणायचा. त्याला ते सुरुवातीला आवडायचं नाही. तो जागल्याला म्हणायचाही.

"अरे मी कसला डॉक्टर ! खरा डॉक्टर तू आहेस. आपली ही सिस्टिमच चुकीची आहे बघ. खऱ्या ज्ञानाला मान नाही इथं."

तो काय बोलतोय हे काही जागल्याला समजलं नाही. पण तो आपल्याला डॉक्टर म्हणाल्याचं ऐकून तो बासारखा गडागडा हसला. त्याचं हसणं पाहून राधीही खो खो हसत सुटली.

त्या रात्री जागल्या खुषीत आल्याचं पाहून राधीनं विचारलंही.

"त्यो शेरी डागदर तुला डागदर म्हनला, म्हून रंगात आला जनु तू ?"

तिला कुरवाळत जागल्या म्हणाला,

"नाय राधे, आपली इद्या आता मरनार नाय म्हून खूस हाय मी. बाला दिलेला शबूद पालनार बग मी."

पण जसा यायला लागला होता तसा तो शहरी डॉक्टर एकदम यायचा बंदच झाला. दोन तीन महिने त्याचा पत्ताच नव्हता. तसा परत एकदा जागल्या कष्टी दिसायला लागला. झुरायला लागला. राधीच्या तर अंगाला हातच लावला नव्हता त्यानं, एक रात्र राधीनंच त्याला जवळ ओढायचा प्रयत्न केला, तर जागल्यानं तिला लाथ मारूनच दूर ढकलून दिलं.

त्याच सुमाराला मिऱ्याची आणि जागल्याची गाठ पडली. मिऱ्याच्या आज्याच्या पोटात पाणी टिकेनासं झालं होतं. काहीही घेतलं तरी उलटी होऊन पार पडून जायचं. भिंताडासारखा माणूस चिपाडासारखा व्हायला आला होता. मिऱ्याच जागल्याला बोलवायला आला होता. जागल्यानं जाऊन आज्याला पाहिलं आणि म्हणाला,

"या वखताला माज्याजवल नाय दवा. रानात, पार त्या नागलीच्या जालीत जाऊन आनावी लागंल. उंद्याच्याला आनतो." आणि मग त्याला काय वाटलं कोण जाणे, त्यानं एकाएकी मिऱ्याला विचारलं, "तू येतू काय माज्यासंगट ?"

"जा, जा पोरा जा." कोणीतरी वडीलधारं त्याला म्हणालं. "अशा वखताला एकापरीस दोनजनं आसल्यालं बरं आसतंय."

मिऱ्याला तसा उत्साह नव्हता. पण कोणातरी वडीलधाऱ्यानं जा म्हणून सांगितल्यावर, नाही म्हणायचं धैर्य त्याच्यात नव्हतं. एकदा जागल्याबरोबर गेल्याबरोबर मात्र रानातल्या त्या फेरफटक्यात उनाडक्या करायला भरपूर वाव असल्याचं त्याच्या लक्षात आलं. जागल्या त्याला जाताजाता आसपासच्या झाडाझुडुपांविषयी आपल्याजवळ असलेली सगळी माहिती देत असे. मिऱ्या ती ऐकून घेतल्यासारखी करे. जात्याच तशी त्याची बुद्धी असल्यानं जागल्या जे सांगे ते त्याला पटकन समजतही असे, आणि त्याच्या ध्यानातही राहत असे. पण त्यात रस घेऊन जागल्यासारखा त्या झाडापाल्यांचा अभ्यास करावा, त्यांच्याबरोबर जागल्यासारखी किंवा त्याच्या बासारखी मैत्री करावी, असं मात्र त्याला कधीच वाटलं नाही. तरीही आज्या बरा झाल्यावरही जागल्या दर वेळी रानात जाताना त्याला नेमानं बोलवत राहिला आणि मिऱ्याही जात राहिला. तू का जातोस असं त्याला विचारलं असतं, तर त्याचं त्यालाच ते सांगता नसतं आलं.

जागल्याला मात्र मिऱ्याबद्दल विश्वास वाटत होता. तो शहरी डागदार गायब झाल्यापासून जागल्याला परत बाला दिलेल्या शब्दाची तीव्रतेनं आठवण होऊ लागली होती. आपल्या पाठी आपली विद्या तशीच मरणार, अशी भीती त्याला छळू लागली होती. मिऱ्या सापडल्यापासून मात्र तो निश्चिन्त होऊ लागला होता. नाहीतरी त्या डागदरासारखा उपरा आपली विद्या जिवंत ठेवील, यावर त्याचा तसा पूर्ण विश्वास कधीच बसला नव्हता. तो डागदर त्याच्या कामाबद्दल जागल्याला सांगत असे. पण त्यातलं ओ की ठो त्याला कधी कळलं नाही. काहीतरी अगडबंब शब्द वापरत असे तो. समजलं असलं तर एवढंच की, जागल्याकडून मिळालेली सगळी माहिती त्यानं कागदावर लिहून आणि कसल्यातरी मशीनीत जपून ठेवली होती. छाप्याच्या कागदासारखं कागद वापरलेलं कसलं तरी चोपडंपण आणण्याचं वचन त्या डागदरानं दिलं होतं. पण आता तर तो स्वतःच गायब झाला होता.

त्यापेक्षा मिऱ्या बरा.

"तेज हाय पोरगा. पोर कसला ! जवान बाप्याच हाये तो. पर हुन्नरी हाय. सांगितल्यालं कसं सटकन कलतं त्येला. एक डाव सांगितलं तर परतून सांगावं लागत न्हाय. आपल्याला लेकरू असतं आन् त्या मंजीच्या पोरासारकं टकुरं पार गेल्यालं असतं, तर मंग काय केलं असतं आपुन ? म्हसुबानं म्हूनच मिऱ्याला धाडलाय पग आपल्याकडं. फुडच्या वक्ताला त्येला इकडंच घेऊन येतो बग, राधे."

अन् खरोखरीच जागल्या त्याला आपल्याबरोबर घेऊन आला.

आल्याआल्याच त्याची नजर राधीवर पडली आणि तिथंच खिळून राहिली. तिच्या अंगागावर फिरू लागली. जागल्याचं त्याच्याकडे लक्षच नव्हतं. त्याला फतुऱ्याचा कोंब गावला होता. दुर्मिळच असे तो. जागल्या त्याच्यातच गुंग होता. त्या कोंबाचं कौतुक तो राधीला सांगत होता. ते ऐकता ऐकता राधी मात्र बावचळल्यासाररखी झाली होती. मिऱ्याची नजर तिला काय सांगू पाहत होती, त्याच्याकडेही तिचं लक्ष होतं.

एरवी राधीनं त्याला नजरेनंच जरब बसवली असती. आजवर वस्तीत तिनं कोणाला आपल्याकडे डोळा वर करू दिला नव्हता. पण जागल्या मिऱ्यावर खूष आहे, हे तिला समजलं होतं. त्याचं दुःख मिऱ्या भेटल्यापासून कमी झाल्याचं तिनं पाहिलं होतं. त्याचं कुढणं कमी झाल्याचं तिनं अनुभवलं होतं. नजरेनं अंगाला भोकं पडत नाहीत, असं तिला वाटायचं.

तिचं रांधून तयार होतं. लगोलग भाकरतुकडा खायला बसावं असंच, तिला वाटत होतं. तेवढी लवकर मिऱ्याची ब्याद टळली असती. पण जागल्या त्या दिवशी भलताच खूष झाला होता. फतुऱ्याचा कोंब गावला होता ते तर खंरच. पण मिऱ्यानंच तो त्याला दाखवला होता. मिऱ्याला त्याचं महत्त्व कळलं होतं असं नाही. त्याची नजर अकस्मात त्याच्यावर पडली होती आणि काही तरी नवं पाहिल्यामुळं त्यानं जागल्याचं लक्ष तिकडे वेधलं होतं. जागल्याला मात्र मिऱ्यानंच त्याचा शोध लावल्यासारखं वाटत होतं. आपली विद्या द्यायला, राखायला योग्य वारस मिळाल्याचा आनंद त्याला झाला होता. मोहाची दारू पिल्याशिवाय तो साजरा होणार नव्हता. जागल्यानं राधीला नवा बुधला खोलायला लावला. त्या दिवशी जागल्यानं राधीला पण घोट घ्यायला लावला. जागल्या दोन पेल्यातच ल्हास झाला.

राधीलाही भान राहिलं नाही. सकाळी राधी जागी झाली, ती मिऱ्याच्या कुशीत. मिऱ्या अजूनही झोपलेलाच होता. जागल्याही. आपलं पटकुरं सावरत घाईघाईनं ती उठली.

तिच्या मनात वादळ उठलं होतं.

"हे काय चाललंय राधे ? मिऱ्याची नजर तुला सांगून गेली होती. मग जागल्याला जागवायचा तू का प्रयत्न केला नाहीस ? बुधला न खोलता भाकर खायला घेतली असती, तर मिऱ्याला आपल्या घरी जावं लागलं असतं. मग झालं ते झालंच नसतं. कमीत कमी तू तरी जागल्याचं न ऐकता दारू खायची नव्हतीस. तुला नंतर नशा चढली ती त्याची की मिऱ्याच्या मिठीची ?"

अंगावर पाल चढल्यासारखी राधी शहारली. तो विचारच तिला किळसवाणा

वाटला. पण तो अवाजवी नसल्याचंही तिला कुठंतरी सांदीकोपऱ्यात वाटतच राहिलं.

"ती नसती खाल्लीस, तर मिऱ्याला दूर केलं असतंस तू ? आण खाऊन सांगशील तसं ?" तिचं मन तिला विचारत होतं आणि म्हसूबाची आण खाऊन आपल्याला खोटं बोलवणार नाही, याचीही तिला जाण होती. मोहाची नशा चढल्यामुळं आपल्याला काही आठवत नाही असं तिला सांगता आलं असतं. पण मिऱ्याच्या मिठीत आपल्या अंगावर मोरपीस फिरत होतं, याची याद तिला परत परत छळत होती.

आणि मग हे नेहमीचंच झालं. मिऱ्या आपण होऊन येऊन जागल्याला रानात चलायचा आग्रह करत असे. तो ते कशासाठी करतो, हे राधीला चांगलंच माहिती होतं. आपण ते जागल्याला सांगायला हवं, हेही ती प्रत्येक वेळेला स्वतःला सांगत राही. पण जागल्याचा चेहरा त्याला पाहून खुललेला बघून ती गप्पच बसत असे आणि प्रत्येक वेळी जागल्या तिला सांगे,

"राधे, मिऱ्या लई चांगला पोर हाय बग. बानं मला घातलेली आन आता म्या पालनार. ही इद्या आता मरत नाही. मिऱ्या तर तिला आणखी फुडं नेणार बग. गेल्या फावटी त्यानंच त्यो कोम माज्या नजरेला आनला. बा कितीकदा बोलायचा, पर मस्नी कंदी गावलाच नवता. मिऱ्यापायी तो मिलाला."

"पर त्यो शेरी डागदर आलाच हुता की, त्यो तर तुलाच डागदर म्हनायचा. त्यो पण इद्या जिती ठिवनार व्हता. त्येनं तर त्याचं काय ते चोपडं पन तयार करायला घ्येतलं हुतं. मग आता दुसरा कोनी कशापायी हवा ?" धीर करून राधी बोलली.

"या शेरातल्या लोकांचा काय भरूसा ? हाय कुटं पत्त्या त्या डागदराचा ? त्यो असाच आपल्या इद्येवर डाका टाकाय आला हुता. त्यानं काय त्ये चोपडं लिवलं, तरी त्येचा आपल्या आयाभनीस्नी आन् बाप्यास्नी काय फायदा ? वस्तीवर कोन बीमार जाला, तर काय त्यो डागदर येनार हाय ? की त्येचा बा ?"

अशा वेळी कदाचित मिऱ्याही येणार नाही, असं त्याला सांगावसं तिला वाटलं होतं. पण धीर झाला नाही.

मिऱ्याही जागल्याच्या नजरेआडच तिला आपल्या मिठीत ओढत असे. आताशा तर वरल्या अंगाला असलेल्या डोहाच्या काठी ते भेटू लागले होते. त्या डोहाच्या संथ पाण्यात तरंग उठू लागले होते. काठावरच्या कलमांना मोहर फुटू लागला होता. राधीच्या मनाची बोचणी तशी कमी झाली असली, तरी आता मिऱ्या आपण होऊन जागल्याला रानात चलायला आग्रह करत नाही, हे तिला

जाणवत होतं. जागल्याच्या अजून ते कसं लक्षात येत नाही, याचंच तिला आश्चर्य वाटत होतं.

"तुला लई त्या मिऱ्याचं कवतिक ! पुनवेवर अमुशा होऊन परत पुनव व्हाया आलीया. पर त्यानं काय आपलं त्वांड दाकिवलं नाय." परत एकदा धीर करून राधी म्हणाली, "त्येला तुज्या इच्छेची कुठं हाय फिकीर. ती असती तर..."

"...यील त्यो. माजा भरूसा हाय. आल्याबगर रायचा न्हाय. कुटं तरी अडकला आसंल."

तो कुठं अडकला आहे, याची राधीला माहिती होती. पण ते जागल्याला सांगता येत नव्हतं. मिऱ्याची मिठी तिला पुरती सोडवतही नव्हती आणि आपण जागल्याला फसवतो आहोत, याचं दुःखही तिला छळत होतं.

पण दुसऱ्याच दिवशी मिऱ्या आला.

तो एकटा नव्हता. त्याच्याबरोबर तिघंजण होते. एक बाप्या शहरी डागदरासारखा वाटत होता. पण दुसरे दोघे, एक बाप्या आणि एक बाई मात्र परदेशी होते. गोरे होते. तो बाप्या एकसारखा चिटाची जाडजूड विडी फुंकत होता. अन् लांडी चड्डी ल्यालेली ती बाईपण पांढऱ्या विड्या शिलगावत होती.

आल्या आल्या तिनं राधीकडे पाहिलं आणि मिऱ्याच्या जवळ जात तिनं त्याचा हात आपल्या कमरेभोवती घेतला. जागल्याकडे आणि विशेषतः राधीकडे नजर जाताच मिऱ्या ओशाळला. त्यानं आपला हात झटक्यानं काढून घेण्याचा प्रयत्न केला. पण तिनं तो पकडून ठेवला होता. राधी फणकाऱ्यानं मागच्या दाराकडे निघून गेली.

जागल्यानं विचारलं,

"काय रं मिऱ्या, हुतास कुटं इकतं दिस ? वारा बी लागू दिला न्हाईस ! अन् ह्ये कुनाला घ्येऊन आलास आज ?"

ह्ये आपलं शेरातलं बाबू." मिऱ्या चाचरत म्हणाल्या, "ह्येच वस्तीवर आलं होतं आन् इचारत होतं. मंगल्याच्या मामानं माज्याकडं धाडलं त्येस्नी. या परदेशाचं कोन तरी बीमार हाय म्हनला. त्यंच्यासाठी दवावखुदं होवं होतं त्येस्नी. आता मस्नी तरी काय कलतंय ! तुज्याबरूबर हिंडतूया म्हून काय तरी गावतंय. त्येस्नी कसली ती दवा तूच द्ये."

यावरी जागल्यानं त्या शहरी सायबालाच विचारलं,

"कोन हाय बीमार ? त्यालाच हिकडं घेऊन याया होवं. या दोगास्नी आनून काय उपेग ?"

"आजारी माणूस यांचा भाऊच आहे." अन् त्या परदेशी बाप्याकडे वळत तो म्हणाला, "ब्रदर, ब्रदर."

तो काय सांगतोय, हे त्या बाप्याला समजत नव्हतं. असंच जागल्याला वाटलं. पण तेवढ्यात त्या शहरी सायबानं त्याला डोळा घालत परत म्हटलं "ब्रदर, ब्रदर."

त्याबरोबर एकदम ध्यानात आल्यासारखं त्या बाप्यानं पण जागल्याकडे पाहत पोपटपंची केली,

"या, या, ब्रदर, ब्रदर."

"तर यांचा भाऊ सिक आहे. त्याला उठवतही नाही. म्हणून तर इथं आले आहेत, तुमच्याकडचं औषध घ्यायला. तुमच्याकडे जालीम औषध आहे, असं आम्हाला कळलं. म्हणून आलो."

"पण बीमारी काय हाय त्ये बगटल्याबिगर दवा द्याची कसी ?"

त्याबरोबर त्या तिघात काही तरी खुसूरपुसूर झाली. मिऱ्या मात्र दाराच्या चौकटीत येऊन उभ्या राहिलेल्या राधीला नजरेनं खुणावत होता. जागल्याचं त्यांच्याकडं लक्षच नव्हतं. तो त्या तिघांमध्ये चाललेल्या कानगोष्टींकडेच लक्ष देऊन होता. ते काय बोलताहेत, हे त्याला समजत नव्हतं. पण त्यांच्या हातवाऱ्यांवरून आणि चेहऱ्यावरच्या हालचालींवरून तो अंदाज बांधत होता.

"तसं खरं आहे तुमचं म्हणणं, बाबा." थोड्या वेळानं तो शहरी साहेब म्हणाला. "पण तुम्ही जर काही वनस्पतीच आम्हाला दिल्या आणि त्यातून औषध कसं तयार करायचं हे सांगितलंत, तर ते आम्ही करून घेऊ. शिवाय तुम्हालाही वरचेवर त्रास द्यावा लागणार नाही आम्हाला."

"अरं वारं वा ! बीमारी काय हाय ते बगिटल्याबिगरच दवा द्याला सांगतूस ! आन् ती बी येक नाय समदी मैतरंच आमची उपटून द्याया सांगतूस ! आमी काय हितं..."

"....तुमचा काही तरी गैरसमज होतोय, बाबा. तुम्हाला त्रास नको म्हणून म्हणालो तसं मी. शिवाय हे काही आम्हाला फुकटात नको. त्याचे पैसे द्यायला तयार आहोत आम्ही."

त्यानं खुणावताच त्या गोऱ्या सायबानं चड्डीच्या खिशातून पैशाचं बंडल काढून ते जागल्याच्या डोळ्यांसमोर नाचवलं. ते पैसे वेगळे आहेत, हे जागल्या आणि राधी दोघानांही जाणवलं.

"आरं जा तुजा पैका घेऊन. नासवाया बगतूस काय आम्हाला. पैका घ्येतला तर माजी इद्या मरून नाय जानार ? चालतं व्हा. नायतर टकुरंच फोडतो बग !"

जागल्यानं रुद्रावतार धारण केलेला राधी आणि मिऱ्या पण पहिल्यांदाच पाहत होते. त्या सायबानंही पाय पाठी घ्यायला सुरुवात केली. पण आपलं म्हणणं सोडायला तो तयार नव्हता.

"पण आजारी माणसाला तुम्ही औषध देता, हे समजलं...."

".... बीमार आसंल त्येला घ्येऊन ये. मंग त्येला लागलं तितकी दवादारू दीन. पर दुसऱ्या झाडपाल्याला बोट बी लावू द्याचा नाय मी. आन् मिऱ्या तूबी असल्या लोकान्ला माज्याकडं कशापायी आनलंस ? पुन्यांदा आसं क्येलंस तर तुला बी हाकलून दीन बग."

मिऱ्या यावर काहीही न बोलता खालच्या मानेनं त्या तिघांबरोबर निघून गेला. जाताजाता शेवटच्या क्षणी त्यानं हळूनच राधीला डोळा घातला. जागल्या अजूनही आपल्याच रागाच्या भरात होता. त्याचं त्यांच्याकडे लक्षच गेलं नाही.

ते तिघं निघून गेल्यावर पाठच्या बाजूनं राधीही बाहेर पडली. मिऱ्या डोहाकडे जाणार, हे तिला माहितीच होतं. मिऱ्याचंही त्या शहरी डागदराबरोबर काही तरी बोलणं चाललं असल्याचं तिनं पाहिलं होतं. त्याचाही जाब मिऱ्याला तिला विचारायचा होता.

पण आपण तो जाब विचारायलाच जातो आहोत, असं म्हसूबाची आण घेऊन नसतं सांगता आलं तिला. मिऱ्यानं धिटाईनं जागल्यासमोरच तिला डोळा घातला होता. त्यावेळी तिची चलबिचल झालीच होती. गेले आठ दहा दिवस मिऱ्याला ती भेटली नव्हती. तिचं अंगांग मिऱ्यानं नजरेच्या भाषेतच घातलेल्या त्या हाळीनं पेटून उठलं होतं.

डोहाच्या वाटेवरच्या पाणंदीजवळच राधीनं त्यांना गाठलं. ते तिच्या पुढे चालले होते. ती बाजूच्या झाडीत शिरली. त्यांचं बोलणं आता तिला ऐकू येत होते. ती मात्र त्यांच्या नजरेच्या आड होती.

"नाय, कितीबी पैका दिला तरी जागल्यादा मानायचा नाय." मिऱ्या त्या शहरी सायबाला सांगत होता.

"पण तुलाही बऱ्यापैकी माहिती असेलच की, त्याच्याबरोबर नेहमी जातोस. जातोस ना ?"

"जातू. पन मला तसी बीमारीची आन् दवादारूची कायबी जान नाय. जागल्यादाचं बगून काय काय झाडपाल्यामंदी दवा आसतू, येवडंच समजाय लागलंय मस्नी. पर कोणत्या बीमारीवर कोनती दवा द्याची, कसी द्याची आन् किती द्याची, ह्ये काय बी ठावं नाय मस्नी."

"नसेना का ! ते आम्ही पाहून घेऊ. या सायबांचे दोस्त आहेत तिकडे अमेरिकेत. ते काढतील शोधून. खरं तर त्यांनाच नेऊन द्यायचाय हा माल. तू नुसतं तो बाबा कोणती झाडं तोडून नेतो, ते सांग. ती कुठं आहेत, ती दाखव. तुला पण मालामाल करून टाकू आपण." त्याच्या खिशात नोटांचं एक बंडल कोंबत तो म्हणाला. त्यानं त्या गोऱ्या साहेबाला काहीतरी खूण केल्यावर त्यानंही

आपल्या खिशातून मगाशी जागल्याला दाखवलेलं ते बंडल बाहेर काढलं आणि तोही ते बळेबळे मिऱ्याच्या खिशात कोंबू लागला.

क्षणभर मिऱ्यानंही ते हातात घेऊन कुरवाळलं. त्या बरोबर त्या गोऱ्या साहेबानं आपल्या खिशात हात घालून दुसरं एक बंडल बाहेर काढलं.

"तेही तुला मिळेल. बघ." तो शहरी साहेब परत सांगू लागला." हवी कशाला त्या बाबाची मिजास ! नाहीतरी सगळा जंगलातला माल ! त्या बाबाच्या बापाचा थोडाच आहे ! तूच चल आमच्याबरोबर."

राधी पाहत होती. मिऱ्या आता त्यांच्याबरोबर जाऊन तो झाडपाला त्या साहेबांना देणार, असं तिला वाटू लागलं. आपल्याला त्या दवादारूतलं काही कळत नाही, हे मिऱ्यानं सांगितल्यामुळे जागल्याला जी त्याच्याबद्दल खात्री वाटत होती ती कशी चुकीची आहे, हे तिला समजलं होतं. मिऱ्या जागल्याकडे कशाला येत होता, याबद्दल आता तिला शंका राहिली नव्हती आणि आता तर मिऱ्या जागल्याला दगा द्यायला तयार झाला होता.

"नाय बा, आपल्याच्यानं नाय व्हायचं ह्ये." मिऱ्याचा आवाज तिच्या कानावर आला. "जागल्यादाला समाजलं तर त्यो सोलून काडलं मस्नी. माजा बाबी वेलूच्या फोकानं बदडून काडल मस्नी. नगं मस्नी ह्यो तुमचा पैका." राधीनं पाहिलं. मिऱ्या ती पैशाची बंडलं परत देत होता. पण तसं करताना त्याचा जीव तुटत होता, असं तिला वाटून गेलं.

तो काय म्हणतोय ते त्या शहरी सायबानं दुसऱ्या दोघांना सांगितलं. त्यांचे चेहरे पडल्याचं राधीनं पाहिलं. तसंच जाऊन मिऱ्याच्या गळ्यात हात टाकावेत, असं तिला वाटलं. समोरचं झुडूप जरा बाजूला करून तिनं परत पाहिलं.

ती गोरी बाई आता पुढं येत होती. तिनं आपले दोन्ही हात मिऱ्याच्या खांद्यावर ठेवले होते आणि ती त्याला काहीतरी सांगत होती. ती काय बोलत होती, हे राधीला समजत नव्हतं. मिऱ्यालाही ते समजत होतं, असं वाटत नव्हतं. पण तिच्या नजरेची आणि अंगाची भाषा मात्र त्याला समजत असल्याचं राधीला जाणवलं. तेवढ्यात तिनं सरळ मिऱ्याच्या कमरेभोवती आपला हात घातला आणि त्याचा हात आपल्या कमरेभोवती ओढून घेतला. मान वळवून तिनं बरोबरच्या त्या गोऱ्या सायबाकडं बघून डोळे मिचकावले आणि मिऱ्याला घेऊन ती डोहाच्या दिशेनं चालू लागली.

राधीही त्यांच्या पाठोपाठ जात राहिली. डोहाजवळ पोचताच त्या बाईनं अंगावरचे सगळे कपडे काढून टाकले. तिच्या त्या गोऱ्यागोऱ्या नितळ कायेकडं पाहून राधीच्याही अंगातून वीज चमकून गेल्यासारखं झालं. मिऱ्या तर बघतच राहिला. ठुमकत ठुमकत अंगडाई घेत ती मिऱ्याजवळ आली. त्याच्या कमरेचं

पटकूर तिनं एका फटक्यातचं सर्रकन् ओढून काढलं. त्याच्या हाताला धरून ओढतच तिनं त्याला डोहाजवळ नेलं आणि पाण्यात ढकलून दिलं. त्याच्या पाठोपाठ तिनंही उडी घेतली.

पाणी उंच उसळलं. त्या संथ पाण्यात खळबळ माजली. कोण कुठं आहे ते नीट उमगेनासं झालं. मिऱ्या, ती बाई, डोहाचं पाणी सगळं एकच झाल्यासारखं राधीला वाटलं. तिला तिथं राहवेना. वर गडगडाट होऊन पाऊस कोसळायला लागला होता. समोरचं दिसेनासं झालं होतं. आपल्या डोळ्यांवर पाण्याचा पडदा धरल्याचं राधीला जाणवलं. तो पावसाच्या पाण्याचाच आहे, असं ती आपल्या मनाला पटवून द्यायचा प्रयत्न करीत राहिली.

अडखळत, धडपडत, काट्याकुट्यांनी घायाळ होत राधी घराकडे जात राहिली. तिचं पेटलेलं अंग थंड होत होते. पण मनात मात्र आगडोंब उसळला होता. जागल्या बाला दिलेल्या शब्दाखातर आपली विद्या मिऱ्याला द्यायला निघाला होता. विद्या मरू द्यायची नाही म्हणजे काय ते राधीला समजत नव्हतं. पण तसं झाल्यानं जागल्या खूष होणार होता, एवढंच तिला कळत होतं. त्याचपायी आपण त्याच्याशी करत असलेल्या प्रतारणेची बोच ती कमी करत होती आणि आता तोच मिऱ्या तिला आणि जागल्याला दोघांनाही एकदमच दगा द्यायला निघाला होता.

घरात जाताच राधीनं जागल्याचा विळा हातात घेतला. त्याला धार आहे याची खात्री करून घेण्यासाठी तिनं त्याच्यावरून आपला अंगठा हलकेच फिरवला. पण विळा एवढा तेज होता की, तेवढ्यानंही तिच्या अंगठ्यावर रक्ताची लाल रेघ उमटली. अंगठा चोखत ती बाहेर पडणार तोच तिला जागल्याची हाक ऐकू आली.

तो भलताच उत्तेजित झालेला होता.

त्याच्याबरोबर तो पूर्वी येत असलेला शहरी डागदर होता. अन् जागल्याच्या हातात कसलं तरी चोपडं होतं. त्याच्यावर फोटू होता. जागल्या सदाच आणत असलेल्या पिवळ्या जर्द रंगाची फुलं असणाऱ्या त्या झाडपाल्याचा.

"हे बगितलंस राधे, माजी इद्या आता कंदीच मराची नाय. या डागदरसायबांनी या चोपड्यामंदी तिला पकडूनशानं ठेवलीया. आन् ह्ये बगितलंस, आपला पन पोटू हाय ह्येच्यात..."

राधी पाहतच राहिली. जागल्या आणि ती दोघांचाही फोटू होता. जागल्याच्या हातात त्याच झुडूपाची फांदी होती. त्याच्याच खाली काहीतरी लिहिलं होतं. तो शहरी डागदर सांगत होता की ते जागल्याचं नाव आहे.

तेवढ्यात जागल्याची नजर राधीच्या हातातल्या विळ्याकडे गेली. त्यानं विचारलं,

“आन् तू या वकताला ह्यो इला घेऊन कुटं निगालीस ?”

“मस्नी बी तुज्या इद्येचा बंदूबस्त कराचा हाय. मस्नीच त्यो कराय होवा.”

जागल्या त्यावर काही बोलायच्या आतच राधी बाहेर पडली. निर्धार करून डोहाच्या दिशेनं धावत सुटली.

✦

टक्कर

'ग्लोबल सेवन वन वन, मेन्टेन वन फोर झीरो' अविनाश कर्णिकनं आपल्या कमावलेल्या आवाजात ग्लोबल एअरलाईन्सच्या विमानाला, ते सध्या ज्या उंचीवर उडत होतं त्याच उंचीवर कायम राहण्याची सूचना दिली. नुकतंच त्या विमानानं उड्डाण केलं होतं. त्याच वेळी स्कायवेजचं बंगलोरहून येणारं विमान उतरू पाहत होतं. त्या दोघांना एकमेकांपासून दूर ठेवण्याची गरज होती. वास्तविक दिवसाच्या त्या वेळेला आकाशात विमानांची इतकी गर्दी होत नसे. रात्रीच्या वेळी खूपच विमानं एकमेकापाठोपाठ उड्डाण तरी करत असत किंवा जमिनीवर उतरू तरी पाहत असत. त्यांना ताटकळत ठेवलेलं त्यांच्या वैमानिकांनाही आवडत नसे आणि प्रवाशांनाही. त्यावेळी त्या सगळ्या विमानांना एकमेकांपासून दूर ठेवत त्यांचं वेळापत्रक सांभाळणं, ही मोठी कसरतच असे. पण अविनाश, तसंच त्याचे इतर साथीदार, ती कसरत सहजपणे करत. स्वत:चं किंवा वैमानिकांचं मन:स्वास्थ्य आणि तोल अजिबात ढळू न देता, ती सर्कस ते लीलया हाताळत असत.

तसं करणं सोपं मुळीच नव्हतं. एकतर रहदारी सतत वाढतच होती. त्या मानानं तिथली दूरसंदेशयंत्रणा तशी जुनीच, कालबाह्य झालेली होती. ती बदलावी म्हणजे आमच्यावरचा ताण कमी होईल, ताण कमी झाला की आपोआपच चुका होण्याची शक्यताही दुरावेल, असं अविनाशनं आणि त्यांच्या चीफ एअर ट्रॅफिक कंट्रोलरनं घसा दुखेस्तोवर सांगितलं होतं. त्यांचं म्हणणं मानलं जात नव्हतं, असंही नाही. पण सरकारी लाल फीत आपल्या वेगानंच गुंडाळली जात असते,

याचा सर्वांनाच अनुभव होता. त्यात तसा कोणाचा दोष होता, असंही नाही. सगळेच 'आदतसे मजबूर' झाले होते. त्यात कोणी जरा पुढाकार घेऊन काही निर्णय घेण्याचं धाडस दाखवलंच, तर त्याचं कौतुक होण्याऐवजी त्याला धारेवर धरलं जाण्याची, त्याची चौकशी होण्याची, त्याला अनेक प्रश्नांना, सामोरं जावं लागण्याची शक्यताच अधिक असे. त्यामुळंच आपणहून काही निर्णय घेणं टाळण्याकडेच प्रवृत्ती होत असे. मामला कोणत्यातरी कमिटीकडे सुपूर्द केला की सगळेच सुरक्षित राहत आणि कोणतीही बाब एकदा का कमिटीकडे गेली, की मग त्याला किती फाटे फुटतील आणि किती वेळ लागेल, हे त्या हरीलाही सांगता आलं नसतं.

त्यात या अशा गुंतागुंतीच्या आणि कॉम्प्युटरवर आधारित यंत्रणांचा पुरवठा करणाऱ्या बहुतेक कंपन्या परदेशी असल्यामुळं तर अधिकच सावधगिरी बाळगण्याची जरुरी प्रत्येकाला वाटत असे. म्हणजे तांत्रिकदृष्ट्या सर्वश्रेष्ठ यंत्रणेची जरी निवड केली, तरी कोणीतरी हरीचा लाल त्यात भ्रष्टाचार झाल्याची ओरड करतच असे. असा कोणी निघाला नाहीच तर ज्या प्रतिस्पर्धी कंपनीला ते कंत्राट मिळालेलं नसे, ती कंपनी कोणाला तरी पुढं करून त्याच्या आडून शरसंधान करायला सिद्ध होत असे आणि मग त्याला त्या आरोपाचं समर्थन करणारा पुरावा सादर करायला सांगण्याआधीच ज्यानं तो निर्णय घेतला त्याच्या मानगुटीवरच चौकशीचं शुक्लकाष्ट बसवलं जाई. ती टांगती तलवार घेऊन त्याला किती काळ काढावा लागेल, याचीही शाश्वती कोणी देऊ शकत नसे. अशा परिस्थितीत कोण कशाला आपल्याच हातानं आपली मान फासात अडकवायला तयार होईल !

यावेळी तर बाब अधिक गुंतागुंतीची झाली होती. नवी यंत्रणा आपण सहज पुरवू शकू, असा दावा एका भारतीय विज्ञान संस्थेनंच केला होता. इथल्या मातीतच झालेल्या संशोधनातून त्यांनी तशी यंत्रणा तयार केली होती. त्यातला काही भाग तर त्यांनी लंडनच्या हीथरो विमानतळावर कार्यान्वितही केला होता. जागतिक स्पर्धेला तोंड देत त्यांनी लंडनचं ते कंत्राट मिळवलं होतं. साहजिकच त्यांचा आत्मविश्वास दुणावला होता. लंडनला त्यांनी बसवलेली यंत्रणा हा एका मोठ्या नेटवर्कचा एक तसा म्हटलं तर छोटासा पण महत्त्वाचा भाग होता. आता संपूर्ण नेटवर्कच उभं करण्याची संधी त्यांच्यापुढं आलेली होती. ती साधायचीच अशा निश्चयानंच तिथली शास्त्रज्ञ मंडळी तयारीला लागली होती.

पण आपल्याच शास्त्रज्ञांच्या कर्तबगारीवर आपल्या सरकारनं कधीच रास्त विश्वास दाखवला नव्हता. त्यामुळं त्या संस्थेला ही कामगिरी झेपेल का, असा सवाल करणाऱ्या शंकासूरांची कमतरता नव्हती. वास्तविक त्या संस्थेनं यंत्रणेचं नमुना प्रात्यक्षिकही दाखवलं होतं. त्यानं अविनाश आणि त्याचा चीफ एअर

ट्रॅफिक कंट्रोलर चांगलेच प्रभावित झाले होते. ते शास्त्रज्ञ चर्चा करून त्यात हवी तशी सुधारणा करायलाही तयार होते. त्यांना आपल्या देशातील परिस्थितीची, हवामानाची, येणाऱ्या इतर अडचणींची जाणीवही होती. त्याला अनुरूप अशी यंत्रणा उभी करणं त्यांना अधिक शक्य होतं. त्याचा खर्चही सगळ्यात कमी होता.

खरं तर तीच मोठी अडचण झाली होती. कारण सरकारी रिवाजानुसार सर्वात कमी किमतीचं टेंडर पास करणं आवश्यक होतं. पण बरीच भारदस्त बहुदेशीय मंडळी रिंगणात होती. इतकं महत्त्वाचं आणि किफायतशीर कंत्राट ती सहजासहजी हातातून निसटू देतील, हे शक्यच नव्हतं. आपलंच घोडं पुढं दामटण्याचे भलेबुरे सगळे उपाय त्यांच्याकडे होते. भारतीय संस्थेला अनुभव नाही, त्यांच्याकडून चुका झाल्या तर त्यात अनेक निष्पाप प्रवासी जिवाला मुकतील, अशी भीती त्यांनी दाखवली. जणू लंडनच्या विमानतळावरील प्रवासी निष्पाप नव्हतेच ! किंवा तिथल्या अधिकाऱ्यांना प्रवाशांच्या जिवाची पर्वाच नव्हती ! पण हाताशी धरलेल्या वार्ताहरांकरवी आणि खिशातल्या वर्तमानपत्रांकरवी त्यांनी काही हाकाटी सुरू केल्यावर, तिच्याकडे दुर्लक्ष करून योग्य तो निर्णय घेण्याचं धाडस नागरी विमानवाहतूक खात्यातील अधिकारी दाखवू शकले नाहीत.

अविनाश त्या बैठकीला हजर होता. त्या भारतीय संस्थेचे संचालक आणि इतर शास्त्रज्ञही तिथं होते.

'लंडनच्या हीथरो विमानतळावर आम्ही जी यंत्रणा बसवली आहे, तिची स्पेसिफिकेशन तर इथं जी यंत्रणा कार्यान्वित करायची आहे तिच्यापेक्षाही अधिक कडक होती. आमची परीक्षा पाहणारी होती. शिवाय ती संपूर्ण नवीन प्रकारची होती. तशा प्रकारची यंत्रणा इतरत्र कुठंच बसवली गेलेली नाही. उलट इथं बसवायची यंत्रणा तशी रुटीन प्रकारची आहे. तिच्यामध्ये तसं कोणतंच नाविन्य नाही. ना तिच्यात कोणताही प्रथमच टेस्ट केला जाणारा घटक आहे. आम्ही याच्यापेक्षाही अवघड कामं पार पाडलेली आहेत. तेव्हा हिच्यात काही चुका होतील अशा शंका काढण्याचं कारणच काय, हे आम्हाला समजत नाहीय.' थोड्याफार हताश सूरात संचालकांनी विचारलं होतं.

त्याच उत्तर खरं तर खात्याच्या सचिवांकडे नव्हतं. ते तसे त्या भारतीय संस्थेच्या पक्षाचेच होते. पण कोणतंही धाडस करून स्वतंत्र निर्णय घ्यायची त्यांची तयारी नव्हती. ते म्हणाले, 'मला व्यक्तिशः तुमचं म्हणणं मान्य आहे. पण उद्या लोकसभेत कोणीतरी तसा प्रश्न उपस्थित करू शकेल. त्याला काय उत्तर द्यायचं ! तुम्ही जर आपल्या यंत्रणेचं प्रात्यक्षिक दाखवू शकाल तर या शंका दूर होऊ शकतील.'

‘ठीक आहे. आम्ही व्हर्च्युअल रिॲलिटी सिस्टीम एस्टॅब्लिश केलेली आहे. तिच्यावर या यंत्रणेचं डेमॉन्स्ट्रेशन सहज दाखवू शकू.’

‘व्हर्च्युअल रिॲलिटी ? म्हणजे काय ?

‘म्हणजे सत्याभास म्हणजे सिम्युलेशन. पायलटना ट्रेनिंग देताना प्रथम या सिम्युलेटर्सचाच उपयोग केला जातो. ते प्रत्यक्ष उड्डाण करत नाहीत. जमिनीवरच ते एका यंत्रात बसतात. तिथं त्यांच्यासमोर टीव्हीच्या पडद्यासारखा एक पडदा असतो. त्यावर आकाशात कॉकपिटमधून ते दृश्य दिसेल, तेच दाखवण्याची व्यवस्था कॉम्प्युटरचा वापर करून केली जाते आणि मग प्रत्यक्षात उड्डाणात ज्या ज्या काही प्रसंगांना तोंड देण्याची पाळी येऊ शकते, त्या त्या वेळी काय करायचं याचं शिक्षण पायलटना दिलं जातं. तसंच तो आपली कामगिरी कशी पार पाडतो, याची परीक्षाही घेतली जाते. त्या परीक्षेतून तो तावूनसुलाखून पार झाला, की मगच त्याच्या हाती विमानाचं चाक दिलं जातं.’

‘म्हणजे महाभारतात उभी केली होती तशी मयसभाच तुम्ही उभी करणार म्हणाना !’ कोणीतरी मल्लीनाथी केली होती. पण संचालकांना तोच धागा पकडून आपला मुद्दा मांडणं सोपं झालं होतं.

‘एक्झॅक्टली ! यू हॅव गॉट द पॉईन्ट !’

‘मला नाही वाटत तेवढ्यानं भागेल असं.’ सचिव म्हणाले. ‘ते एक नाटक किंवा टीव्हीवरचा सिनेमाच आहे. असे म्हणतील सगळे. आय नो, आय नो, ते सगळ्यात मॉडर्न टेक्निक आहे. पण त्याचा परिणाम इथं होईल, असं समजू नका. इथं सगळं सत्य लागतं, त्याचा आभास करून चालत नाही. विशेषत: तुमचे कॉम्पिटिटर्स इतरत्र उभ्या केलेल्या तशा यंत्रणेचं लाईव्ह डेमॉन्स्ट्रेशन देऊ शकतात, हेही लक्षात घ्या.’

‘हो, म्हणजे त्या निमित्तानं एक फॉरेन टूरही पदरात पडली.’ कोणीतरी तेवढ्यात कुजबुजलं होतं.

‘म्हणजे आपल्याच देशात अशी यंत्रणा उभी करण्याची संधी आम्हाला कधीच मिळणार नाही तर !’ विषण्ण सुरात संचालकांनी विचारलं.

त्यावर कोणीच काही उत्तर दिलं नाही. न बोलताच सगळ्यांना ते कळून चुकलं होतं.

अविनाशलाही त्या शास्त्रज्ञांइतकीच चीड आली होती. पण कोणीच तिचा उच्चार करायला तयार नव्हतं. नाही म्हणायला एका कोपऱ्यातल्या वृत्तपत्रानं तशी बातमी प्रकाशित केली होती. पण तिच्याकडे कोणीच लक्ष दिलं नाही.

कंत्राट त्या संस्थेला मिळालं नाही हे खरं असलं, तरी दुसऱ्या कोणालाही दिलं गेलं नाही. कोणताच निर्णय घेतला गेला नाही आणि सारंच घोंगडं भिजत पडलं.

आताही आकाशातल्या त्या दोन विमानांना एकमेकांपासून दूर ठेवून आपापली वाटचाल सुखेनैव करू देण्याची धडपड करताना अविनाशला ते सारं रामायण आठवत होतं. ती यंत्रणा जर आज कार्यान्वित झाली असती तर किती सोय झाली असती, हा विचार त्याची एकाग्रता भंग करू लागला तशी तो भानावर आला. फारशी गुंतागुंत नसली, दोनच विमानांचा प्रश्न असला, तरी कामात जरासाही व्यत्यय आला किंवा एकाग्रता जराशीही ढळली तरी तिचे परिणाम किती भयंकर होऊ शकतात, याची त्याला कल्पना होती. इतरत्र झालेल्या काही अपघातांच्या चौकशीचे अहवाल त्यानं अतिशय काळजीपूर्वक अभ्यासले होते. म्हणूनच तर नव्या यंत्रणेबद्दलचा निर्णय लवकरात लवकर घेतला जावा, यासाठी तो आणि त्याचे चीफ सतत घोशा लावतच होते.

'मुंबई कंट्रोल, धिस इज ग्लोबल सेव्हन वन वन. वुई आर मेन्टेनिन्ग वन फोर झीरो.' ग्लोबलच्या वैमानिकाचा आवाज अविनाशच्या कानावर आला. त्यानं दिलेल्या सूचना तो व्यवस्थित पाळत होता. आता स्कायवेजला खाली उतरायला सांगता आलं असतं. त्या आधी अर्थात त्याला ग्लोबल सेव्हन वन वन चौदाहजार फूट उंचीवर असल्याची सूचना देणं आवश्यक होतं. म्हणजे ते दिसलं म्हणून तो एकदम बावचळून गेला नसता.

'स्कायवेज फोर एट फाईव्ह, धिस इज मुंबई कंट्रोल. कम इन स्कायवेज.' त्यानं स्कायवेजच्या वैमानिकाच्या नावानं हाक दिली.

'मुंबई कंट्रोल, स्कायवेज फोर एट फाईव्ह कॉलिंग. रिक्वेस्ट डिसेंडिंग टू वन झीरो झीरो.'

'स्कायवेज फोर एट फाईव्ह. अनदर ऑब्जेक्ट मेंटेनिंग वन फोर झीरो. फाईव्ह ओ क्लॉक. कीप ट्रॅक अँड डिसेंड टू वन झीरो झीरो. डिसेंट रेट सिक्स फाईव्ह.'

किती वेगानं उतरायचं याच्या सूचना देत अविनाशनं त्या वैमानिकाला ग्लोबलच्या विमानाकडेही लक्ष ठेवायला सांगितलं होतं. त्या सूचना त्यानं तंतोतंत पाळल्या असत्या की मग दोन्ही विमानं एकमेकांपासून सुरक्षित अंतरावर आली असती. मग पुढची वाटचाल करणं सगळ्यांनाच सोपं झालं असतं. तसं पाहिलं तर हा रुटिन होता. याहूनही गुंतागुंतीची रहदारी दररोज रात्री नऊनंतर हाताळावी लागत असे. आजवर अविनाशनंही कितीतरी वेळा ती रात्रपाळी केलेली होती. पण का कोण जाणे, आज त्याचं त्यालाच दडपण जाणवत होतं. कसली तरी अनामिक हूरहूर लागून राहिली होती.

'रॉजर, मुंबई कंट्रोल इन्स्ट्रक्शन्स रिसीव्हड लाऊड अँड क्लिअर. ओव्हर अँड आऊट.' आपल्याला सूचना व्यवस्थित मिळाल्याची कबूली देत स्कायवेजच्या

वैमानिकानं खाली उतरायला सुरुवात केली. अविनाश रडारच्या पडद्यावर नजर ठेवून सारं काही आलबेल असल्याची खात्री करून घेऊ लागला.

अकस्मात त्याला जाणवलं, की स्कायवेजचं विमान वेगानं खाली उतरत आहे. तो वेग कायम राहिला असता, तर ते विमान जेव्हा चौदाहजार फूट उंचीवर उतरलं असतं, त्यावेळी त्याची आणि ग्लोबलच्या विमानांची जागा एकमेकांच्या फार जवळ आली असती. त्यांची टक्कर होण्याची शक्यता उत्पन्न झाली असती. आपण इतक्या स्पष्ट सूचना देऊनही स्कायवेजच्या विमानानं खाली उतरवण्याचा वेग योग्य तो राखू नये, याचं त्याला आश्चर्यच वाटलं. तो पाहत होता. वेग कमी होण्याची काहीच चिन्हं नव्हती.

समोरचा माईक खेचून घेत त्यानं परत एकदा स्कायवेजच्या वैमानिकाला आपल्या सूचना ऐकवल्या. त्याचबरोबर आहे तो वेग कायम राखण्यातले धोकेही त्यानं त्याला सुनावले. परत एकदा त्यानं त्याला सगळ्या सूचना समजल्या असल्याची पावती दिली.

पण वेग कमी होण्याची कोणतीच चिन्हं नव्हती. काय घोटाळा आहे हेच समजत नव्हतं. आता ग्लोबलच्या वैमानिकाला सावध करणंही जरूरीचं होतं. स्कायवेजच्या ऐकण्यात काहीतरी घोटाळा तरी होता. किंवा त्याला स्वत:चीच मनमानी तरी करायची होती. तसं असेल तर त्याची खरडपट्टी काढावी लागली असती. पण ते सगळं नंतर. आता प्रायॉरिटी द्यायला हवी होती ती त्या विमानांची टक्कर टाळण्याची.

अविनाशनं ताबडतोब ग्लोबलच्या वैमानिकाशी संपर्क साधला आणि त्याला संभाव्य धोक्याची कल्पना दिली. त्यानं प्रथम अविनाशला शिव्याच दिल्या. इतक्या उशीरा माहिती दिल्यामुळं त्यालाही योग्य खबरदारी घेण्यासाठी पुरेसा वेळ राहिला नव्हता. आपल्या वेगात आणि फिरण्याच्या कक्षेतही त्याला बदल करावा लागणार होता. डोळ्यात तेल घालून बाहेर पाहत त्यानं आपल्या को-पायलटला सूचना द्यायला सुरुवात केली आणि आपणही समोरच्या स्पीडोमीटर आणि आल्टिमीटरकडे एका डोळ्यानं लक्ष देत वेगात बदल करायला सुरुवात केली.

आभाळ स्वच्छ असावं आणि बघता बघता एकाएकी झंझावात सुटावा, आंधी यावी, सगळं झाकोळून जावं, तसं झालं होतं. ध्यानीमनी नसताना संकटाची छाया आपले हातपाय पसरू लागली होती. सगळ्यांचीच धावपळ उडाली होती. नाही म्हणायला स्कायवेजचा पायलट तेवढा अतिशय शांत वाटत होता. त्याच्या बोलण्यात कसलाच बदल नव्हता. काही अनवस्था प्रसंग येऊ घातलाय, असं त्याच्या बोलण्याच्या सूरातून अजिबात वाटत नव्हतं. अविनाश

तर जवळजवळ ओरडूनच त्याला सावध करायचा प्रयत्न करत होता, खबरदारीचे उपाय घ्यायला त्याला सांगत होता. पण तो आपल्या ठरवलेल्या मार्गापासून तसूभरही ढळायला तयार असलेला दिसत नव्हता.

समोरच्या रडारच्या पडद्यावरचे ते दोन ठिपके कोणाचंच काही नियंत्रण नसल्यासारखे एकमेकांच्या दिशेनं पुढं पुढं सरकत होते. त्यांची तीच दिशा आणि तोच वेग कायम राहिला, तर पुढच्या दोन मिनिटात ते दोन ठिपके पडद्यावरून कायमचे नाहिसे होण्याचा धोका आता अविनाशला स्पष्ट दिसत होता. तो आपल्याकडून पराकाष्ठा करत होता. पण ती निरर्थक आहे. होणारं अटळ आहे, अशी एक वैफल्याची भावना कब्जा घेऊ पाहत होती.

तिच्यावर मात करत तो दोन्ही वैमानिकांशी एकाच वेळी बोलण्याचा प्रयत्न करत होता.

ग्लोबलचा ठिपका थरथरल्यासारखा झाला का ? की हे केवळ आपल्या मनाचे भासच ! डोळे ताणून अविनाशनं पडद्याकडे पाहिलं. नाही ग्लोबलच्या ठिपक्याच्या सरकण्याच्या वेगात निश्चित बदल होत होता. त्याची पुढं सरकण्याची दिशाही बदलण्याची चिन्हं दिसत होती. पण हे बदल पुरेसे आहेत की नाही, हे आताच नसतं सांगता आलं. ग्लोबलच्या वैमानिकानं आपल्याला शिव्या दिल्या त्या रास्तच होत्या. त्याला सूचना देण्यात आपल्याकडून दिरंगाईच झाली. मुद्दाम नसेल केलेली. पण दिरंगाई झाली हे नक्की. त्यामुळं काही अमूल्य सेकंद वेळ वाया गेला. तेवढ्या उशीरामुळं जर टक्कर झाली तर... !

अविनाशला विचारच करवेना. आपले डोळे घट्ट मिटून घ्यावे, अशी तीव्र इच्छा त्याला झाली. पण निकराच्या प्रयत्नानं त्यानं ते विचार पिटाळून लावले, आणि परत एकदा त्यानं आपलं सारं लक्ष आपल्या हातातल्या कामावर केंद्रित केलं.

ते दोन ठिपके आता अगदी जवळ आले होते. अविनाशची नजर सरावलेली होती. म्हणूनच त्याला त्या दोघामधलं अंतर अजून दिसत होतं. इतर कोणाला तो एकच एक मोठा ठिपका आहे असं वाटलं असतं. डोळ्यांची पापणीही न लवता अविनाश तिकडे पाहत राहिला. ते ठिपके आणखी जवळ आले. त्याच क्षणी दोन्ही वैमानिकांनी त्याच्या नावानं केलेला शंख त्याच्या कानी पडत होता. त्यांच्या बोलण्यावर काहीही प्रतिक्रिया व्यक्त न करता तो मुक्यानं समोरच्या पडद्यावरच्या त्या दोन ठिपक्यांकडे टक लावून पाहत होता. अजूनही ते ठिपके पडद्यावर स्पष्ट दिसत होते. तोवर आशा होती. एका क्षणी ते नाहीसे झाल्यासारखं वाटलं. पण पुढच्याच क्षणी ते परत दिसू लागले. एकमेकांपासून ते हळूहळू पण निश्चितपणे दूर जाऊ लागले होते.

"मुंबई कंट्रोल धिस इज ग्लोबल सेव्हन वन वन. वॉन्ट टू रिपोर्ट निअर मिस. स्टारबोर्ड. हाफ किलोमीटर. वन फोर झीरो." ग्लोबलच्या वैमानिकाचा आवाज परत शांत झाला होता. नेहमीच्या पट्टीत आला होता.

अविनाशने चेहऱ्यावरचा घाम खसखसून पुसला. एक दीर्घ सुस्कारा सोडला आणि मगच तो माईकमध्ये बोलू लागला.

"रॉजर, ग्लोबल सेव्हन वन वन. निअर मिस रेकॉर्डेड. सॉरी अबाऊट दॅट." चूक आपली नाही. स्कायवेजच्या वैमानिकानं आपल्या इन्स्ट्रक्शन्स पाळल्या नाहीत, हे त्याला सांगावं, साऱ्या जगाला ओरडून सांगावं, असं त्याला वाटत होतं. महात्प्रयासानं त्यानं स्वत:ला आवरलं.

"कंट्रोल, रिक्वेस्ट क्लाईबिन्ग टू टू झीरो." ग्लोबलचा वैमानिक आपलं विमान आणखी उंचावर नेण्याची विनंती करत होता. आता तसं करू द्यायला कसलीच आडकाठी नव्हती. त्यानं ती परवानगी दिली. तसंच स्कायवेजच्या विमानालाही खाली उतरू द्यायला परवानगी दिली, दोन्ही विमानं आपापल्या वाटेनं निघाल्याचं निश्चित केल्यावर मात्र आपल्याकडची सूत्रं आपल्या सहकाऱ्याच्या हाती देत अविनाश तिथून चीफच्या ऑफिसकडे निघाला. झाल्या प्रकारचा साद्यंत रिपोर्ट तर द्यायचाच होता. पण स्कायवेजच्या वैमानिकाला गाठून त्यालाही त्यानं आपल्या इन्स्ट्रक्शन्स का पाळल्या नाहीत, हेही विचारायचं होतं. खरं तर त्याची खरडपट्टी काढायची होती.

पण अविनाश तसं करूच शकला नाही. कारण आपण इन्स्ट्रक्शन्स अगदी तंतोतंत पाळल्या, कोणतीच कसूर केली नाही, असं त्याचं ठाम म्हणणं होतं, म्हणून तर अविनाशनं जेव्हा तसं विचारलं तेव्हा त्याचा अर्थच आपल्याला कळला नाही. त्यामुळंच तर आपण गप्प राहिलो, त्याच्या ओरडण्याकडे लक्ष दिलं नाही, असं त्यानं ठासून सांगितलं, अविनाशलाही त्यापुढं काही बोलता येईना. कारण तो वैमानिक खोटं बोलणाऱ्यातला किंवा कांगावा करणाऱ्यातला नव्हता. शिवाय त्याच्या फ्लाईट रेकॉर्डरवरून त्याचं म्हणणं खरं की खोटं, याची शहानिशा करता आली असती. त्यालाही त्याची पुरेपूर जाणीव होती. त्यामुळं तो धडधडीत खोटं बोलायला धजावेल, असं अविनाशलाही वाटत नव्हतं.

ग्लोबल आणि स्कायवेज, दोघांनीही सगळ्या इन्स्ट्रक्शन्स तंतोतंत पाळल्या होत्या. त्या देण्यात त्याच्याकडूनही काही चूक झाली नव्हती आणि तरीही निअर मिसची घटना घडली होती, या सगळ्याचा अन्वयार्थ कसा लावायचा, ते अविनाशला कळेना, तो चक्रावून गेला होता. याचा अर्थ यंत्रणा जुनाट झाली होती. विमानांच्या वेगाविषयी, त्यांच्या स्थानाविषयी माहिती देण्यात गफलती करत होती, असा तर नव्हता ? तसं असेल तर आता नवी यंत्रणा मिळविण्यात

अधिक दिरंगाई करून चालणार नव्हतं.

चीफला तो मुद्दा पटवणं अविनाशला अवघड गेलं नाही. पण वरिष्ठ अधिकाऱ्यांना तो पटवून घ्यायची त्यांची तयारीच नव्हती. तो पटला असं त्यांनी कबूल केलं असतं, तर मग झालेल्या, किंवा टळलेल्या म्हणा, अपघाताचं खापर त्यांच्या डोक्यावर फुटलं असतं. त्याऐवजी झाला प्रकार हा एअर ट्रॅफिक कंट्रोलरच्या चुकीमुळं झाला, मानवी चुकीमुळं घडला असं म्हणून अविनाशच्या माथी सारा दोष मारणं सोयीचं होतं.

अविनाशला तंबी मिळाली. त्याला वॉर्निंग दिली गेल्याचं, आणि पुन्हा अशी चूक झाल्यास त्याचे गंभीर परिणाम भोगावे लागतील हे स्पष्ट केल्याचं, जाहीरही करण्यात आलं. वर्तमानपत्रांमध्ये तसं छापूनही आलं.

अविनाश खवळला होता. इमानेइतबारे काम करूनही त्याचं रेकॉर्ड डागाळलं गेलं होतं. शिवाय त्याची पुढची करियरही धोक्यात आली होती. सदोष यंत्रणेपायी पुन्हा असा प्रकार केव्हा घडेल हे सांगता येत नव्हतं आणि तसं झालं तर मग त्याच्या नोकरीवरही गंडातर आलं असतं. ती टांगती तलवार डोक्यावर घेऊन, त्या ताणाखाली अधिक जागरूक राहणं, ही तारेवरची कसरत होती. पण अविनाशला आता ती करावी लागणार होती.

तोंड दाबून बुक्क्यांचा मार सहन करण्यावाचून त्याच्याकडे दुसरा उपायच नव्हता. नाही म्हणायला संदीपकडे आपल्या मनातली व्यथा त्यानं बोलून दाखवलीच. संदीपच एक होता की ज्याच्याकडे तो नि:शंकपणे आपलं मन खुलं करू शकत होता.

संदीप स्पेस सायंटिस्ट होता, काही काही वेळा वातावरणात असे काही बदल होतात की त्यामुळे दूरसंदेशवहनाचे सिग्नल्स बदलले जातात, डिस्टॉर्ट होतात, हे सांगून त्यानं अविनाशला दिलासा देण्याचा प्रयत्न केला. म्हणजे चूक त्याचीही नव्हती, वैमानिकांचीही नव्हती की यंत्रणेचीही नव्हती. असलीच तर निसर्गाची होती.

"मला काय कुक्कुलं बाळ समजतोस तू ? मला चीअर अप करायचा तुझा इरादा आहे, संदीप, हे मान्य. पण म्हणून अशा लंगड्या सबबी नको सांगूस."

"लंगड्या नाहीत, अविनाश, सॅटेलाईटला दिल्या जाणाऱ्या इन्स्ट्रक्शन्सचे सिग्नल अशा तऱ्हेनं डिस्टॉर्ट होताना आम्ही बऱ्याच वेळा बघतो ना !"

"ऑल राईट, त्यावर आता वाद नको. व्हायची ती नाचक्की तर झालीच आहे."

'ते खरंच आहे. हा सिग्नल डिस्टॉर्शनचा मुद्दा तसा सायंटिफिक किंवा टेक्निकल आहे. तो या मिनिस्ट्रीतल्या बाबू लोकांना पटवून देणं अवघडच आहे.

नेव्हर माईंड. नेहमीच असे एटमॉस्फेरिक चेन्जेस होतात असं नाही. या वेळी तसा झाला म्हणून पुढंही होईल असं नाही. तू विनाकारण काळजी करत बसू नकोस.'

माणूस असा कोणीतरी धीर देण्याची वाटच बघत असतो. अविनाशच्या मनोवृत्तीही त्यामुळं बहरून आल्या. त्याला भेडसावरणारी भूतं दूर पळाली. चीफनंही त्याची चूक नसल्याची आपली खात्री आहे, हे सांगितल्यावर तर हळूहळू तो ती घटना विसरूनच गेला.

✦✦✦

'मॉर्निन्ग मार्क, व्हॉट्स द न्यूज ?'

आपल्या टेबलावर टेकतो न टेकतो तोच मार्क वुडब्रिजला बॉसचा फोन आला. सकाळी उठल्याबरोबर सीबीएस आणि एनबीसीच्या बातम्या वाचल्याशिवाय बाथरूममध्येही न फिरकणाऱ्या बॉसला जगावरची न्यूज नको, हे मार्कला वेगळं सांगायची गरज नव्हती. त्याला कोणत्या बातमीची अपेक्षा आहे, हे मार्क पुरतं ओळखून होता.

'देअर वॉज ए निअर मिस, पीटर. काल सकाळी. नक्की वेळ सांगायची तर टेनथर्टीन अवर्स. इट वॉज अ क्लोज कॉल. दोघांमधलं अंतर अर्धा किलोमीटर असं रेकॉर्ड झालंय. पण माझ्या माहितीप्रमाणे ते त्याहूनही कमी होतं. ताशी सहा सातशे किलोमीटरच्या वेगानं जात असताना अर्धा किलोमीटर म्हणजे किती वेळ, हे मी सांगायला नको.'

'दॅट वॉज एक्स्पेक्टेड. दॅट इज नॉट द न्यूज. पुढं काय झालं ?'

'पुढं काय व्हायचंय ? इन्व्हेस्टिगेशन झालं. त्यात ह्यूमन एरर होती, असं ठरवण्यात आलं. त्यावेळी ड्युटीवर असलेल्या एटीसीला सिरियस वार्निन्ग देण्यात आलीय.'

'ह्यूमन एरर माय फूट ! खरं तर ते एटीसी आणि त्यांचे सायंटिस्टस् तसे कॉम्पिटन्ट आहेत. भलतेच कॉम्पिटन्ट. म्हणून तर मला भीती वाटतेय की कॉन्ट्रॅक्ट आपल्या हातून जाईल याची. कालच्या इन्सिडन्समध्ये इक्विपमेन्ट खराब झालीय आणि ती ताबडतोब बदलायला हवीय असं नाही कोणी म्हटलं ?'

'म्हटलं ना ! त्या एटीसीनं, ॲविनाष कार्निक, त्यानं सतत सांगितलं की दोष आमचा नाही, इक्विपमेन्टचा आहे. डिस्टन्स किंवा स्पीड जड्ज करण्यात आमची कोणाचीच काही चूक नव्हती. पण त्याचं कोणी ऐकलंच नाही.'

'आय सी ! म्हणजे कॉन्ट्रॅक्टबद्दलचा डिसीजन आताच घेतला जाणार नाही तर ! फारच उशीर होतोय. तसं झालं तर कदाचित ते इंडियन सायंटिस्ट्स कुठंतरी काहीतरी डेमॉन्स्ट्रेट करतील. तसं झालं तर मग कॉन्ट्रॅक्ट आपल्या

हातून गेलंच समज. त्यांची हीथरोवरची सिस्टीम पाहिलीय मी. प्रेटी इम्प्रेसिव्ह ! त्याचंही प्रेशर आणतील ते. मग आपल्याला कॉन्ट्रॅक्ट मिळणं डिफिकल्ट होईल. इम्पॉसिबल होईल. दॅट शुडन्ट हॅपन, मार्क !'

'येस पीटर.' मार्क म्हणाला. जणू तसं होणं न होणं त्याच्याच हातात होतं.

'दॅट शुडन्ट हॅपन. वुई शूड मेक शुअर ऑफ दॅट.' त्याच्या मनातले विचार ओळखल्यासारखा बॉस म्हणाला. त्यावर काही बोलणं शक्यच नव्हतं. तशी गरजही मार्कला भासली नाही. कारण तिकडे बॉसनं फोन खाली ठेवला होता. बॉसचं शेवटचं वाक्य काही वेळ त्याच्या मनात गुंजत राहिलं. पण नंतर कामाच्या धबडग्यात तो तेही विसरला.

✦✦✦

कामाच्या धबडग्यात अविनाशही झाला प्रकार विसरला होता. दिवाळी आणि नंतर ख्रिसमसच्या सुट्ट्यांचे दिवसही आले होते. हाय टुरिस्ट सीझन होता. अनेक कंपन्यांनी एक्स्ट्रॉ फ्लाईट्सही आयोजित केल्या होत्या. त्यापायी रहदारीही वाढली होती. अर्थातच अविनाश आणि त्याचे इतर सहकारी यांचं काम, त्यांच्यावरचा ताण दोन्ही वाढले होते. क्षणाची उसंत मिळत नव्हती. इतर कोणत्याही गोष्टीचा विचार करायलाही फुरसत नव्हती.

कधी नव्हे तो तसा मधला एक थोडाफार भाकड दिवस निघाला. अविनाशनं ड्युटीवर येताच येणाऱ्या जाणाऱ्या विमानाचं वेळापत्रक पाहिलं आणि त्याचं त्यालाच आश्चर्य वाटलं. गेल्या कित्येक दिवसात एवढा कमी रहदारीचा दिवस त्याच्याच काय पण इतर कोणाच्याही वाट्याला आला नव्हता. आताही खरं त्याची ड्युटी नव्हती. पण एका मित्राला ऐन वेळेला काही अडचण निघाली. त्यानं आपल्या ड्युटीची अदलाबदल करण्याची विनंती अविनाशला केली. अविनाश सुरुवातीला तयारच नव्हता. पण आता फ्लाईट शेड्यूल पाहिल्यावर मात्र त्यानं त्या मित्राचे आभारच मानले.

मोठ्या रिलॅक्स्ड मूडमध्ये अविनाशनं कामाला सुरुवात केली.

एकंदरीत रहदारी कमी असली तरी एकाच वेळी आकाशात असणाऱ्या विमानांची कमी नव्हती. युनिव्हर्सलचं एक विमान पॅरिसला जाण्यासाठी उड्डाण घ्यायच्या तयारीत होत आणि त्याच वेळी सिंगापूरहून आलेल्या ऑर्चर्डच्या विमानाला उतरायची घाई झाली होती. त्याला दहा हजार फुटांवर घिरट्या घालायला लावत अविनाशनं युनिव्हर्सलच्या पायलटला उड्डाण करायची परवानगी दिली.

'ओके, युनिव्हर्सल थ्रीथ्रीनाईन, यू आर क्लिअर्ड फॉर टेक ऑफ. असेन्ट रेट सिक्स फाईव्ह. होल्ड टू झीरो एट झीरो. लुक आऊट फॉर ऑर्चर्ड वनवनवन

ऑन पोर्टसाईड. स्टेडी ॲट वन झीरो झीरो.'

'रॉजर मुंबई कंट्रोल. थँक्स. केबिन क्रू ॲट युवर स्टेशन्स फॉर टेक ऑफ.' शेवटचे, विमानातल्या आपल्या सहकाऱ्यांना उद्देशून उच्चारलेले, शब्दही अविनाशच्या कानावर पडले.

रडारच्या पडद्यावर नजर रोखत तो युनिव्हर्सलच्या विमानाचं उड्डाण नियंत्रित करू लागला. हळू हळू त्या विमानानं वेग घेतला आणि दिमाखात जमिनीचा आधार सोडत आकाशात झेप घेतली. अविनाशनं सांगितलेल्या वेगानंच ते अधिक उंची गाठू लागलं. अविनाशसमोरच्या पडद्यावर आता दोन ठिपके दिसत होते. एक युनिव्हर्सलचा आणि दुसरा घिरट्या घालणाऱ्या ऑर्चर्डचा. दोन्ही ठिपके एकमेकांपासून सुरक्षित अंतरावर असताना युनिव्हर्सलच्या वैमानिकानं आपण आठहजार फूट उंचीवर पोचल्याची पावती दिली आणि पुढच्या सूचना मिळेपर्यंत त्यास उंचीवर घोटाळत राहण्याचा इरादाही स्पष्ट केला. दोन विमानांच्या उंचीत आता दोन हजार फुटांचं अंतर होतं. त्याशिवाय त्यांच्या निश्चित ठिकाणांमध्येही सुरक्षित अंतर होतं. पडद्यावरचे ते ठिपके परत परत अविनाशला तेच सांगत होते. आता त्यांच्यापैकी एकाला आपली स्थिती बदलण्याची परवानगी द्यायला काहीच हरकत नव्हती.

ऑर्चर्डचं विमान बराच वेळ ताटकळत होतं. त्याला आता उतरायला सांगायला हवं होतं.

'कम इन ऑर्चर्ड वनवनवन. बिगिन डिसेन्ट. डिसेन्ट रेट फाईव्ह झीरो. लॅन्डिन्ग इन फोर मिनिटस्, ऑन रनवे थ्रीवन. युनिव्हर्सल थ्री थ्री नाईन ॲट झीरो एट झीरो ऑन युवर स्टारबोर्ड. माईन्ड दॅट बेबी, डियर.'

'शुअर. डिसेंडिंग नाऊ. फाईव्ह झीरो. केबिन क्रू ॲट युवर स्टेशन्स फॉर लॅन्डिन्ग.' परत एकदा आपल्या सहकाऱ्यांना उद्देशून वैमानिकानं दिलेली सूचना अविनाशच्या कानावर पडली. आपली कामं आपण किती यांत्रिकपणे करतो, असा एक विचार त्याच्या मनात लख्खकन चमकून गेला. पडद्यावरची त्याची नजर हटलेली नव्हतीच. दोन्ही ठिपके एकमेकांपासून पाहिजे तेवढ्या अंतरावर होतें. ऑर्चर्डचं विमान उतरत असल्याचं स्पष्ट दिसत होतं. पुढच्या अडीच मिनिटांत त्याची चाकं धावपट्टीवर टेकली असती आणि मग युनिव्हर्सलला पुढं जाण्याचा ग्रीन सिग्नल देता आला असता. ते झालं असतं की मग काही वेळ आराम करता येणार होता.

पण आरामाचा विचार अविनाशच्या मनात पुरता पायही ठेवू शकला नाही. कारण त्याच क्षणी त्याच्या कानावर आकाशात असलेल्या त्या दोन्ही वैमानिकांचे आवाज पडले.

'ओऽह, माय गॉड, नो, नो, नो....'

'व्हॉट द हेल आर यू डुईंग, यू बास्टर्ड...'

कोणता आवाज कोणाचा, हे त्या क्षणीही अविनाशला सांगता आलं नसतं. कारण पडद्यावरचे ते दोन्ही ठिपके त्याच क्षणी नाहीसे झाले होते. त्या दोन्ही विमानांचा संपर्कही तुटला होता. तारस्वरात किंचाळत अविनाश त्यांना बोलावत होता, आपल्या हाकेला प्रतिसाद देण्याची काकुळतीची विनंती करत होता, समोरच्या पॅनेलवरची बटनं हाती सापडतील तशी दाबत होता, पिरगळत होता. पण पडदा होता तसाच कोरा राहिला होता. त्यावर सतत फिरत राहणारी ती प्रकाशाची तिरीप वेड्यासारखी घिरट्या घालतच होती. कानावरच्या हेडफोन्समधून फक्त इलेक्ट्रॉनिक हम ऐकू येत होती. संपूर्ण शांततेचाच तो आवाज आहे असा अवखळ विचार तेवढ्यातही अविनाशच्या मनात येऊन गेला. पण त्याकडे लक्ष द्यायची त्याची मन:स्थितीच नव्हती. काहीतरी भयानक प्रकार झालाय, याची जाणीव त्याच्या सुन्न पडू पाहणाऱ्या मनाचा ताबा घेण्याची तयारी करत होती.

दोन तीन मिनिटातच चीफ मुसंडी मारतच कंट्रोल रुममध्ये घुसला. तो आला तो ओरडतच. काय झालंय याची कल्पना त्याला आली होती. पण तपशील काहीच माहिती नव्हता. त्यावेळी असलेल्या ड्यूटी ऑफिसरवर काय आकाश कोसळणार आहे याचीही कल्पना त्याला होती. पण अविनाश ड्युटीवर आहे, हे त्याला माहिती नव्हतं. त्याला पाहताच मात्र चीफला काही बोलणंच सुचेना. त्याच्या हातून अशी काही चूक होईल. असं त्याला वाटलं नव्हतं. विशेषत: गेल्या वेळच्या त्या प्रकारानंतर वॉर्निंग मिळाल्यामुळं तर अविनाश अधिकच जागरूक राहिला असणार याबद्दल त्याला खात्री वाटत होती आणि तरीही मिडएअर कोलिजन झालंय ही वस्तुस्थिती होती. तिच्याकडे डोळेझाक करता येत नव्हती. वाचा गेल्यासारखा शून्यात बघत तो तिथं उभा राहिला होता.

✦✦✦

'पीटर ? मार्क हियर.' बातमी मिळताच बॉसच्या बोलावण्याची वाट न पाहताच मार्क वुडब्रिजनं स्वत:चं इंटरकॉमवरून फोन केला. मिळालेल्या बातमीमुळं तो उत्तेजित झाला होता. ती एक्साईटमेंट त्याच्या आवाजावरून स्पष्टपणे जाणवत होती.

'येस पीटर, व्हॉट इज द मॅटर ?' तशीच काही खास बाब असल्याशिवाय मार्क आपणहून आपल्याला फोन करणार नाही, याची बॉसला खात्री होती.

'पीटर, देअर हॅज बीन अ मिड एअर कोलिजन.' टक्कर कुठं झाली, ते सांगायची गरज मार्कला वाटली नाही. कुठं ते बॉस नक्की ओळखील, याविषयी त्याला शंका नव्हती.

'डॅट वॉज एक्स्पेक्टेड.' त्याच निर्विकार आवाजात बॉसनं मल्लिनाथी केली. मार्कला आश्चर्यच वाटलं. इतर काही नाही तरी निदान इतका मोठा अपघात झाला म्हणून तरी माणूस विचलित झाला असता. ज्या ठिकाणी तो अपघात झाला, त्या जागेशी कंपनीचा आणि म्हणून मार्कचा काही संबंध नसता तरी तो त्या बातमीनं विषण्ण झाला असता. पण बॉस इतक्या कोरडेपणानं ती बातमी ऐकू शकतोच कसा, याचं त्याला आश्चर्य वाटत होतं. कदाचित अपघातात कोण सापडलंय हे समजल्यावर तरी तो हादरून जाईल, असं वाटून त्यानं पुढं सांगायला सुरुवात केली. 'वन ऑफ द प्लेन्स वॉज अवर्स. बरेचसे टुरिस्ट होते. कोणी वाचलं असण्याची शक्यताच नाही. मी युनिव्हर्सलशी बोललो. नव्वद टक्के प्रवासी आपलेच होते, असं ते सांगत होते. नातेवाईकांना, मित्रमंडळींना माहिती देण्यासाठी ते एक इमर्जन्सी सेल उघडताहेत. दोन्ही मिळून सहा सातशे उतारू असावेत.'

'आय सी ! दॅटस् ऑल राईट. तू फक्त एव्हिएशन ऑथॉरिटीज पुढं काय करतात याकडे नीट, लक्ष दे. कीप मी पोस्टेड ऑन दॅट.' बॉस अजूनही अतिशय अलिप्तपणे बोलत होता.

आता मात्र मार्कला बॉसचं वागणं विचित्र वाटलं. इतका मोठा अपघात झाला, त्यात बहुतांशी आपल्याच देशाचे रहिवासी मारले गेले आणि हा माणूस इतका थंड राहू शकतो ! एरवी बिझनेसमध्ये जराही काही अपेक्षेवेगळं झालं की बिथरून जाणारा आणि इतर सगळ्यांनाही अस्वस्थ करून सोडणारा हा इसम आता इतक्या निर्विकारपणे, बेसबॉलची एखादी मॅच हरल्याची बातमी ऐकल्यासारखा शांत राहू शकतो यावर मार्कचा विश्वासच बसेना. तेवढ्यात त्याला त्या निअर मिसची बातमी दिल्यानंतरची बॉसची प्रतिक्रिया आठवली त्यावेळी बॉस काय म्हणाला होता तेही आठवले. त्याही वेळी त्याला ते थोडं विचित्र वाटलं होतं. 'दॅट शुडन्ट हॅपन, मार्क.' बॉस त्यावेळी म्हणाला होता. कॉन्ट्रॅक्टबद्दलचा डिसिजन लवकर व्हायला हवा. नाहीतर ते इंडियन सायन्टिस्टस् ते बळकावून बसतील. तसं होता कामा नये. कोणत्याही परिस्थितीत कॉन्ट्रॅक्ट हातचं जाऊ देता कामा नये, असंच बॉस सतत म्हणत होता आणि एकदा का त्यानं असा कशाचाही ध्यास घेतला की तो त्यासाठी काहीही करायला तयार होईल याची मार्कला जाणीव होती.

एक दुष्ट शंका त्याच्या मनात आकार घेऊ लागली. झपाट्यानं वाढत जाणाऱ्या एखाद्या विषारी तणासारखी फोफावू लागली.

त्याचं कशातच लक्ष लागेना. न राहवून त्यानं सॅटेलाईट कम्युनिकेशन्सचा फोन फिरवला. डंकन चार्ल्सवर्थशी बोलल्याशिवाय आता त्याला स्वस्थता लाभणार नव्हती आणि त्याच्याशी बोलल्यानंतर आपली स्वस्थता आपण कदाचित कायमचीच

हरवून बसू, अशी शंकाही त्याचं मन कुरतडू लागलं होतं.

✦✦✦

'तू तरी माझ्यावर विश्वास ठेव रे, प्लीज !' संदीपची अजीजी करत अविनाश बोलत होता. टक्कर झाली हे कन्फर्म झालं त्या क्षणीच, आपण सस्पेन्ड होणार, याविषयी त्याच्या मनात शंका राहिली नव्हती. पण आपली काही चूक नसताना आपल्याला अशी शिक्षा व्हावी, आपली 'छीः थू' व्हावी, हे त्याला मान्य नव्हतं. त्यात जे निष्पाप जीव बळी गेले त्यांचा खूनच आपण केलाय असंच सर्वजण म्हणत राहणार, या जाणीवेनं तर त्याला जखमेवर मीठ चोळल्यासारखं वाटत होतं. रडारवर ती दोन विमानं एकमेकांपासून चांगलीच दूर असल्याचं दिसत होतं, त्यांच्यामधलं अंतर सुरक्षित होतं, हे संपूर्ण चौकशी होईल, यंत्रणेची कसून तपासणी होईल, सारं रेकॉर्ड नजरेखालून घातलं जाईल तेव्हाच कदाचित उघड झालं तर होईल. तोपर्यंत तरी आपलं म्हणणं कोणी ऐकूनसुद्धा घेणार नाही हे त्याला पक्कं माहित होतं. एकटा संदीपच काय तो आपल्यावर विश्वास ठेवायला तयार होईल असं त्याला वाटत होतं. म्हणूनच तर त्यानं त्याला ताबडतोब बोलावून घेतलं होतं. सगळी हकीकत त्याला सांगितल्यावर संदीपलाही आपलं म्हणणं पटत नाहीय, अशी शंका त्याला आली. त्यालाही आपलं म्हणणं पटवून देऊ शकलो नाही तर मग कोणताच आधार उरणार नाही, हे त्याला कळत होतं. तसं झालं असतं तर मुकाट्यानं आल्या प्रसंगाला तोंड देण्यावाचून दुसरा मार्ग तरी कोणता होता !

संदीप गप्पच बसलेला पाहून अविनाश हवालदिल झाला. काय करावं हेच त्याला सुचेना. तेवढ्यात त्याला आठवलं.

'तूच गेल्या वेळी म्हणाला होतास ना की काही ॲटमॉस्फेरिक बदल झाले की सिग्नल्स डिस्टॉर्ट होतात म्हणून ? मग आता तसं काही झालं नसेल कशावरून ?'

'माझ्या मनात तो विचार आला नसेल, असं नको समजूस. पण ती एक कधीतरी सठीसामाशी होणारी घटना आहे. नेहमी नेहमी तसं होत नसतं. शिवाय नेमका तूच ड्युटीवर असताना तसं व्हावं हा योगायोग आहे, हे कसं मानायचं !'

'म्हणजे मीच काहीतरी गफलत केली, असं तुलाही वाटतं तर ! अरे कोणतंही प्रेशर नसताना मी अशी चूक करेन असं वाटतं तुला ? शिवाय मी फ्रेश होतो. ड्युटीवर येऊन फार वेळ झाला होता असंही नाही.'

'पण तू ही ॲडिशनल ड्यूटी करत होतास. काही वेळा माणसाला वाटलं नाही तरी त्याचं मन थकलेलं असतं.'

'माणसावर विश्वास ठेवायचा नाही असं ठरवलं ना, की मग असे मुद्देच

कोणीही पुढं करतो.'

'तसं नाही अवि. मला तुझ्यावर विश्वास ठेवायचाय. पण मीही भावनेनं वाहवून गेलो तर मग तुझ्याविरूद्ध जो जबरदस्त परिस्थितीजन्य पुरावा त्याची वस्तुनिष्ठ छाननी कशी करू शकेन ? तशी करायची तर तुझ्यावर माझा विश्वास नाही, असं मानूनच मला विचार करायला हवा. तुझ्याविरूद्ध जाणारी कोणती आर्ग्युमेंटस् असू शकतात, हे पाहायला हवं. मला एक सांग, तुमची ही जी कम्युनिकेशन्स आहेत ती कशी नियंत्रित केली जातात ? तुमचा जो विमानाशी काही अंतरापर्यंत संपर्क साधला जातो, तो कसा कंट्रोल केला जातो ? ते बहुधा सॅटेलाईटद्वारेच होत असेल ना ?'

'हो. ऑफ कोर्स.'

'ही कम्युनिकेशन्स आंतरराष्ट्रीय स्तरावरची असल्यामुळं कोणत्यातरी इंटरनॅशनल सॅटेलाईटवरच्या ट्रान्सपॉन्डरवरूनच ही ट्रान्समिट होत असतील, राईट ?'

'राईट.'

'नेमकं कोणतं सॅटेलाईट ते सांगू शकशील मला ?'

'नक्की नाही आठवत आता. पण बहुतेक कॉमसॅट की असंच काहीतरी नाव आहे. मला वाटतं...'

'... सॅटेलाईट कम्युनिकेशन्स इनकॉर्पोरेटेडचं आहे ना ते ?' त्याला मध्येच अडवत संदीपनं विचारलं.

'आय थिंक यू आर राईट.'

'मग ते जीपीएस जातीचं असलं पाहिजे.'

'जीपीएस ? म्हणजे काय ?'

'म्हणजे ग्लोबल पोझिशनिंग सॅटेलाईट. एव्हिएशनल नॅव्हिगेशनसाठी, आकाशातल्या रहदारीचं नियंत्रण करण्यासाठी, नव्यानंच वापरात आलेल्या सॅटेलाईटपैकी ते आहे. पण ते मिलिटरी कामासाठीही वापरता येतं. त्यासाठी अर्थात ते दुसऱ्याच फ्रिक्वेन्सीच्या लहरींचा उपयोग करतं. शिवाय मिलिटरीसाठीचे जे सिग्नल वापरले जातात ते सांकेतिक भाषेतले म्हणजेच कोडेड असतात. त्यामुळं त्यांची गुप्तता राखली जाते, त्या सिग्नलमुळं कोणत्याही विमानाचं स्थान अधिक अचूकपणे निश्चित करता येतं. त्याच्यात चूक झालीच तर ती काही मीटरचीच होऊ शकते. तीच अचूकता नागरी विमान वाहतुकीसाठीही उपलब्ध असते. पण मिलिटरीचे लोक काही वेळा नागरी वाहतुकीसाठी वापरल्या जाणाऱ्या सिग्नलमध्ये जाणूनबुजून व्यत्यय आणतात. त्यामुळं त्यातली अचूकता कमी होते. जे अंतर काही मीटर असतं ते किलोमीटर आहे असं वाटू लागतं. नेमकं त्याच वेळी जर वातावरणातही काही बदल झाले तर चुकीचं प्रमाण आणखीही वाढू शकतं.'

‘म्हणजे मिलिटरीचा होतो खेळ आणि आमचा जातो जीव ! जाणूनबुजून काहीही इशारा न देता मिलिटरी असले खेळ खेळत असेल...’

‘... असं मलाही वाटत नाही. आपली मिलिटरी तर नाहीच नाही. ते अजून या सॅटेलाईटचा वापर करत नाहीत. शिवाय ज्या वेळी सिग्नल अशा तऱ्हेनं डिस्टॉर्ट केला जातो, त्यावेळी तिथलं मिलिटरी एस्टॅबिल्शमेंट इशारा जरूर देतं. पण तोही कोडेड असतो. त्यामुळं तो देऊनही न दिल्यासारखा होतो.’

‘हे सगळं तुला माहिती आहे. त्याच्या पुष्ट्यर्थ तू कदाचित काही तांत्रिक नियतकालिकांमधील लेखांचा पुरावाही सादर करू शकशील. पण याचा मला काय उपयोग ! या होणाऱ्या चौकशीत हा मुद्दा कोण मांडणार ? आणि समजा तो मी मांडला तरी त्यावर विश्वास कोण ठेवणार ? तसं झालं की नाही याची शहानिशा कोण करणार ?’

‘त्याची काळजी तू करू नकोस. प्रोफेसर हर्जेनबर्ग आहेत. ते या विषयातले तज्ज्ञ आहेत. त्यांना जर चौकशी कमिटीत घेतलं तर त्यांना आपण या दिशेनं विचार करायला प्रवृत्त करू शकू.’

‘पण त्यांची नेमणूक समितीवर होणार कशी ? सामान्यत: मंत्रालयातीलच बडी धेंडं समितीत असतात. फार फार तर कोणीतरी निवृत्त न्यायाधीशाची वर्णी लावली जाईल. छे ! भलतीच आशा नको लावूस संदीप. मला तरी यातून सुटका दिसत नाही. अरे पाचशेतीन जणांना मरण आलंय. त्या अश्राप जिवांचे तळतळाट भोगावेच लागतील.’

‘हो. पण ते तू का भोगायचेस ? जर तू दोषी असलास तर ठीक आहे. पण जर नसलास तर जो कोणी दोषी आहे, त्याला ते भोगायला हवेत. निरपराध माणसानं ते भोगावेत, अशी त्या निष्पाप जिवांचीही इच्छा नसेल, अविनाश.’

‘पण मी नसलो दोषी तर दुसरा कोण असणार आहे ? जुनी पुराणी झालेली ती यंत्रणा ? की नवी आणण्यात अडथळे आणणारे कोणी झारीतले शुक्राचार्य ?’

‘डॅटस् इट ! नवी यंत्रणा ! डॅटस् इट !’ एकदम उत्तेजित होत संदीप म्हणाला.

अविनाश मात्र गोंधळून गेला होता. संदीप इतका उत्तेजित का झालाय, हेच त्याला कळत नव्हतं. यंत्रणेतल्या दोषामुळं ही चूक झाली, हे त्यानं घसा दुखेपर्यंत ओरडून सांगितलं होतं. पण त्याच्यावर विश्वास ठेवायला कोणीच तयार नव्हतं. शिवाय तसं असलं तरी ते मान्य करणं अनेकांना गैरसोयीचं झालं असतं.

‘तुला एवढं नाचायला काय झालंय ते जरा मलाही समजेल काय ?’ थोड्याफार उपरोधानं अविनाशनं विचारलं.

‘ती नवी सिस्टिम बसवण्यासाठी आपल्याच रिसर्च इन्स्टिट्यूटचंही कोटेशन होतं ना ?’

'हो. मला तरी ते चांगलं वाटलं होतं आणि तेच सर्वांत कमी खर्चाचंही होतं.'

'आणि त्यांच्याशी स्पर्धा करणारे कोणीतरी मल्टीनॅशनल असतील! त्यांनी आपली ही भारतीय मंडळी कशी अननुभवी आहेत, हे परत परत सांगितलं असेल. आपल्या सिस्टिमचा पडताळा कुठंच घेतला गेलेला नाही, याचाही घोशा लावला असेल. खरं ना?'

'हो. पण तुला कसं कळलं? का मीच बोललो होतो पूर्वी कधीतरी.'

'कोणी बोलायची गरज नाही. हे सांगायची जरूरी नाही. आपल्या उपग्रहांची आपण स्वत:च्या ताकदीवर अवकाशात प्रतिष्ठापना करून त्यांच्यावरचे ट्रान्सपॉन्डर्स व्यापारी तत्त्वावर भाड्यानं द्यायला सुरुवात केली, तेव्हापासून आम्हाला कसल्या स्पर्धेला तोंड द्यावं लागतंय, याची कल्पना आहे ना मला. या मल्टीनॅशनलचे व्यापारी हितसंबंध त्यामुळं दुखावले गेले. आपल्याच देशातला नव्हे तर पूर्वेकडच्या सगळ्याच क्षेत्रातला त्यांचा धंदा बसण्याची शक्यता निर्माण झाल्यावर, ही मंडळी शेपटावर पाय पडलेल्या सापासारखी चवताळून उठली. सापासारखंच गरळ ओकू लागली. आपले व्यापारी हितसंबंध जपण्यासाठी ही मंडळी कोणत्याही थराला जाऊ शकतात, अविनाश. कसलाही विधिनिषेध ती पाळत नाहीत. काही वर्षांपूर्वी आमच्या स्पेस ऑर्गनायझेशनमध्ये एक हेरगिरीचं प्रकरण झालं होतं. आठवतं तुला?'

'हो. स्पाय स्कॅन्डल. तुमच्या कोणी तरी उच्चपदावरच्या शास्त्रज्ञानं परदेशासाठी हेरगिरी केली, आपली राष्ट्रीय महत्त्वाची गुपितं विकली, असा आरोप केला गेला होता. कोणीतरी एक परदेशी बाईही त्यात गुंतली होती. सेक्सचंही प्रकरण होतं त्यात.'

'बकवास! शुद्ध बकवास! एक अक्षरही खरं नाही त्यातलं. नम्बीनारायणन् नावाचे ते शास्त्रज्ञ होते. माझे बॉस त्यांच्याबरोबरच काम करत असत. अतिशय बुद्धिमान आणि कर्तबगार शास्त्रज्ञ. तेवढाच सचोटीचा आणि देशभक्त. पण त्यांच्यावर तो घाणेरडा आरोप ठेवला गेला. त्यांची तुरुंगात रवानगी करण्यात आली. त्यांची चौकशी झाली. त्या चौकशीतून ते निष्कलंक सिद्ध होऊन सुटले. पण मधल्या काळात त्यांचे कुटुंब वाळीत टाकल्यासारखं झालं, माणसातून उठलं. पुरता उध्वस्त झाला रे तो माणूस! पण केवळ तोच नाही. त्यांना निरपराध असूनही ज्या परिस्थितीतून जावं लागलं, ते पाहून त्यांच्याबरोबरचे अनेक तरुण शास्त्रज्ञ नाउमेद झाले. देशासाठी कोणत्याही प्रकारचं काही संशोधन करावं अशी इच्छाच राहिली नाही त्यांच्यामध्ये. त्यात पहिल्या चौकशीतून नम्बीनारायणाची निष्कलंक सुटका झाल्यानंतर त्यांना दुसऱ्या चौकशीत अडकवण्याचा

घाट घातला गेला. मध्यंतरीच्या काळात सगळ्या ऑर्गनायझेशनच्या कामावरच परिणाम झाला होता. कामाच्या वेगात लक्षणीय घट झाली होती. तेच तर पाहिजे होतं आमच्या स्पर्धकांना. पण मिंध्या अधिकाऱ्यांच्या ते ध्यानातच येत नव्हतं. त्यात आपली सगळ्यांचीच लाचार वृत्ती. आपल्या देशातीलच मंडळी काही चांगलं करू शकतात, जागतिक दर्जाचं तंत्रज्ञान विकसित करू शकतात, यावर कोणी विश्वासच ठेवत नाहीत. पण ती मंडळी कामचोर आहेत, भ्रष्टाचारी आहेत असा कोणी ओरडा केला, की तो कोण करतोय याचा विचारही न करता त्यावर विश्वास ठेवायला एका पायावर तयार असतात.'

'मग झाली का दुसरी चौकशीसुद्धा ?'

'नाही. सुदैवानं. कारण तो बूट काढला गेल्यावर स्पेस ऑर्गनायझेशन ज्यांनी नावारूपाला आणली ते पूर्वीचे चेअरमन सतीश धवन, नोबेल पुरस्कार विजेते रामन यांचे पुतणे आणि त्याच दर्जाचे शास्त्रज्ञ चंद्रशेखर, प्रोफेसर यशपाल आणि टीएन शेषन...'

'...शेषन ? म्हणजे निवडणूक आयुक्त ?'

'हो तेच. जबरा माणूस. या सर्वांनी मिळून टाईम्समध्ये एक पत्र प्रकाशित केलं. त्यात नम्बीनारायणनच्या वैज्ञानिक कर्तबगारीची ग्वाही दिली आणि आजच्या व्यापारी स्पर्धेच्या जमान्यात कोण कसं कोणत्याही थराला जाईल, हे सूचित करत आपण आपले हितसंबंध जपायचे नाहीत तर कोणी, असा रोखठोक सवाल केला. पूर्वी ती कडकलक्ष्मी येत असे. आपल्याच अंगावर आपल्याच हातातल्या आसूडाचे कोरडे ओढून घेत असे. तसं आपण करायचं का ? आपलं हित कशात आहे हे न ओळखण्याइतके आपण निर्बुद्ध बनलो आहोत का, असा सवाल केला आणि तरुण शास्त्रज्ञांना नाउमेद करू नका, अशी कळकळीची विनंती केली. त्याचा परिणाम झाला. कोणालातरी सुबुद्धी झाली. माझ्या बॉससारख्या काही तरुणांनी स्फूर्ती घेऊन कमालीची मेहनत करून सारं गाडं परत रुळावर आणलं.'

'पण ते नम्बीनारायणन ? त्यांचं काय झालं ? अशा तऱ्हेनं एका चांगल्या माणसाला नेस्तनाबूत करून...'

'...अरे सॅटेलाईटवरच्या ट्रान्सपॉन्डर्सचा धंदा म्हणजे कोट्यावधी डॉलर्स गुंतलेले. त्याच्यापुढं एक माणूस जगला काय मेला काय ! कोण करतो काळजी !'

'माय गॉड ! काय भयंकर आहे रे हे सारं ! म्हणजे या विमानांच्या टक्करीमध्येही ? पण छे, छे. इतक्या जणांची हत्या करण्याचं पातक आपल्या शिरावर घ्यायला कोण तयार होईल असं...' एका जबरदस्त शहाऱ्यानं अविनाशचं सारं अंग हिंदकळून निघालं.

‘अरे कसल्या पाप-पुण्याच्या जुनाट, कालबाह्य कल्पना उराशी बाळगून बसला आहेस ! मेली चार पाचशे किडामुंगीसारखी असणारी माणसं ! आपल्याला कोट्यावधी डॉलर्सचं कॉन्ट्रॅक्ट मिळतंय ना ! तसं झालंच असेल असं नाही मला म्हणायचं. तसं करायला कोणी न धजो असंच म्हणेन मी. पण ती शक्यता नजरेआड करता येत नाही. टक्कर विमानांची नाही, अविनाश. टक्कर आहे व्यापारी हितसंबंधांची. आपल्या रिसर्च इन्स्टिट्यूटची आणि मल्टीनॅशनल कंपन्यांची. म्हणून तर प्रोफेसर हर्जेनबर्गसारख्यांकडून चौकशी व्हायला हवी.’

‘पण ते कसं शक्य होणार ? त्यांना समितीत घेणार कोण ? आणि शिवाय ते प्रोफेसरही तयार व्हायला हवेत.’

‘त्याची नको काळजी करूस. माझ्या बॉसकडे बोलतो मी. ते करतील व्यवस्था. वर्तमानपत्रातूनही आपण थोडा गदारोळ करूया. शिवाय सरकारी कामकाजाचं एक वैशिष्ट्य आहे. पूर्वी तसं कधीतरी झालंय, तसा प्रिसिडन्ट आहे असं सांगितलं ना की मग बिनबोभाट ते मान्य केलं जातं. पूर्वीही एकदा एका विमान अपघातातच ब्लॅक बॉक्सवरचं संभाषण नीट ऐकू येत नव्हतं. सिग्नल कमजोर होता. तेव्हा भाभा अणुसंशोधन केंद्रातल्या शास्त्रज्ञांची मदत घेतली गेली होती. दुसरं म्हणजे अमेरिकेचं अवकाशयान चॅलेंजर...’

‘...म्हणजे जे स्फोट होऊन जळालं ते ?’

‘तेच. त्या अपघाताची चौकशी करण्यासाठी नेमलेल्या समितीत विख्यात नोबेल पारितोषिक विजेते शास्त्रज्ञ रिचर्ड फेनमान होते. त्यांनीच तर अतिशय सूत्रबद्ध चौकशी करून नेमकं कारण शोधून काढलं होतं हे प्रिसिडन्ट सांगूया आपण.’

‘आणि प्रोफेसर कोणते ?’

‘त्यांचीही सामाजिक बांधिलकी वाखाणण्यासारखी आहे. ते तयार होतील. शिवाय माझ्या बॉसनाही त्यांच्याशी बोलायला सांगेन. चल आता आणखी तोंड पाटिलकी नको. कामाला लागलं पाहिजे. तू मात्र उमेद हरवून बसू नकोस.’

✦✦✦

‘सो मार्क, आर दे गोईंग टु टेक द डिसीजन ?’ बॉसनं विचारलं.

‘नो पीटर. चौकशीचा अहवाल येईपर्यंत तरी कोणताच निर्णय घेतला जाणार नाही.’

‘इन्वस्टिगेशन ? पण त्यात किती वेळ जाईल कोण जाणे. दॅट कुड गो ऑन फॉर एव्हर.’

‘नो पीटर. चौकशीचा अहवाल महिन्याभरात द्यायचाच आणि तो नक्की मिळेल अशी खात्री आहे.’

‘हाऊ कॅन दे बी सो शुअर ?’

‘बिकॉज कमिटीवर प्रोफेसर हर्जेनबर्ग आहेत. त्यांच्या काम करण्याच्या सपाट्याची माहिती...’

‘डिड यू से हर्जेनबर्ग ? माय गॉड तो प्राणी जर कमिटीवर असेल, तर मग सगळं संपलंच समज. नो, नो. दॅट वुईल रुईन अस. एवढं सगळं करूनही आता आपल्याला कॉन्ट्रॅक्ट मिळणं तर दूरच. उलट...’

उलट काय ते बॉसनं सांगितलं नाही. पण का कोण जाणे एक अभद्र शंका मार्कला परत छळू लागली. स्वत:चीही किळस त्याला वाटू लागली.

✦✦✦

‘एअर ट्रॅफिक कंट्रोलसाठी अतिशय अद्ययावत यंत्रणा आज आपण उभी करत आहोत.’ मंत्रीमहोदय सांगत होते. ‘आणि ही यंत्रणा संपूर्ण स्वदेशी आहे, हे सांगायला मला अतिशय अभिमान वाटत आहे. तिच्या उभारणीत ज्यांचा सिंहाचा वाटा आहे, ते डॉक्टर पटवर्धन त्याचे टेक्निकल डिटेल्स आपल्याला सांगतील. मला ते तुमच्याइतकेच समजायला कठीण वाटतात. पण ते समजण्याची गरज नाही. ही यंत्रणा आज जगातली अतिशय प्रगत आहे एवढं जरी तुम्हाला आम्हाला समजलं तरी पुरेस आहे...’

मंत्रीमहोदय बोलतच होते. पण त्या यंत्रणेची महत्ता कळायला किती बळी द्यावे लागले, याचा विचार त्या यंत्रणेचं उद्घाटन करण्याचा मान दिलेल्या अविनाशला सतावत होता. त्यानं समोरच बसलेल्या संदीपकडे पाहिलं. त्याच्याही मनात तेच विचार चालले असावेत असं त्याच्या चेहऱ्यावरच्या भावांवरून अविनाशला वाटून गेलं. मनोमन संदीपचे, त्याच्या बॉसचे आणि प्रोफेसर हर्जेनबर्गचे आभार मानत तो परत मंत्रिमहोदयांच्या भाषणाकडे लक्ष देऊ लागला.

✦

वसुली

'नॅशनल इन्स्टिटट्यूट ऑफ मॉलिक्युलर बायॉलॉजी !'

एखाद्या दिंडी दरवाज्यासारख्या दिसणाऱ्या त्या मुख्य प्रवेशद्वाराजवळची ती पितळी अक्षरातली चकचकीत पाटी डॉ. हिरालाल सिंघवींनी परत एकदा वाचली. प्रवेशद्वारातून दिसणारी इन्स्टिटट्युटची इमारत एखाद्या ऐतिहासिक किल्ल्यासारखी दिसत होती. तिच्यात एक अत्याधुनिक आणि विज्ञानाच्या आघाडीवरच्या, ज्याला फ्रान्टियर एरिया मानतात अशा, शाखेत संशोधन करण्यात अग्रेसर असणारी संस्था असेल, असं प्रथमदर्शनी तरी सिंघवींना वाटलं नाही. ते आजवर जिथं काम करत होते त्या संस्थेचीच नव्हे, तर अमेरिकेतील, तसंच पाश्चिमात्य जगातील, संस्थांच्या चकचकीत, काचेच्या आणि ॲल्युमिनियमच्या इमारती पाहण्याची सवय असलेल्या त्यांच्या नजरेला, ती ऐतिहासिक वाटणारी वास्तू एखाद्या संशोधन संस्थेची असेल हे खरंच वाटेना. पण तशी तिथं होणाऱ्या संशोधनाबद्दल आजवर सिंघवींनी प्रशंसाच ऐकली होती. संस्थेच्या शास्त्रज्ञांनी आंतरराष्ट्रीय नियतकालिकांमधून प्रकाशित केलेले रिसर्च पेपर्स त्यांनी वाचले होते, अभ्यासले होते. त्यावरून त्यांच्याही मनात संस्थेबद्दल आदर निर्माण झाला होता. शिवाय ज्यांच्या सांगण्यावरून अमेरिका सोडून इथं यायचा निर्णय त्यांनी घेतला होता, त्यांनीही संस्थेचं जे वर्णन केलं होतं, त्याचीही आठवण त्यांना झाली. वरवरचं दिसणं काही काळ फसवं असतं, हेही त्यांना आठवलं. अत्याधुनिक आर्किटेक्चर असणाऱ्या इमारतींमध्ये वसलेल्या, पण जिथलं संशोधन अतिशयच सुमार दर्जाचं आहे, अशा कितीतरी संस्था त्यांनी आजवर पाहिल्या होत्या. बेगडी

पितळेच्या दागिन्यासारख्याच होत्या त्या. अमेरिकेतील लोकप्रिय कॉस्ट्युम ज्युवेलरीसारख्या. नाहीतरी अमेरिकेतही सगळ्याच संस्था काही खरोखरीच आंतरराष्ट्रीय दर्जाच्या असतात असं नाही, हेही ते पुरतं जाणून होते. अशा काही संस्थांमधून आपल्या करियरच्या सुरुवातीच्या काळात काम करण्याची पाळीही त्यांच्यावर आली होती. त्यावेळी केवळ सुबत्ता आहे आणि जीवनसंघर्ष तितकासा कसोटी पाहणारा नाही, म्हणून अशा संस्थेत खितपत पडण्याऐवजी परत मायदेशी जावं, आणि अशा दुय्यम तिय्यम दर्जाच्या संस्थेत कामच करायचं असेल, तर मग निदान आपल्या पाहुण्यारावण्यांच्या गोतावळ्यात राहून तरी करावं, असा विचार कितीदा तरी त्यांच्या मनात आला होता. सुखासीन जीवन पटकन सोडवत नाही म्हणून म्हणा किंवा आज ना उदया एखाद्या नामवंत संस्थेत काम करण्याची संधी मिळेल ही आशा बलवत्तर होती म्हणून म्हणा, परतायचा निर्णय ते पुढंपुढं ढकलत राहिले. सुदैवानं नामवंत संस्थेत संशोधन करण्याची संधी त्यांना लवकरच मिळाली. आणि मग मायदेशी परतायचा विचारही कुठं तरी सांदीकोपऱ्यात पडून राहिला.

त्या विचारानं परत उचल खाल्ली ती गेल्या दोन तीन वर्षात. तिशी संपून चाळिशीत पाऊल टाकलं, डोळ्यांवर चाळिशी आली, की माणसाची नजरही बदलू लागते की काय कोण जाणे. तोपर्यंत केवळ आजचाच विचार करत राहणारा माणूस, आता थोडाफार उद्याचाही विचार करू लागतो. आजवर आपण खरोखर काय कमावलं, असा प्रश्न स्वत:लाच करू लागतो.

हिरालालांचंही तेच झालं. डीएनए फिंगरप्रिन्टिंगसारखं आधुनिक तंत्रज्ञान त्यांनी हस्तगत केलं होतं एवढंच नाही. तर त्यात केलेल्या संशोधनापायी नावही कमावलं होतं. तरीही बारकाईनं पाहिलं तर आपलं स्थान दुय्यमच राहिलं आहे, आपलं स्वतंत्र अस्तित्त्व मान्य झालेलं नाही, किम्बहुना तसं ते द्यावं असंही कोणाला वाटत नाही, हे त्यांच्या ध्यानात आलं होतं. पहिल्यांदा चुकत चुकत चोरपावली त्यांच्या मनात उमटणारा तो विचार आजकाल धीटपणे त्यांना सतावू लागला होता. कोणत्या तरी प्रोफेसरच्या संशोधनात मदत म्हणूनच आपण आपल्या कसबाचा वापर करत आहोत, हे त्यांना जाणवलं होतं. ती मदत मोलाची होती, तिच्याविना जो सिद्धांत त्या प्रोफेसरना मांडायचा होता त्याला बळकटी मिळाली नसती, याचं भान त्या प्रोफेसरनाही होतं. म्हणून तर त्यांचंही नाव होत होतं. पण ते कप्तान म्हणून नव्हतं. एक अतिशय महत्त्वाचा सहकारी म्हणूनच मर्यादित होतं. स्वत:चा स्वतंत्र संसार थाटायचा तर त्यासाठी संस्थेकडून फारसा हातभार लागला नसता. कोणत्या तरी फँडिंग एजन्सीकडून भरभक्कम ग्रँट मिळवावी लागली असती. तसे एकदोन प्रयत्न त्यांनी केलेही, पण त्यात

म्हणावं तसं यश त्यांना मिळालं नाही. एक दोन छोट्या मोठ्या उपकरणांची खरेदी करण्याइतपत आणि हाताखाली काम करायला एखाद दुसरा विद्यार्थी किंवा फेलो मिळण्याइतपतच, त्या ग्रँटचा उपयोग झाला होता. नाही म्हणायला एका कॉन्फरन्सपोटी एक मायदेशीची ट्रिप स्वत:च्या खिशातून दमडीही खर्चावी न लागता पदरात पडली होती. पण या बाबी व्यावसायिक समाधान देणाऱ्या नव्हत्या.

त्या कॉन्फरन्सला आल्याचा एक फायदा जरूर झाला होता. अनेक भारतीय संशोधकांशी त्यांचा संपर्क आला होता, त्यांच्याशी त्यांच्या चर्चा झाल्या होत्या, इथं भारतात संशोधन कसं होतं, इथल्या संस्था कशा आहेत, इथली परिस्थिती कशी आहे, याची बरीच महिती त्यांना मिळाली होती. प्रत्यक्ष अनुभवायलाही मिळाली होती. मुख्य म्हणजे ज्यांच्या हाती विज्ञान क्षेत्रातली सत्ता आहे, अशा काही मंडळींशी ओळख झाली हाती. त्यांना प्रभावित करण्यातही ते यशस्वी झाले होते. त्यातूनच मग या इन्स्टिट्यूटमध्ये एका वरिष्ठ पदावर येण्याची संधी त्यांच्याकडे चालून आली होती. त्याचाच परिपाक म्हणून आज ते त्या भव्य प्रवेशद्वाराजवळ उभे होते. ते ओलांडून आत प्रवेश करताना पूर्वीचा तो सारा इतिहास त्यांच्या मनश्चक्षूंसमोरून तरळून गेला.

मानेला एक सौम्यसा झटका देत, ते सारे विचार त्यांनी काढून टाकले आणि मोकळ्या मनानं ते दार ओलांडलं.

✦✦✦

'वेलकम टू द इन्स्टिट्यूट, डॉ सिंघवी.' खुर्चीतून उठून सामोरे येत आणि हस्तांदोलनासाठी आपला उजवा हात पुढं करत डॉ. श्रीनिवासननी सिंघवींचं स्वागत केलं. श्रीनिवासन इन्स्टिट्यूटचे डायरेक्टर होते. एक अतिशय प्रतिभाशाली संशोधक म्हणून श्रीनिवासननी ख्याती मिळविलेली होती. आपलं सगळं संशोधन भारतात करूनही आंतरराष्ट्रीय मान्यता मिळविलेल्या अनेक भारतीय शास्त्रज्ञांमध्येही श्रीनिवासनचं नाव आघाडीवर होतं.

'थँक्यू, डॉ. श्रीनिवासन. या संस्थेनं मला सामावून घेतलं, हा माझा मोठाच सन्मान समजतो मी.' ऐसपैस असलेल्या डायरेक्टर ऑफिसवरून नजर फिरवीत सिंघवी म्हणाले. ऑफिसची सजावट तशी साधी तरीही चोखंदळपणे आणि रसिकतेनं केलेली होती. त्या ऑफिसवरून आणि तिथं पोचेपर्यंत संस्थेचा जो परिसर बघावयास मिळाला त्यावरून, प्रवेशद्वारापाशी सिंघवींचा जो समज झाला होता, तो बदलत चालला होता. बाहेरून जरी ही इमारत ऐतिहासिक वाटत असली, तरी ती इतिहासजमा झालेली नाही, उलट संस्था ठामपणे वर्तमानातच काय पण भविष्यातही पाय रोवून उभी आहे, अशी त्यांची खात्री पटू लागली

होती. तसं त्यांनी बोलूनही दाखविलं.

'वेल, जगाच्या आधुनिक प्रवाहात सामील होत असतानाच, आपल्या परंपरेचा, आपल्या सांस्कृतिक वारशाचाही अभिमान बाळगला पाहिजे, तो वारसा जतन केला पाहिजे, असा विचार इथल्या सार्वजनिक संस्थांचा कारभार चालविताना केला जातो. शिवाय जगभरही आपल्या पुरातन वास्तुशास्त्राकडे अधिकाधिक लक्ष दिलं जात आहे. त्यामुळेच ही इमारत बांधताना या बाबीकडे विशेष ध्यान दिलं गेलं. पण तुम्ही आतून पाहाल, तर इतरत्र कुठंही आढळणाऱ्या उत्कृष्ट लॅबोरेटरीच्या तोडीची प्रयोगशाळा तुम्हाला इथं दिसून येईल.'

'तसं मला सांगण्यात आलं होतं. ॲकेडेमीचे चेअरमन असलेल्या प्रोफेसर भारद्वाजांनी जेव्हा माझ्यापुढं मी इथं यावं असा प्रस्ताव ठेवला, तेव्हा माझा पहिला प्रश्न तोच होता. मी तिथं करत असलेलं संशोधन इथं केवळ चालूच ठेवणं नाही, तर त्यात अधिक जोमदार प्रगती करणं कितपत शक्य होईल, असा माझा सवाल होता. त्याचवेळी भारद्वाजांनी माझी खात्री पटवून दिली होती. मला कोणतीही अडचण येणार नाही. सगळ्या सुविधा मिळतील, असं आश्वासन दिलं होतं.'

'ते योग्यही केलं होतं. तशी लॅबोरेटरी वेल इक्विप्ड आहे. काही उपकरणं नसतील किंवा इतर काही सामग्री नसेल, तर ती आणता येईल. गेल्या काही वर्षात आपल्याला मिळणाऱ्या सरकारी अनुदानात वाढ झालेली नाही. सगळ्याच वस्तूंच्या किंमती मात्र वाढलेल्या आहेत. त्यामुळं बरीच ओढाताण होते. शिवाय प्रत्येक संस्थेनं अधिकाधिक स्वयंपूर्ण व्हावं, असंही सरकारचं धोरण राहिलेलं आहे. पण आपल्या संस्थेची परिस्थिती त्यामुळं तशी विचित्र होते. संस्थेच्या मॅन्डेटनुसार संस्थेमध्ये मूलभूत संशोधनावर अधिक भर देणं आवश्यक आहे. पण अशा संशोधनाला उद्योगधंद्यांचं पाठबळ फारसं मिळत नाही. त्यासाठी सरकारी, निमसरकारी किंवा आंतरराष्ट्रीय संस्थांच्या अनुदानावरच अवलंबून राहावं लागतं. उद्योगधंद्याकडून ज्या प्रकारच्या संशोधनाला आर्थिक पाठिंबा मिळू शकतो, तसं संशोधन करायचं तर मग मूलभूत संशोधनाला बगल द्यावी लागते. अशा कात्रीमधून वाट काढायची, म्हणजे तारेवरची कसरतच करावी लागते. पण आज पहिल्याच दिवशी या गोष्टी कशाला ! इथं व्यवस्थित सेटल झालात, की तुम्हालाही तुमचा वाटा उचलावा लागणारच आहे.'

सिंघवींच्या मनात कुठं तरी पाल चुकचुकून गेली. श्रीनिवासनांचं हे प्रास्ताविक म्हणजे कशाची नांदी तर नाही ? पण गृहस्थ प्रांजळ वाटला. त्याच्या बोलण्यात काही छद्मी होतं, वरवर बोलणं साधं वाटलं, तरी त्या पाठी काही वेगळाच अर्थ होता, असं वाटत नव्हतं. सरळपणानं त्यांनी इथल्या परिस्थितीची जाण करून

दिली होती. जी आव्हानं पुढं येणार होती, त्यांची सरळपणानं ओळख करून देण्याऐवजी त्यांचा दुसरा कसला इरादा होता, असं सिंघवींना वाटलं नाही.

पुढंही श्रीनिवासनांची त्यांच्या बरोबरची वागणूक मित्रत्त्वाचीच राहिली होती. डायरेक्टर म्हणून त्यांना काही निर्णय द्यावे लागत, प्रत्येक वेळी सगळ्यांची मनं जिंकली जातील, असा निर्णय घेणं शक्य होत नाही, याची जाणीव सिंघवींना होती. एक दोन वेळचे निर्णय सिंघवींच्या मनाविरुद्धही गेले होते. पण तसे ते घेण्यात जाणून बुजून सिंघवींना दुखविण्याचा किंवा त्यांच्या मार्गात अडचणी आणण्याचा काही डाव होता, असं सिंघवींनाही वाटलं नाही. शिवाय त्या काळात तरी नव्या ठिकाणी व्यवस्थित बस्तान बसविण्यात, आपल्या प्रयोगशाळेची घडी लावण्यातच सिंघवींचा बराचसा वेळ जात होता. तसा तो जाईल, याची पुरेपूर जाणीव त्यांना होती. त्यामुळे इतर बाबींकडे लक्ष द्यायला त्यांना फुरसतही नव्हती आणि तशी त्यांची मनोवृत्तीही नव्हती.

संस्थेच्या कॉलनीतच घरही मिळालं होतं. तशी प्रशस्त जागा होती. जवळच बाजार होता. मुलांच्या शाळेचा प्रश्नही मिटला होता. शेजारीपाजारी ओळखी झाल्यामुळे पत्नीही नव्या जागी रूळत चालली होती. इतर सुविधा कॉलनीतच होत्या. त्यामुळं आपल्या कामावर सगळं लक्ष केंद्रित करता येणं सिंघवींना शक्य होत होतं. आपण अमेरिकेतली चांगली नोकरी सोडून इथं परतण्याचा निर्णय घेतला, त्यात काही चूक केली नाही, असं त्यांना वाटू लागलं होतं.

असलीच तर एक किंचितशी व्यथा होती. संस्थेच्या उद्दिष्टांच्या चौकटीत सामावणारंच संशोधन व्हावं, यावर श्रीनिवासनांचा कटाक्ष असल्यामुळे इथंही आपल्याला दुय्यम भूमिकेवरच समाधान मानावं लागेल की काय, अशी शंका मधूनमधून त्यांना छळत असे. पण एकदा व्यवस्थित बस्तान बसलं की मग त्याही प्रश्नाचा निकाल लावता येईल, अशी ते स्वत:ची समजूत घालत असत. तशी घालता येण्यासारखाच व्यवहार होत असल्यामुळं कोणताही संघर्ष करण्याची पाळी येईल, असं वाटण्याची गरजच नव्हती.

तसा संघर्ष करावा लागेल, असं पहिल्यांदा वाटलं, ते संस्थेत आल्यानंतर साधारण दोन वर्षांनी.

श्रीनिवासनांनी ज्याची पहिल्याच भेटीत ओळख करून दिली होती, त्या विचित्र अवघडावयास लावणाऱ्या परिस्थितीचा अनुभव तोपर्यंत सिंघवींना मिळू लागला होता. उपकरणं तशी बऱ्यापैकी होती. त्या महागड्या वस्तूंची खरेदी फारशी करावी लागत नव्हती. पण त्यांच्या क्षेत्रातल्या संशोधनासाठी कन्झ्युमेबल्सची फार मोठी गरज असे. रोजच्या कामासाठी लागणारी रसायनं, काचेची भांडी, वेगवेगळ्या प्रकारचे खास कागद, काही रंग, अतिशीत तपमानावर ठेवावी

लागणारी विशेष संयुगं, एक ना दोन. यातली बरीचशी आयात करावी लागत. त्यात बराच वेळही जात असे. त्याची संवय सिंघवींनी करून घेतली होती. या आयातीवर कस्टम ड्यूटी भरावी लागणार नाही, याची सोय श्रीनिवासनांनी करून ठेवली होती. तरीही हा सगळा माल बराच महागडा होता. त्यात डॉलरच्या तुलनेत घसरणारं रुपयाचं मूल्य आणखीनच अडचणी समोर उभ्या करत होतं. या सर्वांसाठी लागणारा पैसा कुठून उभा करायचा, याची चिंता सिंघवींना छळत असे.

पण तशी ती सगळ्यांनाच छळत होती. सिंघवी काही एकटे नव्हते. ही चिंता कमी व्हावी, असा प्रयत्न श्रीनिवासन करीत असत. जिथून अनुदानाची शक्यता आहे अशी माहिती त्यांना मिळालेली असे, तिथं अर्ज पाठविण्यास ते सर्वांनाच उत्तेजन देत असत. तो अर्ज तिथं गेल्यानंतर त्याचा पाठपुरावाही करत असत. प्रसंगी स्वत:च वजन खर्च करून, तो मंजूर करवून घेण्याचीही धडपड करत असत. आपल्या हाती असलेल्या वेळापैकी दहा-पंधरा टक्के वेळ पैसे देणाऱ्या, संस्थेच्या उद्दिष्टांशी विसंगत असणाऱ्या, औद्योगिक संशोधनासाठी कोणी काढला, तर त्याकडेही ते कानाडोळाच करत नसत, तर त्याचं समर्थनही करत असत. संस्थेच्या गव्हर्निंग कौन्सिलची वक्रदृष्टी अशा शास्त्रज्ञाकडे वळणार नाही, याची खबरदारी घेत असत. मात्र पैसाही मिळणार नाही आणि संस्थेच्या उद्दिष्टातही बसत नाही, असं संशोधन कोणी केवळ स्वांतसुखाय करू लागला, तर त्याला मात्र ते जोरदार आक्षेप घेत असत.

श्रीनिवासनांचा आणि त्यांचा खटका उडाला तो अशाच एका प्रकल्पावरून. डीएनए फिंगरप्रिन्टिन्गच्या तंत्राचा विकास झाला, तो मॉलिक्युलर बायॉलॉजीमधील काही मूलभूत प्रश्नांचा भेद करण्यासाठीच. पण कोणत्याही तंत्राबाबतीत जे होतं, ते याही तंत्राबाबतीत घडलं होतं, एक निराळ्याच, ध्यानीमनीही नसलेल्या, क्षेत्रात त्या तंत्राचा उपयोग होतोय, हे दिसून येतं आणि मूळ उद्देश पाठी पडून त्या निराळ्या उपयोगासाठीच त्या तंत्राचा मुख्यत्त्वे वापर होऊ लागतो. डीएनए फिंगरप्रिन्टिन्गचीही हीच गत झाली होती. गुन्हेगाराची निर्विवाद ओळख पटविण्यासाठी त्याचा उपयोग होतो, हे लक्षात आल्यापासून फोरेन्सिक सायन्ससाठी त्याचा अधिक उपयोग होऊ लागला. असा पुरावा कायदेशीर दृष्ट्या ग्राह्य आहे की नाही, यावर भलेही कायदेपंडित कीस काढत बसले असले, तरी फिर्यादी, आरोपी आणि पोलिसही या तंत्राचा उपयोग करण्यावर भर देऊ लागले होते. आपल्या देशातही आता या तंत्राचा विकास झाला आहे, हे कळल्यावर इथल्याही मंडळींची तिकडे नजर वळावी यात आश्चर्य वाटण्याचं कारण नव्हतं. अशी एक थोडीफार गाजलेली, थोडाफार राजकीय संबंध असलेली, एक केस संस्थेकडे,

म्हणजेच पर्यायानं, डॉ सिंघवींकडे रिफर करण्यात आली होती. ती घ्यावी, असा सिंघवींचा आग्रह होता. त्यामुळे आपल्याला प्रसिद्धी मिळेल, हे तर त्यांना स्पष्ट दिसत होतं. एका अत्याधुनिक तंत्राचे भारतातील शिल्पकार म्हणून आपली ख्याती होईल, सगळीकडे आपलं नाव गाजेल, याची त्यांना कल्पना आली होती. त्याचा मोह त्यांना झाला नाही, असं छातीठोकपणे सांगणं सिंघवींना कठीण गेलं असतं. त्यात त्याच सुमारास त्या तंत्रातील काही दोष काढून टाकून ते अधिक काटेकोर करण्यात त्यांना यश आलं होतं. त्यामुळं एखाद्या गाजणाऱ्या खटल्यातली आपली या तंत्रावर आधारलेली साक्ष आपल्याला देशातच नव्हे, तर परदेशातही प्रसिद्धी मिळवून देईल, याविषयी त्यांना शंका नव्हती.

श्रीनिवासनांशी बोलताना मात्र त्यांनी स्वत:च्या प्रसिद्धीची गोष्ट काढलीच नाही.

'श्री, यामुळं संस्थेचं नाव सगळीकडे होईल, याचा विचार कर.' तोपर्यंत दोघांचे संबंध एकमेकांना एकेरी नावानं संबोधण्याइतपत दृढ झाले होते. 'तसं झालं, की मग आपण काही बड्या उद्योगपतींकडून डोनेशनही मिळवू शकू. पोलिसांचा पाठिंबा मिळाल्यास सरकारकडूनही कायमस्वरूपी अनुदान मिळवू शकू.'

'हिरा, तुझं म्हणणं अगदीच चुकीचं आहे, असं नाही म्हणत मी. पण इथल्या परिस्थितीचा जास्त परिचय आहे मला. तू म्हणतोस तसं अमेरिकेत निश्चित होईल. निरनिराळ्या एन्डाउमेन्ट्स कडून भरभक्कम कायमस्वरुपी ग्रॅन्ट्स तिथं नक्कीच चालून येतील. इथली परिस्थिती वेगळी आहे.'

'काय वेगळं आहे ? इथं काही एन्डाऊमेन्ट्स नाहीत ? की इथं गुन्हेगारांची पक्की ओळख पटविण्याची गरज नाही ?'

'दोन्हीही आहेत. पण इथं एन्डाऊमेन्ट्स सहसा सोशल सायन्सेसशी निगडित प्रकल्पांना अनुदान देत असतात. शिवाय यामुळं पोलिसांकडून एका पाठोपाठ केसेस येत राहतील. पॉलिटिकल प्रेशरचाही सामना करावा लागेल. जिथं गरज नाही, अशाही केसेसमध्ये या तंत्राचा आग्रह धरला जाईल. त्यावेळी नाहीही म्हणता येणार नाही. कारण त्यापाठची शास्त्रीय कारणमीमांसा कोणीही ऐकून घेणार नाही. आपण हट्टच धरला तर राजकीय दबाव आणून तो मोडून काढण्यात येईल. तशी ऑर्डरच देण्यात येईल.'

'तू म्हणतोस तसंच होईल कशावरून ? आणि समजा झालं, तरी त्यात काय हरकत आहे ? आपल्या संस्थेचं नाव तर सगळ्यांच्या तोंडी होईल.'

'पण त्यापायी केवढी मोठी किंमत द्यावी लागेल ? हेच करण्यात तुझा सारा वेळ जाईल. तुझ्या बेसिक रिसर्चसाठी तू वेळ कोठून काढणार ? कोणताही विद्यार्थी किंवा फेलो हे काम अंगावर घ्यायला सहसा तयार होणार नाही. कारण

त्यातून त्याचा थिसिसही पुरा होणार नाही की पेपरही पब्लिश करता येणार नाही. या सगळ्या खटाटोपापासून द्रवप्राप्ती तर होणार नाहीच. उलट इन्स्टिट्युटचा पैसाच यापायी खर्च करावा लागेल. तो करण्याची अनुमती देणं, मला शक्य होणार नाही. कारण तसं करायचं तर, दुसऱ्या कोणाला तरी पैसा कमी पडेल. त्याचं चांगलं संशोधन अडून बसेल. मला सगळ्यात भीती वाटते आहे, ती राजकारण्यांच्या लुडबुडीची. आजवर आपण ते टाळत आलो आहोत. आज त्याचाच पाठपुरावा करण्यात कसला आला आहे शहाणपणा !

श्रीनिवासनांचं म्हणणं तसं रास्तच होतं. पण त्या क्षणी तरी ते पटवून घ्यायला सिंघवी तयार नव्हते. आपल्याला प्रसिध्दी मिळेल हे श्रीनिवासनांना नको आहे, अशीच त्यांची समजूत झाली होती. आपला हेवा त्यांना वाटतो आहे, असूयेपोटी ते विरोध करताहेत, अशीच त्यांची अटकळ होती. ती दृढ व्हावी आणि या दोघात फूट पडावी, त्यातून श्रीनिवासनांची, आणि झालीच तर सिंघवींचीही, बदनामी व्हावी, असा प्रयत्न करणाऱ्या विघ्नसंतोषी मंडळींचीही वानवा नव्हती. त्यांनी नुकत्याच धुमसू लागणाऱ्या त्या आगीत तेल ओतण्याचंच काम केलं. आता आपलं वेगळं सेन्टर स्थापन केल्याशिवाय आपण आगेकूच करू शकणार नाही, इन्स्टिट्यूटमध्येच राहून आपल्याला फारसं पुढं येता येणार नाही, हा विचार सिंघवींच्या मनात फोफावेल, याचीच त्यांनी काळजी घेतली. सिंघवींचाही मग स्वतःच्या मनाशी तसा निर्णय झाला.

अशाच कोणीतरी त्यांची आणि राजबाबूंची गाठ घालून दिली. राजबाबू म्हणजे मोठा कलरफुल पुढारी. त्याचं नाव घेतल्याशिवाय किंवा त्यांच्या कोणत्यातरी नव्या करामतीचा वृत्तांत दिल्याशिवाय कोणत्याही वर्तमानपत्राचा एक दिवसही जात नव्हता. माणूस जेवढा दिलाचा सच्चा, तेवढाच विक्षिप्त. हिरालालांचं त्यांनी अघळपघळ स्वागत केलं. विरोधी पक्षात असल्यामुळं त्यांचा दिवसाचा कार्यक्रम भरभक्कमही नव्हता की आसपास ब्लॅक कॅट्सचाही गराडा नव्हता.

'या, या, डॉक्टरसाहेब, त्या आपल्या यांनी सांगून ठेवलं होतं तुमच्याबद्दल.' नक्की कोणी त्यांची शिफारस केली होती, याचा थांगपत्ता लागू न देता राजबाबू म्हणाले, 'बोला, काय सेवा करू शकतो आम्ही आपली ?'

हिरालालांना असल्या बोलण्याची सवय नव्हती. सेवा वगैरे शब्दांनी ते जरासे गांगरून गेल्यासारखे झाले. काय बोलावं, नक्की कोठून सुरुवात करावी, हेच त्यांना समजेना.

'बोला, बोला, निःसंकोच बोला. अगदी काही पण मनात ठेवू नका. काय असेल ते स्पष्ट सांगून टाका.' त्यांना धीर देत परत राजबाबूच म्हणाले.

हिरालालांनाही धीर आला. त्यांची अडकून बसलेली जीभ मोकळी झाली.

'मी डीएनए फिंगरप्रिन्टिन्गचं तंत्र भारतात प्रथमच विकसित केलेलं आहे, हे आपल्याला ठाऊक असेलच. अगदी आंतरराष्ट्रीय दर्जाचं आहे ते. कांकणभर सरसच आहे पण उणं नाही. त्याचा उपयोग केवळ लॅबोरेटरीपुरता मर्यादित न राहता......'

'......तर, सगळ्या समाजाला त्याचा फायदा मिळाला पाहिजे. नाहीतरी तुमची संस्था सरकारी अनुदानावर, म्हणजे पर्यायानं जनतेच्या पैशावरच चालते काय ! मग जे काही असेल तुमच्याजवळ तंत्र, त्याचा साऱ्या देशाला फायदा झाला पाहिजे.'

'तेच म्हणतोय मी. म्हणून तर सध्या जी खोसला मर्डर केस गाजते आहे, तिच्यात या तंत्राचा वापर करून, नेमका गुन्हेगार कोण हे शोधण्यासाठी मदत करावी, असा माझा विचार होता. पोलिसांनाही तशी मदत मिळाली तर हवीच आहे.'

'हवी आहे ना ? मग घोडं कुठं पेंड खातंय. मियाबिबी पण राजी आहेत आणि काझीही तयार आहेत, तर मग अडचण कुठं आली ?' गडगडाट करून हसत राजबाबूंनी विचारलं.

'आमच्या इन्स्टिट्यूटचे डायरेक्टर अशा प्रकारचं प्रॉजेक्ट घ्यायला फारसे उत्सुक नाहीत. विरुद्धच आहेत म्हणाना. या प्रकल्पाला लागणारे फायनान्सेस पुरवायला ते तयार नाहीत.'

'पण का ? त्यांचा विरोध का असावा ?'

'त्यांच्या मते असे प्रॉजेक्ट्स संस्थेच्या मूळ उद्दिष्टांशी फारकत घेणारे आहेत. मूलभूत संशोधन, फंडामेन्टल रिसर्च, हा इन्स्टिट्यूटचा मुख्य उद्देश आहे. या अशा प्रकारच्या कामांमध्ये केवळ आधीच विकसित केलेल्या एखाद्या तंत्राचा उपयोग करणं, यापलीकडे काही साध्य होत नाही. आणि अशी कामं करायचीच असली, तर निदान ती उद्योगधंद्यांना साह्यभूत ठरतील व त्या निमित्तानं संस्थेच्या गंगाजळीत भर पडेल, अशी असावी यावर त्यांचा कटाक्ष आहे. त्याबाबतीत अपवाद करायची त्यांची इच्छा नसते.'

'अरे भले त्यांची इच्छा नसेल. अशी ज्याची त्याची इच्छा ध्यानात घेऊन कारभार करायचा म्हटलं, तर देशाचं काय होईल ? उद्योगधंद्यांपाशी पैशाची कमतरता नाही. ते आपलं आपण पाहून घेतील. त्यांना मदत करायची गरज नाही. त्यांच्यासाठी अपवाद करायचा आणि सर्वसामान्य जनतेला मात्र डावलायचं, हा खासा न्याय झाला ! ते काही नाही. तुम्ही सगळी माहिती आमच्या या रावजींना सांगून ठेवा. आम्ही आता धसालाच लावतो ही गोष्ट. तशी जोरदार मागणीच करतो बघा. तुम्ही काही काळजी करू नका.'

'आता आपणच जातीनं लक्ष घालताय म्हटल्यावर, मला काळजी करायचं कारणच उरलं नाही. मी आता कामाच्या तयारीला लागतो.' निरोप घेत सिंघवी म्हणाले.

राजबाबूंनीही आपला शब्द पाळला. नाहीतरी खोसला मर्डर केसचे लागेबांधे सत्तारूढ पक्षापर्यंत पोचत होतेच. त्यामुळं त्यांची बाजू आधीच कमकुवत झालेली होती. डीएनए फिंगरप्रिन्टिन्गचा पुरावा सादर करण्यात अडचणी आणणं त्यांना परवडणारं नव्हतं. तसं झालं असतं, तर लोकांचा संशय अधिकच बळकट झाला असता. तो पुरावा मिळाला असता, तर प्रकरण ज्यांच्यावर शेकणार होतं, ते सत्तारूढ पक्षाचे काही पुढारी होते. पण सध्या तरी त्यांना वाऱ्यावर सोडण्यावाचून गत्यंतर नव्हतं. विशेषत: राजबाबूंनी त्या प्रश्नावर गदारोळ माजविल्यावर तर त्यांच्या मागणीला मान तुकवण्यावाचून दुसरा पर्यायच सरकारपुढं उरला नाही.

यथावकाश श्रीनिवासनना तशी ऑर्डरच मिळाली. ती केस सिंघवींकडे अधिकृतरित्या सोपविण्यावाचून त्यांच्याकडे मार्गच उरला नाही. तरीही त्यांचं मन त्यावेळी तरी कलुषित झालं नाही. पण सिंघवींना आपण बाजी मारलीय, हे ज्याला त्याला सांगितल्यावाचून राहवलं नाही. आपल्या हाती एक नवं सामर्थ्य आलंय, याचा थोडाफार तरी गाजावाजा केल्यावाचून त्यांना राहवलं नाही. आता प्रत्येक बाबतीत श्रीनिवासनांची परवानगी घेण्याची गरज नाही, हेही त्यांनी आडूनपाडून जाहीर करायला सुरुवात केली.

साहजिकच दोघांमधली तेढ वाढतच गेली. मैत्री तर केव्हाच संपुष्टात आली होती.

नंतर तर दोघांमध्ये अघोषित युद्धच सुरू झाल्यासारखं झालं. त्यामुळं प्रथमच श्रीनिवासनांनी कधी नव्हे ते, रास्त असूनही, सिंघवींची काही प्रपोजल्स मान्य करण्याचं नाकारलं. त्यांच्या युनिटला बजेटमधून मिळणाऱ्या पैशात काटछाट करावयास सुरुवात केली. त्यावरून दोघांमध्ये खटकेही उडू लागले.

याचाच फायदा घेऊन दोघांमधला बेबनाव अधिकच वाढेल, प्रकरण सतत चिघळतच राहील, याचीच काळजी घेणाऱ्या विघ्नसंतोषी लोकांनी सिंघवींचे कान फुंकायला, त्यांना परत राजबाबूंकडे जाऊन त्यांची मदत घ्यायला, प्रवृत्त केलं नसतं तरच नवल ! सिंघवी तर श्रीनिवासनांवर कुरघोडी कशी करता येईल, याचाच सतत विचार करत असत. त्यांचं मूलभूत संशोधन तर थांबल्यासारखंच झालं होतं. श्रीनिवासनांनी भाकित केल्याप्रमाणे वरचेवर अनेक पोलीस केसेस त्यांच्याकडे येतच होत्या. त्यातल्या अर्ध्याहून अधिक अशा असत, की त्यांच्यात डीएनए फिंगरप्रिन्टिन्गची अत्यावश्यकता आहे, हे सिंघवींनाही पटत नसे. एक दोन वेळा त्यांनी अशा केसेस नाकारायचा प्रयत्न करून पाहिला. पण प्रत्येक वेळी कोणा ना कोणाचं दडपण येऊन त्यांना माघार घ्यावी लागली होती. दडपणही अशांचं यायचं, आणि अशा प्रकारे यायचं, की आपण हट्टच धरला

तर ती व्यक्ती दुखावली जाईल आणि मग बदला घेण्याच्या संधीची वाटच पाहत राहील, याविषयी सिंघवींना शंका राहत नसे. साहजिकच त्या काळात तरी कोणालाही दुखवणं त्यांना परवडणारं नव्हतं. श्रीनिवासनांनी सांगितल्याप्रमाणे आपला बहुतांश वेळ या केसेसपायीच खर्च होतोय, आपलं असं वेगळं संशोधन करायला वेळ उरतच नाहीय, याची जाणीव त्यांना अधुनमधून अस्वस्थ करत असे. अमेरिकेतल्या प्रोफेसर्सपेक्षा श्रीनिवासनांनी आपलं स्वतंत्र व्यक्तिमत्त्व फुलायला भरपूर वाव दिला आणि म्हणूनच आपण काही लक्षणीय स्वतंत्र संशोधन करू शकलो, हेही एखाद्या पर्युत्सुक क्षणी ते मान्य करत. पण आता श्रीनिवासनांवर बाजी उलटविण्याची आस इतकी जबरदस्त झाली होती, की असे चलबिचल करणारे विचार मनात आले, की ते स्वत:वरच चिडून त्यांना हद्दपार करण्याची लगबग करत.

अशाच एका क्षणी त्यांनी परत एकदा राजबाबूंची गाठ घेतली. आता राजबाबूंचा पक्ष सत्तारूढ झाला होता.

'या, या, डॉक्टरसाहेब, काय कसं काय चाललंय तुमचं काम ? एकापाठोपाठ केसेस तुमच्याकडे येताहेत, असं ऐकतो आहोत आम्ही.'

'हो, हो, खरं आहे. पण त्याचाच त्रास होतोय आता.' धीर करून सिंघवी म्हणाले.

'मला तुम्हा मंडळींचं हेच कळत नाही. त्यावेळी केस घेता यावी म्हणून उतावीळ झाला होतात. माझ्याकडे आला होतात. आणि आता त्यामुळं नाव होऊन एकापाठोपाठ केसेस येताहेत, तर त्यांचा त्रास होतोय. काय, पाहिजे असतं तरी काय तुम्हा लोकांना ?' राजबाबूंच्या स्वरातली नाराजी लपणारी नव्हती. सिंघवींच्या ती ताबडतोब ध्यानात आली. राजबाबूंना नाराज करणं आपल्याला परवडणारं नाही, हे न समजण्याइतके सिंघवी दुधखुळे नव्हते. सारवासारव करण्याच्या दृष्टीनं त्यांनी घाईघाईन म्हटलं,

'तसा नव्हता माझ्या म्हणण्याचा आशय. पण सध्याच्या परिस्थितीत राहून, इन्स्टिट्यूटच्या डायरेक्टरशी सतत झगडत, इतक्या केसेस हॅन्डल करणं कठीण जातंय. त्या केसेस हाती घ्यायला माझी हरकत नाही. पण प्रत्येकीकडे हवं तसं बारकाईनं लक्ष द्यायचं, तर तशी मन:शांतीही हवी, सुविधाही हवी.'

'मग म्हणणं तरी काय तुमचं ? काय बोलायचं ते आडपडदा न ठेवता स्पष्टपणे बोलून टाका.'

'याच कामासाठी स्वतंत्र इन्स्टिट्यूट स्थापन झाली, म्हणजे मग निश्चिंतपणे हे काम करता येईल.'

'हे मात्र खरं आहे. निवांतपणे सगळी योजना समजावून सांगा आम्हाला. एकदा का ती पटली की मग बघा त्याच्या पाठीच लागतो. आता तर काय

शासनही आपलंच आहे. तेव्हा योजनेची कार्यवाही व्हायला वेळ लागणार नाही.'

राजबाबूंनी एखादी गोष्ट मनावर घेतली, की तिचा पिच्छा पुरविल्याशिवाय ते राहत नाहीत, याचं प्रत्यंतर सिंघवींना परत एकदा मिळालं. एक नवी इन्स्टिट्यूट स्थापन करून तिच्या संचालकपदी सिंघवींची नेमणूक करण्याची योजना शासनानं मान्य केली.

त्याच संस्थेच्या डायरेक्टर ऑफिसमध्ये बसून सिंघवी हा सारा भूतकाळ नजरेसमोर आणण्याचा प्रयत्न करत होते. आपल्या संस्थेची इमारत, आपलं हे ऑफीस, संस्थेतल्या सुविधा अत्याधुनिक असाव्यात, श्रीनिवासनांच्या संस्थेपेक्षा त्या सरस असाव्यात, यावर त्यांनी कटाक्षानं लक्ष दिलं होतं. तसं करताना श्रीनिवासनांविषयींची असूया, त्यांच्यावर मात करण्याची जबरदस्त आकांक्षा, यांनीच सिंघवींना पछाडलं होतं. संस्था नावरूपाला येते ती तिच्या इमारतीच्या भपक्यावर नव्हे, तर संस्थेत होत असलेल्या संशोधनाच्या दर्ज्यावर, या त्यांनी स्वत:च स्वत:ला पटवून दिलेल्या तत्त्वाचा त्यांना विसर पडला होता. त्यामुळे आपण एवढी धडपड करूनही, आजही जगभरचे शास्त्रज्ञ श्रीनिवासनांचे आणि त्यांच्या संस्थेचे पोवाडे गातात, हे त्यांना सहन होत नसे. त्यांना त्याची चीड येत असे. आणि मग त्या संस्थेचं नाव बद्दू कस करता येईल, याचाच ते विचार करत राहत. त्यापायी आपल्या संस्थेची अधिकच घसरण होतेय, याचाही विचार करण्याची फुरसद त्यांना नव्हती.

आपलं हे उद्दिष्ट साध्य करण्यापायी, आपण राजबाबूंवर अधिकाधिक अवलंबून राहू लागलो आहोत, त्यांच्या पाठोपाठ त्यांचे इतर चेले, पाठीराखे, थातुरमातुर गल्लीपुढारी हेही आपल्यावर काही बाबतीत अधिकार गाजवताहेत, याकडेही त्यांचं दुर्लक्ष होत होतं. तसं ते अनवधानानं करत होते की जाणूनबुजून, हे त्यांचं त्यांनाही सांगता नसतं आलं.

त्याचीच परिणती ही त्यांच्या समोर पडलेल्या त्या केसबद्दलच्या रिपोर्टमध्ये झाली होती. केसचे निष्कर्ष इतके निर्विवाद कधीच मिळाले नव्हते. खरं तर कोणतंही किल्मिष नसलेले आणि संशयाला किंचितही थारा न देणारे असे निर्मळ निष्कर्ष आजवर कोणालाच, जगाच्या पाठीवर कोणालाच, मिळाले नव्हते. फिंगरप्रिन्टिन्गचा तक्ता परत एकदा नजरेखालून घालताना सिंघवींना ते कसोशीनं जाणवलं. ते पब्लिश करता आले, तर त्यामुळं त्यांच्या कीर्तीत भरच पडणार होती. तसा विचार करत असतानाच तो फोन आला होता.

निष्कर्ष वैज्ञानिक दृष्टिकोनातून निर्मळ होते हे खरं. पण त्यामुळं ज्याचा गुन्हा सिद्ध होणार होता तो राजकीय पुढारी नसला, तरी त्याचे सत्तारूढ पक्षाशी निकटचे लागेबांधे होते. त्यानं पक्षाला अडीअडचणीला भरपूर पैसा पुरविला

आहे, असं बोललं जात होतं. म्हणून तर गुन्हेगार जगताशी उघडउघड संबंध असूनही आजवर तो प्रतिष्ठेचं जिणं जगत होता. समाजात मानमरातब मिळवून होता. त्याच्यावर कसला शिंतोडाही उडता कामा नये, अशी ताकीदच सिंघवींना त्या फोनवरून मिळाली होती.

सिंघवींना ही बाब नवीन होती. त्या ताकीदीनुसार वागायचं, तर धडधडीत खोटा रिपोर्ट द्यावा लागला असता. तसा दिल्यावरही एखादा निष्णात वकील उलटतपासणीत त्यांचं खोटेपण सिद्ध करणार नाही, अशीही खात्री देता येत नव्हती. आपल्याला शपथेवर इतकं खोटं सांगणं जमणार नाही, याची सिंघवींना खात्रीच होती. काय करावं हेच विचारण्यासाठी त्यांनी राजबाबूंना फोन लावला होता. ते फोनवर येण्याचीच ते वाट पाहत होते.

'काय डॉक्टरसाहेब, आज आमची याद केलीत ! आणखी एखादी नवी इन्स्टिट्यूट उभी करायची आहे काय !' हास्याचा तोच नेहमीचा गडगडाट करत राजबाबूंनी विचारलं.

'नाही, नाही, तसं नाही.' ओशाळवाणं हसत सिंघवी म्हणाले, 'पण एक समस्या उभी राहिली आहे.'

'ते आम्ही ओळखलं होतंच. काही समस्या उभी राहिल्याशिवाय तुम्ही आमच्याकडे कधी आला आहात ? बोला.'

राजबाबूंच्या बोलण्यात उपरोधाची धार आहे, आपण एरवी त्यांच्याकडे जात नाही, सलाम करत नाही, याबद्दल नाराजी आहे, हे सिंघवींच्या लक्षात आल्यावाचून राहिलं नाही. ज्या आशेनं आपण त्यांच्याकडे बोलणार आहोत, ती फलद्रुप होण्याची शक्यता मावळली जरी नसली, तरी कमी झाल्याचं सिंघवींना वाटून गेलं.

'हीच नवी केस जी आली आहे ती. त्यातला माझा रिपोर्ट तयार आहे. अतिशय स्पष्ट आहे तो. इतका क्लीन रिपोर्ट आजवर जगात कोणालाच मिळालेला नाही.'

'या जगाच्या गप्पा राहू द्या, डॉक्टरसाहेब. त्यामुळं आमचा माणूस क्लीन आहे, असं दिसून येतंय का ?'

यावर पटकन उत्तर देणं सिंघवींना कठीण गेलं. थोडंफार चाचरत ते म्हणाले,

'नाही, खरं तर या रिपोर्टनुसार त्यांच्यावरचा आरोप सिध्द व्हायलाच मदत होणार आहे. मी तो रिपोर्ट न देता त्याच्या नेमका विरूद्ध रिपोर्ट द्यावा, असा मला आताच फोन आला होता.'

'मग तुमचा विचार काय ठरला, डॉक्टरसाहेब ? काय करावं हे आम्ही तुम्हाला काय सांगावं ?'

'पण, पण, एकदम खोटं बोलणं, आणि तेही शपथेवर....'

'आजवर तुम्ही कधी खोटं बोललेलाच नाही आहात, असं म्हणायचंय काय तुम्हाला, डॉक्टरसाहेब ? तो तुमचा कोण श्रीरामन का श्रीकृष्णन त्याच्याबद्दल आजवर आम्हाला जे काही सांगितलंत, हे सगळं खरचं होतं, असं म्हणायचंय काय तुम्हाला ?'

'नाही, तसंच नाही, पण.....'

'आता पण नाही न् परंतु नाही, डॉक्टरसाहेब. तुमच्या त्या तंत्रातलं इतर कोणालाच काही पण कळत नाही. तुम्ही सांगाल त्यावर डोळे झाकून सगळे विश्वास ठेवणार आहेत. म्हणून तर ही केस तुमच्याकडे सोपवावी, असा आग्रह धरला होता आम्ही. आजवर आम्ही तुमचं ऐकत आलो आहोत, तुम्ही मागाल ते देत आलो आहोत. तुम्ही त्याची जाण ठेवाल, अशी आशा आहे.'

'पण, कोर्टात खोटं बोललं तर ----'

'मग आपल्याला मिळालेलं सॅम्पल आपल्या हातून सांडलं, किंवा ते गुंतागुंतीचं आहे तेव्हा आपल्याकडून त्याची तपासणी व्यवस्थित करणं शक्य नाही, असं सांगून टाका. काय करायचं ते तुम्ही ठरवा.'

पलीकडून फोन खाली ठेवण्याचा आवाज आल्यावरही सिंघवी रिसिव्हर तसाच धरून होते. कपाळावरून वाहणारे घामाचे ओघळ डोळ्यात शिरून आपली दृष्टी धूसर करत आहेत, हेही त्यांना जाणवलं नाही. एकतर भर कोर्टात शपथेवर खोटं तरी सांगावं लागणार होतं, आणि त्याचे परिणाम भोगायची तयारी ठेवावी लागणार होती. नाहीतर आजवर जी वैज्ञानिक प्रतिष्ठा जपली तिला तरी तडा जात असलेला निमूटपणे पाहावा लागणार होता. श्रीनिवासनांनी ज्याचं भाकित केलं होतं, ते भविष्य आज वर्तमान बनून आपला अक्राळविक्राळ जबडा उघडून समोर उभं होतं. आजवर राजबाबू आपल्या पाठीशी भक्कम उभे आहेत, असं आपण समजत होतो, तो आपला गैरसमज होता, हे आता त्यांच्या ध्यानात आलं होतं. राजबाबूंच्या दृष्टीनं त्यांनी आजवर आपल्याला पाठिंबा दिला, ती केवळ गुंतवणूक होती. त्यावरच्या व्याजाची, परताव्याची वसुली ते आता करत आहेत, आणि ते व्याज आपल्याला द्यावं लागणार आहे, याची जाणीव त्यांच्या संवेदना बधीर करत होती.

✦

बुमरँग

'हे नवीन तंत्रज्ञान वापरून तयार केलेल्या प्रॉडक्टला आम्ही 'चर्मवस्त्र', 'लेदर क्लॉथ', असं नाव दिलं आहे.' डायरेक्टर म्हणाले.

'लेदर क्लॉथ ?' टाईम्स ऑफ इंडियाच्या विनय कुलकर्णींनं विचारलं.

'दॅट्स राईट. नाव नवीन नाही हे मला, आम्हाला माहिती आहे. पण वुई थिंक दॅट इट इज द मोस्ट ॲप्रोप्रिएट नेम. अतिशय समर्पक नाव आहे ते. ते तयार केलं जातं कातडं कमावून. कमावण्याचं तंत्रज्ञान अर्थात अत्याधुनिक, आम्ही डेव्हलेप केलेलं, संपूर्ण स्वदेशी आणि ज्याची अनाउन्समेन्ट करण्यासाठीच तुम्हा सर्व मिडियामधल्या मंडळींना आम्ही इथं आता बोलाविलं आहे ते. ते वापरून जेव्हा कातडं कमावलं जातं, तेव्हा त्याचं टेक्स्चर सुती कापडासारखं होतं. अगदी सूतभरही फरक नाही. द पन इज इन्टेन्डेड, लेडीज अँड जन्टलमेन.'

'ही तुमची टेक्नॉलॉजी पीअर रिव्ह्यूड आहे का ? इतर, इथल्या तशाच जगातल्या, वैज्ञानिकांनी त्याला मान्यता दिली आहे का ?' असोशिएटेड प्रेस इंटरनॅशनलच्या मार्क वुडफर्डनं प्रश्न केला.

त्यावर एक खट्याळ स्मित करत डायरेक्टर डॉक्टर सुब्रमण्यननी मान नकारार्थी हलविली. क्षणभर ते काहीच बोलले नाहीत. आणि आपला प्रश्न परत विचारण्यासाठी मार्क उठत असल्याचं पाहून त्याला हातानंच बसायला सांगत ते म्हणाले,

'आय होप, यू आर नॉट सीरियस, मार्क. पीअर रिव्ह्यू होतो, त्याच क्षेत्रातल्या इतर तज्ज्ञांकडून जाचपारख होते, ती मूलभूत, म्हटलं तर उपयोजितही, संशोधनाची. नवीन डिस्कव्हरीची. टेक्नॉलॉजीचा, एखादं नवीन उत्पादन ज्या

योगे शक्य होणार असेल अशा तंत्रज्ञानाचा, पीअर रिव्ह्यू होत नसतो. कारण ते प्रकाशनासाठी कोणत्याही नियतकालिकाकडे पाठविलं जात नाही. पूर्वी आमचे शास्त्रज्ञ तसं करत असत. पण आमची चूक आम्हाला आता कळून चुकली आहे. टेक्नॉलॉजीसाठी पेटंट घेतलं जातं, ते मिळण्यासाठी अर्ज केला जातो. यू नो दॅट व्हेरी वेल. तसं पेटंट आम्हाला मिळालंय. तूर्त इंडियन पेटंटच आम्हाला मिळालंय. पण आता इंटरनॅशनल पेटंटसाठी आम्ही इंटरनॅशनल ट्रेड ऑर्गनायझेशनकडेही ॲप्लिकेशन केलेला आहे. तेही लवकरच मिळेल. आय ॲम शुअर ऑफ दॅट.'

'पेटंट मिळालंय, मग प्रॉडक्शन कधी सुरू करणार आहात ?' युनिवार्ताच्या विनोद खुरानाला आता कंठ फुटला.

'याआधीच ते सुरुही झालंय. पहिली कन्साइनमेन्ट महिन्याभरातच बाजारात येईल. जाहिराती यायला लागतील येत्या आठवड्या दोन आठवड्यात. आमची टेक्नॉलॉजी अर्धीकच्ची असते, लॅबोरेटरीत ती ठीक काम करते पण उत्पादनासाठी फॅक्टरीत वापरायची वेळ आली की ती अवसानघात करते, असे आरोप आमच्यावर आजवर कितीतरी वेळा झाले आहेत. तसे ते चुकीचे होते, असं नाही म्हणायचं मला. पण वुई हॅव लेफ्ट ऑल दॅट बिहाईंड अस नाऊ. म्हणूनच तर ती टेक्नॉलॉजी वापरून उत्पादन आम्हाला अपेक्षित असलेल्या वेगानं आणि अपेक्षित असलेल्या दर्जाचं होतंय, याची खात्री पटल्यावरच आम्ही तुम्हाला बोलावलं.'

'कोण करतंय हे प्रॉडक्शन ?' सहज विचारल्यासारखा सीएनएनच्या रॉबर्ट मॅकेन्झीनं आपला प्रश्न केला. त्यापाठचा गर्भितार्थ न समजण्याइतके सुब्रमण्यम् नवखे नव्हते.

'कळेल, समजेल, लवकरच तेही उघड होईल. मार्केटमध्ये माल आला की कोण त्याचं उत्पादन करतंय हेही समजेलच. यू वुड बी इन फॉर अ सरप्राईज, माय फ्रेन्ड्स. तुम्हाला आश्चर्याचा धक्का बसणार आहे, एवढंच सांगतो आता. कारण त्याही बाबतीत आम्ही एक प्रयोग केलाय.'

'हे तुमचं चर्मवस्त्र कातड्यापासून तयार केलंय, त्याला तुम्ही कापड म्हणता कारण कापडासारखं ते तलम आहे म्हणून ?' विनयनं गाडी परत थोडीफार तांत्रिक मुद्द्यांकडे वळविण्याचा प्रयत्न केला.

'ते तर आहेच, पण त्या एकाच कारणासाठी आम्ही त्याला कापड म्हणत नाही. साध्या सुती कापडापेक्षा ते अधिक टिकाऊ आहे, ते वॉटरप्रूफ आहे, डस्टप्रूफ आहे, त्याला इस्त्रीची गरज लागत नाही कारण ते चुरगळलंच जात नाही, तसं पाहिलं तर ते थंडीपासून कापडापेक्षा अधिक क्षमतेनं संरक्षण देऊ शकतं. या सगळ्या प्रॉपर्टीज, हे सगळे गुणधर्म अर्थात कातड्याचे आहेत. पण कापडाचेही सारे गुणधर्म आमच्या या नवीन प्रोसेसमुळे त्याला लाभलेले आहेत.

त्यावर निरनिराळे रंग कापडाइतक्या सहजतेनं देता येतात, कापडावर आपल्या पारंपारिक पद्धतीनं जे जे संस्कार केले जातात, उदाहरणार्थ बांधणीची प्रक्रिया, ते सगळे त्यावर होऊ शकतात. मुख्य म्हणजे ते घाम शोषून घेतं.'

'जस्ट अ मिनिट डॉक्टरमोशाय,' त्यांना मध्येच अडवत अमृतबाझार पत्रिका ग्रुपच्या शुभेन्दू गुहानं विचारलं, 'जर हे चर्मवस्त्र घाम शोषून घेत असेल तर ते खराब होणारच. मग ते कापडासारखं धुता यायला हवं.'

'यू हॅव हिट द नेल ऑन इट्स हेड, माय डियर शुभेन्दू. तुझं म्हणणं अगदी बरोबर आहे. हे चर्मवस्त्र साध्या कापडासारखं साबण घासून किंवा वॉशिन्ग मशीनमध्ये धुता येतं. परत ते वाळायलाही वेळ लागत नाही.'

'पण मग ते महाग असणार, सर्वसामान्य जनतेला ते कसं परवडणार ? तुमचं हे संशोधन जनतेच्या पैशावर होतं हे तुम्ही विसरता आहात डॉक्टर सुब्रमण्यम.' थोड्याफार दटावणीच्या सुरात समाजवादाची कास अजूनही सोडायला तयार नसलेला सतीश कामत म्हणाला.

'तुमच्या या प्रश्नात तुम्ही दोन ॲझम्प्शन्स केली आहेत, मिस्टर कामत. दोन गृहीतं धरली आहेत. अनफॉर्च्युनेटली दोन्ही चुकीची आहेत. एकतर आमचं संशोधन आजकाल संपूर्णपणे जनतेच्या पैशावर चालत नाही. आमच्या बळावर, आमचं तंत्रज्ञान विकून, आमच्या सेवा उद्योगधंद्यांना मूल्य आकारून उपलब्ध करून देत, कॉन्ट्रॅक्ट किंवा स्पॉन्सर्ड रिसर्च करत, आम्ही आमच्या कामासाठी पैसा उभा करत असतो. तो कोणत्या संशोधनासाठी खर्च करायचा हे ठरविण्याची मुभा आम्ही मागितली, तर त्याला तुमचा आक्षेप असणार नाही, याची खात्री आहे मला. दुसरी गोष्ट आता या चर्मवस्त्राच्या किंमतीची. ती किंमत सामान्य जनतेला परवडणार आहे की नाही, याविषयी मी काही सांगण्याऐवजी किंवा तुम्ही आपलं मत मांडण्याऐवजी महिन्याभरात ते बाजारात येईल, तेव्हा जनतेलाच त्याच्यावर निर्णय देऊ देत ना. जर जनतेनं ते आपल्याला परवडणारं नाही असा कौल दिला, तर परत एकदा तुम्हा सर्वांना बोलावून मी जाहीर माफी मागायला तयार आहे.'

प्रेस कॉन्फरन्सला थोडंसं गंभीर वळण लागलं होतं. असंच चालत राहिलं तर कदाचित मामला थोडासा गरम होईल अशी भीती पब्लिक रिलेशन ऑफिसर असलेल्या रमेश गिडवानीला वाटू लागली. त्यानं मध्येच उठत सांगितलं,

'लेडीज ॲंड जन्टलमेन, बरेच प्रश्न झाले. आणखीही आहेत हे मला ठाऊक आहे. पण लंच इज रेडी. जेवताजेवताही आपण डॉक्टरसाहेबांना, मला किंवा आणखी कोणालाही प्रश्न विचारू शकता. सो व्हाय डोन्ट वुई कन्क्लूड द फॉर्मल सेशन ॲंड कमेन्स द इन्फॉर्मल वन ? आणि हो, जाण्यापूर्वी आम्ही आपल्याला आणखी एक सरप्राईज देणार आहोत. वुई वुईल बी हॅपी इफ यू वुड

काईन्डली ॲक्सेप्ट ए स्मॉल स्कार्फ मेड ऑफ चर्मवस्त्र ॲज अ टोकन ऑफ अवर ॲप्रिसिएशन फॉर जनरसली गिव्हिंग युवर टाईम. थँक्यू, लेडीज ॲंड जन्टलमेन.'

हात पुढं करून बॉब केलीनं व्हीसीआर बंद केला. त्याबरोबर समोरच्या पडद्यावरचं चित्र फेड आऊट होऊन तिथं फक्त स्नो पडत असल्यासारख्या रेषा दिसू लागल्या.

'देअर इज नथिंग मच ऑफ इंटरेस्ट टू अस इन द रिमेनिन्ग ऑफ द टेप, मिस्टर प्रेसिडेन्ट.' बॉबनं सांगितलं.

'ही टेप मिळाली कुठून तुम्हाला ?' हेन्री कुरियरला, सेक्रेटरी फॉर कॉमर्सला, केव्हापासून हा प्रश्न विचारायचा होता.

'सीएन्एन्नं पाठवलीय ती. त्यांचा रेसिडेन्ट रिप्रेझेन्टेटिव्ह रॉबर्ट मॅकेन्झी जातीनं हजर होता या प्रेस कॉन्फरन्सला. त्यानं नंतर नॅशनल इन्स्टिट्यूट फॉर लेदर टेक्नॉलॉजीचे डायरेक्टर डॉक्टर सुब्रमण्यम यांना गाठून त्यांच्याशी वरील चर्चा केली. त्याला या टेक्नॉलॉजीचे डिटेल्स आणि ते प्रॉडक्शन कोण करतंय, याची माहिती मिळवायची होती.'

'मग मिळाली ना ती ? रॉबर्टनं एकदा गोष्टीचा पिच्छा पुरविला की ती मिळविल्याशिवाय राहत नाही तो.' सेक्रेटरी ऑफ स्टेट म्हणाले.

'नाही. जंग जंग पछाडूनही डॉक्टर सुब्रमण्यमनी ताकास तूर लावू दिला नाही. फार हुशार आहे तो गृहस्थ आणि पक्का मुरलेलाही.' बॉबच्या स्वरातून त्याला वाटत असलेली खंत डोकावल्याशिवाय राहिली नाही.

'पण समजा ती माहिती मिळाली असती, कोण प्रॉडक्शन करतंय हे समजलं असतं, तरी त्यानं असा काय मोठा फरक पडणार होता !' एन्व्हायरमेन्टल प्रोटेक्शन एजन्सीच्या, ईपीएच्या, फ्रॅन्क ह्यूजनं आपली शंका बोलून दाखविली. 'इंडिया इज ए फ्री कंट्री. आता तर त्यांनी इकॉनॉमिक लिबरलायझेशनचं धोरणही स्वीकारलंय. फ्री मार्केट इकॉनॉमीला तिथं संपूर्ण वाव आहे. कोणत्याही क्षेत्रात स्वतंत्र संशोधन करण्याचं पूर्ण स्वातंत्र्य त्यांना आहे. नवीन टेक्नॉलॉजी विकसित करून तिचं पेटंट घेण्याचाही त्यांना पूर्ण हक्क आहे. आणि...'

'ती टेक्नॉलॉजी वापरून कोणतंही उत्पादन करण्याचाही त्यांचा हक्क आहे.' फ्रॅन्कची री ओढत बजेट ऑफिसर रेंमड थॉर्प म्हणाला.

इतका वेळ काहीही न बोलता प्रेसिडेन्ट टेडी फिट्झजेराल्ड शांतपणे सगळ्यांचं म्हणणं ऐकून घेत होते. त्यांच्या ओव्हल ऑफिसच्या शेजारच्या मिटींग रुममध्येच ही बैठक चालली होती. बॉबनं आग्रह केला म्हणून त्यांनी ती बोलाविली होती. पण ती बोलावण्यामागे बॉबचा उद्देश काय होता, हे त्यांनाही

अजून नीटसं समजलेलं नव्हतं. आतापर्यंत ते विचारण्याची संधीही त्यांना मिळालेली नव्हती. आता ती आली होती. त्यांनी बॉबला विचारलंच,

'बॉब, म्हणायचंय काय तुला ? तिकडे दिल्लीला झालेल्या त्या प्रेस कॉन्फरन्समध्ये असं काय आहे की तू असा एक्साईट झाला आहेस ?'

'या डेव्हलपमेन्टचा आपल्या मार्केटवर ॲडव्हर्स परिणाम होईल, असं नाही तुम्हाला वाटत, मिस्टर प्रेसिडेन्ट ?' बॉबचा आवाज त्याच्या नकळत थोडासा उंचावला होता.

'होईलही किंवा होणारही नाही. ते टेक्नॉलॉजी काय आहे, अशा प्रकारच्या प्रॉडक्टला मार्केट किती आहे, त्यात आपला शेअर काय आहे, तो एखाद्या दुसऱ्या प्रॉडक्टशी रेसिप्रोकल बेसिसवर बांधला गेला आहे की काय, या नवीन टेक्नॉलॉजीसाठी रॉ मटेरियल तसंच मशीनरी काय लागणार आहे, ते पुरविणारे कोण आहेत वगैरे अनेक घटकांवर अवलंबून आहे. त्याचा सविस्तर विचार करावा लागेल. सखोल स्टडी करावा लागेल. आताच त्यासंबंधी काही बोलणं माझ्या मते प्रिमॅच्युअर होईल. त्यामुळे कदाचित दिशाभूलही होण्याची शक्यता आहे.' हेन्री कुरियर एका दमात इतकं बोलू शकतो, हे बॉबला पहिल्यांदाच कळत होतं.

बॉबला त्याच्या या अतिसावध प्रतिक्रियेची चीडच आली. इथं आपल्या आर्थिक, व्यापारिक आघाडीला, त्या क्षेत्रातील आपल्या अग्रक्रमाला आव्हान दिलं जातंय आणि आपण फक्त अभ्यासच, स्टडीच करत बसणार ! तसं उघड बोलून दाखवायलाही तो निघाला होता. पण ऐन क्षणी त्यानं जीभ चावली. कोणत्याही प्रश्नाचा, समस्येचा सर्वांगीण विचार केल्याशिवाय, सखोल अभ्यास केल्याशिवाय त्याविषयी निर्णय घ्यायला टेडी फिट्झजेराल्ड कसे तयार नसतात, हे त्याला तेवढ्यात आठवलं.

'आय थिंक हेन्री इज राईट.' त्याला दुजोरा देत रेमंड थॉर्प म्हणाला,'खरं म्हणजे आपल्याला आतापर्यंत मिळालेली माहिती अपुरी आहे. टेक्नॉलॉजी नेमकी काय आहे, हे आपल्याला समजलेलंच नाही.'

'दॅट्स राईट' सेक्रेटरी ऑफ स्टेटही त्याच्याशी सहमत झाले.' 'साधी गोष्ट. ते याला क्लॉथ म्हणताहेत. कापडाचे सारे गुणधर्म त्यात आहेत असा त्यांचा दावा आहे. मग कापडासारखी त्याची निर्मिती विणून होते का ? इज इट स्पन ऑर वूव्हन ?'

'तसं करायचं तर मग कातड्यापासून फायबर, धागा तयार करता यायला हवा. तसा या नव्या टेक्नॉलॉजीमुळे करता येत असेल, तर मग ते एक खरोखरीच क्रांतिकारक तंत्रज्ञान आहे, असं म्हणावं लागेल.'

'फ्रॅन्कचं म्हणणं खरं आहे.' हेन्री परत म्हणाला, 'कारण धागा आणि तोही न तुटणारा, कितीतरी लांबी असणारा, बनविण्यात त्यांना यश मिळालं असेल, तर मग त्याचा उपयोग केवळ कापड बनविण्यापुरताच मर्यादित राहणार नाही.'

'हो ना. कारण सर्जरी केल्यावर जखमा शिवण्यासाठीही त्याचा उपयोग होऊ शकेल.' सेक्रेटरी ऑफ डिफेन्सनी आपलं मत दिलं. त्यांची बायको सर्जन होती त्यामुळे त्यांचं मत खरं असावं, असाच सगळ्यांनी ग्रह करून घेतला.

'आणि जर ते कापड धाग्यापासून बनणारं नसेल तर मग या टेक्नॉलॉजीची व्याप्ती मर्यादितच असेल.

'का ? का ? व्हाय डू यू से दॅट हेन्री ?' बॉबनं त्याला विचारलं.

'उघड आहे. एका जनावरापासून कितीसं कातडं मिळणार आहे ! अगदी हिप्पोपोटॅमस किंवा जंगली हत्ती घेतला तरी त्याचं कातडंही फार मोठं असणार नाही. म्हणजेच या कापडाचे कटपीसेसच मिळतील. त्याचे तागे तयार करता येणार नाहीत. परत प्रत्येक कटपीस वेगवेगळा असणार. म्हणजे ते जोडून लांबलचक कापड नाही बनविता येणार.'

चर्चा रंगत चालली होती. पण त्यातून निष्पन्न काहीच होत नव्हतं. निदान आपल्याला पाहिजे त्या निर्णयाप्रत पोचायच्या मन:स्थितीत मंडळी दिसत नाहीत, हे बॉबला कळून चुकलं होतं. त्यामुळं तो अस्वस्थ होत होता.

'वेल जन्टलमेन, फ्रॉम व्हॉटेव्हर आय हॅव हर्ड सो फार, आपण याविषयी काहीही अधिकारवाणीनं बोलायला असमर्थ आहोत. कारण यात सायन्टिफिक आणि टेक्निकल बाबी गुंतलेल्या आहेत. त्यातही काही महत्त्वाच्या मुद्यांविषयीची आपल्याला असलेली माहिती अपुरी आहे. थोडंफार टेक्नॉलॉजिकल आणि इकॉनॉमिकल फोअरकास्टिंगही करावं लागणार आहे. त्यासाठी आपल्याला या नवीन जमान्यातल्या नवीन ज्योतिषांचा, वैज्ञानिक आणि आर्थिक ज्योतिषांचा सल्ला घेणं आवश्यक आहे. तो जोपर्यंत आपल्याला उपलब्ध होत नाही तोवर आपण घेतलेला कोणताही निर्णय कदाचित घिसाडघाईचा ठरण्याची शक्यता नजरेआड करता येत नाही. तेव्हा मला असं वाटतं की हेन्रीनं आणि रेमंडनं याबाबतीत पुढाकार घेऊन याविषयीचा एक बेस पेपर तयार करावा. त्यावर मग आपण परत चर्चा करून काय करायचं यावर निर्णय घेता येईल. वुड फिफ्टीन डेज बी इनफ, हेन्री ?' टेडी फिट्झजेराल्डनी विचारलं.

'थ्री वीक्स वुड बी बेटर, मिस्टर प्रेसिडेन्ट. काही डेटा आपल्याला कदाचित इतर ठिकाणाहून मिळवावा लागेल. कारण या बाबतीतली प्रत्येक माहिती इंटरनेटवर मिळेलच याची खात्री नसते. काही तर कॉन्फिडेन्शियल किंवा क्लासिफाईडही असते.'

'थ्री वीक्स देन. बॉब, तू मॉनिटर करत राहशीलच. परत केव्हा भेटायचं

तेही तूच ठरव. जॉनबरोबर बोलणं करून तू अॅपॉइंटमेन्ट ठरव.'

स्वत: प्रसिडेन्ट बाजूचं दार उघडून आपल्या ओव्हल ऑफिसमध्ये निघून गेल्यावर इतरही आपापले पेपर्स आवरत निघून जाऊ लागले. बॉब मात्र थोडावेळ घुटमळत होता. शेजारीच जाऊन आपल्याला वाटत असलेल्या धास्तीबद्दल प्रेसिडेन्टशी आताच बोलावं, की पुढच्या मिटींगपर्यंत आपणही वाट पाहावी, याविषयी त्याचा विचार ठरत नव्हता. शेवटी आता नको, पुढं पाहू, असा विचार करून तो निघणार तोच त्याच्या खांद्यावर कोणाचातरी हात पडला. त्यानं वळून पाहिलं. सीआयएचा पीटर बर्जर त्याच्याशी बोलायला थांबला होता. तो तिथं होता हेही बॉबच्या आतापर्यंत लक्षात आलं नव्हतं. कारण सबंध वेळ तो मिठाची गुळणी धरून गप्प होता. संपूर्ण डिस्कशनमध्ये त्यानं मुळी सुद्धा भाग घेतला नव्हता. चकार शब्द उच्चारला नव्हता.

'बॉब, आय वुड लाईक अ वर्ड वुईथ यू. तुझ्या ऑफिसात जाऊया का ?'

खरं म्हणजे बॉब कोणाशीही बोलण्याच्या मन:स्थितीत नव्हता. त्याला एकांतात स्वत:शीच काही मनन करायचं होतं. पण एकतर पीटरच्या स्वरात आर्जव आणि हुकुमत यांचं एक अजब मिश्रण होतं. शिवाय सीआयएनं कधी काही इच्छा प्रदर्शित केली, तर तिच्याकडे पूर्ण दुर्लक्ष कधीच केलं जात नसे.

बॉबच्या ऑफिसात पोचेपर्यंत कोणीच काही बोललं नाही. बॉबनं पीटरला आत घेऊन दार बंद करताच मात्र पीटरनं सुरुवात केली.

'बॉब, आय अॅग्री वुईथ यू. इतरांना प्रसंगाचं गांभीर्य का लक्षात येत नाहीय, तेच मला समजत नाहीय. इतके कसे आंधळे झालेत लोक ! तुझी धास्ती तू स्पष्टपणे बोलून दाखविली नसलीस, तरी मला ती समजलीय आणि आपण थोडाही वेळ घालवून उपयोगी नाही. आपण ताबडतोब काहीतरी अॅक्शन घ्यायला हवी.'

बॉबचा स्वत:च्या कानांवर विश्वास बसेना. आंधळा मागतो एक डोळा आणि देव देतो दोन, अशी त्याची स्थिती झाली होती. कोणीतरी आपलं म्हणणं मानेल, अशी अपेक्षा धरून त्यानं या मीटिंगची आयोजना केली होती. ज्यांच्याकडून आपल्याला चांगला प्रतिसाद मिळेल असं त्याला वाटलं होतं, त्यांनी त्याची निराशा केली होती. आणि आता अनपेक्षितपणे, ज्याचा विचारही कधी मनात आला नव्हता, अशा एकाकडून त्याला उत्तेजन मिळत होतं.

घाईघाईनं समोरची खुर्ची ओढून घेत तिच्यावर पीटरला बसायची खूण करत तो म्हणाला,

'थँक गॉड ! एकाला तरी माझा विचार घाईगर्दीचा किंवा मूर्खपणाचा वाटत नाही. पीटर, खरोखरीच आपण कॉम्प्लेसन्ट तर नाही ना बनलेलो, या नव्यानंच आपला आर्थिक विकास करू पाहणाऱ्या देशांच्या कुवतीबद्दल आपण भलत्याच

भ्रमात तर नाही ना वावरत, अशी शंका बऱ्याच वेळा मला येते.'

'इंडिया कॅनॉट बी इग्नोअर्ड, बॉब. तिथं डेमॉक्रसी आहे आणि तिथले राजकारणी केवळ मतांच्या आणि स्वतःच्या खुर्चीच्या राजकारणात गुंतलेले आहेत म्हणून ठीक आहे. पण काही झालं तरी तिथली लोकसंख्या किती आहे याचा विचार कर. जर उद्या आर्थिक दृष्ट्याही ते संपन्न झाले आणि त्यामुळं तिथं शांततेचं वातावरण आलं तर आपली स्थिती काय होईल याचा विचार कर. आपल्या हितसंबंधांना कितपत बाधा येईल याचा विचार कर.

'मी तर करतोच आहे. म्हणून तर मी आज प्रेसिडेन्टच्या पाठी लागून ही मिटींग बोलाविली होती. ठीक आहे, निदान तीन आठवड्यांनी का होईना, याचा काय परिणाम होणार आहे यासंबंधीची आकडेवारी आली,की मग तरी आपण हालचाल करायला लागू.'

'तोपर्यंतही थांबणं मला वाटतं धोक्याचं होईल. शिवाय ही कॉमर्सची मंडळी केवळ आपल्या व्यापारावर होणाऱ्या परिणामांचीच चौकशी करतील. याच्या दूरगामी परिणामांबद्दल विचार करण्याची त्यांची कुवतच नाही. आपण, हे इंडियाचं नवं प्रॉडक्ट बाहेरच येणार नाही, अशी योजना करायला हवी.' बॉब नाही म्हटलं तरी थोडाफार चमकलाच. हा पीटर अतिउत्साही तर होत नाहीय ना, असं क्षणभर त्याला वाटून गेलं. तसं तो म्हणून दाखवणार तोच पीटरच पुढं म्हणाला,

'डू यू रिमेम्बर दॅट एपिसोड ऑफ द इंडियन स्कर्ट ? कसला तो त्यांचा रंगीबेरंगी स्कर्ट, वेल नॉट रियली ए स्कर्ट. काहीतरी वेगळंच नाव होतं त्याचं, पण आपण त्याला स्कर्ट म्हणत होतो.'

'ओह येस. राजस्थानी घागरा. भलताच पॉप्युलर झाला होता तो. सगळ्याच डिपार्टमेंट स्टोअरमधून विकला जात होता. किंमतही कमी होती. त्यामुळे आपले स्कर्ट मॅन्युफॅक्चरर बेजार झाले होते. त्यांच्या धंद्यावर संक्रांत आली होती.'

'ऑल बिकॉज ऑफ दॅट न्यू गॅट रेजिमेन.'

'बट वुई अवरसेल्व्ज हॅड आस्क्ड फॉर इट. तुम्हीही त्याला त्यावेळी ऑब्जेक्शन नव्हतं घेतलंत.'

'बट व्हॉट वॉज द नेसेसिटी ऑफ गॅट ?'

'अवर कन्सिडरेशन्स ॲन्ड कॅल्क्युलेशन्स वेअर डिफरंट. आपल्याला वाटलं होतं की इंडिया किंवा चायनाची, खरं तर सगळ्या एशिया आफ्रिकेची, व्हास्ट मार्केट्स आपल्याला खुली होतील. तो नवा कायदा एकदा अंमलात आला की मग हे देश आपल्या मालाच्या आयातीवर बंधनं घालू शकणार नाहीत.'

'पण झालं उलटंच. या लोकांकडे, विशेषतः इंडिया आणि चायनाकडे स्वतःची टेक्नॉलॉजी डेव्हलप करण्याची ताकद आहे. शिवाय तिथलं कॉस्ट

ऑफ लिव्हिंगही कमी असल्यामुळे कमी पैशात काम करायला लोक तयार होतात. साहजिकच कॉस्ट ऑफ प्रॉडक्शन कमी होत असल्यामुळे तेच उलट आपला माल इथं मोठ्या प्रमाणावर पाठवू शकतात. त्या स्कर्टच्या बाबतीत तेच तर झालं होतं.' फॉर्च्युनेटली समबडी थॉट ऑफ दॅट इन्फ्लेमॅबिलिटी फॅक्टर. तो स्कर्ट सहजासहजी पेट घेतो, असं कारण दाखवून आपण त्या स्कर्टचीच नाही तर इतरही बऱ्याच मालाची आयात थांबवू शकलो. तेच कारण दाखवून नंतर तो स्कार्फही आपण इथं टिकू दिला नाही.'

'यस, दॅट वॉज क्लेव्हर.' खूष होत आपल्याशीच खुदुखुदु हसत पीटर म्हणाला. ज्या तऱ्हेनं तो खूष झाला होता ते पाहून ते इन्फ्लेमॅबिलिटीचं पिलू पीटरच्या आर्गनायझेशननंच तर नव्हतं ना सोडलं, अशी शंका बॉबला चाटून गेली.

'आयडिया बॉब. आपण तेच कारण दाखवून या लेदर क्लॉथलाही नाही का थांबवू शकणार, बदनाम करू शकणार ?'

'नो, आय डोन्ट थिंक दॅट टॅक वुईल वर्क धिस टाईम. एकतर तो प्रॉडक्ट काय आहे, हे आपण पाहिलेलं नाही. तो सहज पेट घेतो असा दावा आपण केला आणि त्यांनी ते वॉटरप्रूफ आहे तसंच फायरप्रूफही आहे, असं दाखविलं तर द होल थिंग वुईल बॅकफायर ऑन अस. अँड बॅडली ॲट दॅट. शिवाय जरी ते कापड आहे असं त्यांनी म्हटलं, तरी मूळात ते लेदर आहे. त्यामुळे ते पेट घेत असेल, असं मला वाटत नाही.'

'बट व्हॉट अबाऊट इट्स इफेक्ट ऑन द स्किन ? ते अंगात घातल्यामुळे शरीरावर त्याचा काही घातक परिणाम होत नसेल ?'

'इट्स पॉसिबल. शक्य आहे. टॅनिन्ग करताना काय काय केमिकल्स वापरली आहेत, त्यावर ते अवलंबून राहील.

'गुड ! लेट अस टेक दॅट ॲप्रोच. त्या प्रश्नावर रान उठवूया आपण.'

'वुई वुईल हॅव टू वेट फॉर दॅट. कारण त्यांची टेक्नॉलॉजी नेमकी काय आहे, हेच तर कळलेलं नाहीय. त्यासाठी त्यांनी कोणकोणती केमिकल्स वापरली आहेत, ते तरी कुठं माहीत आहे आपल्याला ?'

'ती माहिती त्यांच्या पेटंट ऑफिसमधून मिळविता येईल. किंवा इंटरनॅशनल ट्रेड ऑर्गनायझेशनला सांगूया आपण ती माहिती आपल्याला द्यायला.'

'दॅट इज नो लॉन्गर पॉसिबल. तो स्कॅन्डिनेव्हियन आयटीओचा चीफ होता तेव्हा, आपल्याला पाहिजे त्या गोष्टी पाहिजे तशा होत होत्या. आता तो साऊथ आफ्रिकन त्याचा चीफ झाल्यापासून जमाना बदलला आहे. आता आपल्याला तिथं शिरकावही करू दिला जात नाही.'

'देन वुई वुईल गेट दॅट इन्फॉर्मेशन फ्रॉम द मॅन्युफॅक्चरर्स.'

‘पण ते कोण आहेत हे तरी कुठं माहिती आहे आपल्याला ?’

‘डोन्ट वरी अबाऊट इट. ते शोधून काढण्याचं काम आमचं. दोन दिवसात ती माहिती मिळवू आम्ही. आमचेही काही सोर्सेस आहेत. त्यांच्याकडून बित्तंबातमी मिळेल. मी चालतो आहे. दोन दिवसांनी भेटेन तो, त्या कंपनीच्या मॅनेजिंग डायरेक्टरचं नाव आणि त्याला कसं पटवायचं याची माहिती घेऊनच. बाय.’

दोन दिवसांनी पीटर परत बॉबला भेटला, तो म्हटलं तर आपल्या कामात यशस्वी होऊन. पण तरीही त्यामुळे त्याला फारसा आनंद झालेला दिसला नाही.

‘दे हॅव नॉट सोल्ड दॅट पेटंट टू एनी एस्टॅब्लिश्ड कंपनी, बॉब.’

‘नो ? मग प्रॉडक्शन करणार तरी आहेत कसं ते ? कोणत्याही आधीपासून लेदर गुडसमध्ये ॲक्टिव्ह असलेल्या कंपनीला त्यांनी हाताशी धरलेलं नसेल, तर मग ते जगात आपलं ते कापड विकणार तरी कसे आहेत ? तसं असेल तर मग आपल्याला घाबरण्याचं काहीच कारण नाही.’

‘एवढ्यातच तसं म्हणू नकोस. आज तरी त्यांनी त्या इन्स्टिट्यूटचाच कमर्शियल विन्ग काढलेला आहे. आणि त्यांच्या करवी, टॅनर्स कोऑपरेटिव्हकरवी, ते माल तयार करत आहेत. ते एकदा यशस्वी झालं की उद्या ते एखाद्या कार्पोरेट बॉडीशी करार करणारच नाहीत, अशी काही खात्री देता येत नाही.’

‘खरं आहे तुझं म्हणणं. कदाचित ते इंटरनॅशनल पेटंट मिळण्याची वाट पाहत असतील. कदाचित त्यांना वाढीव टक्नॉलॉजी ट्रान्सफर फी किंवा वाढीव रॉयल्टी पाहिजे असेल. म्हणूनही त्यांनी हा रस्ता सध्या पत्करला असेल. नाहीतरी ते राजस्थानी घागरेही तसं पाहिलं तर कॉटेज इंडस्ट्रीजचंच प्रॉडक्शन होतं.’

‘यू सेड ईट, बॉब. ते जपानीही कॉटेज इंडस्ट्रीजवरच भर देत पुढे आले आणि आपल्याला आता जिथं तिथं सतावताहेत. त्यांच्या बाबतीत आपण जसे गाफील राहिलो तसे आता राहून चालणार नाही.’

‘पण आपण नेमकं करू तरी काय शकतो ? कारण टॅनर्स कोऑपरेटिव्हकडून ते जर माल बनवून घेत असतील, तर आपल्याला टेक्नॉलॉजीचे डिटेल्स मिळविणं अवघड जाईल.’

‘व्हाय ? व्हाय डू यू से सो ?’

‘कारण या अशा प्रकारच्या एंटरप्राईसमध्ये कंपार्टमेन्टलायझेशन असतं. एक युनिट संपूर्ण प्रोसेसचा एखादाच भाग करतं. आणि तो तसा अर्धवट प्रोसेस केलेला माल पुढच्या युनिटकडे पाठवितं. तिथून तिसऱ्याच युनिटकडे, असा सारा प्रवास चालू असतो. त्यामुळे संपूर्ण टेक्नॉलॉजी एका ठिकाणी उपलब्ध होत नाही.’

‘बट देअर मस्ट बी ए कोऑर्डिनेटिंग सेन्टर. हे मध्यवर्ती नियंत्रण केंद्र तर सगळ्या कामावर देखभाल करत, त्यांच्यामध्ये संपूर्ण सुसूत्रता आहे आणि

क्वालिटी राखली जातेय, यावर लक्ष ठेवत असेलच ना ! झालं तर मग ! या कोऑर्डिनेटिंग सेन्टरकडून ती माहिती मिळविता येईल आपल्याला.'

'नो, नो, नो !' आपली मान हलवत बॉब म्हणाला, 'अरे, आता तूच तर म्हणालास ना, की त्या इन्स्टिट्यूटनं स्वत:चाच कमर्शियल विन्ग एस्टॅब्लिश केलाय म्हणून ? मग कोऑर्डिनेशनचं काम तेच करत असणार. त्यांच्याकडून कोणतीही माहिती रॉबर्ट मॅकेन्झीही मिळवू शकला नाही.'

'आय सी ! आय सी ! मग काहीच का मार्ग नाही त्यांना आताच रोखायचा ?

'सध्या तरी दिसत नाहीय. आणि तीन आठवड्यांनी आपण परत प्रेसिडेन्टबरोबर भेटू, त्यावेळीही काही मार्ग सापडेल, असं मला वाटत नाहीय. कारण टॅनर्स कोऑपरेटिव्हकडून माल तयार होतोय, तेव्हा किंमत कमी असणार, हे तर उघड आहे. त्यामुळे कॉमर्स डिपार्टमेन्टचा रिपोर्ट जरी आपल्या हितसंबंधांना बाधा येईल असा आला तरी, आय डोन्ट थिन्क द प्रसिडेन्ट वुईल ॲग्री टू एनी इकॉनॉमिक मेझर्स अगेन्स्ट देम. शिवाय तो फ्रॅन्क आहेच इपीएचा. त्याला नेहमीच पुळका येत असतो या थर्ड वर्ल्ड कंट्रीजचा. तो नेमका मोडता घालेल बघ. आय वुईल बेट ए टेनर.'

'इपीए, एनव्हायरमेन्टल प्रोटेक्शन एजन्सी. आय. सी. ओ. के. डोन्ट वरी, बॉब, वुईल फाईन्ड ए वे थ्रू ऑल धिस'. त्याला आश्वासन देत पीटर तिथून उठला. आपल्याला बरंच काम करायला पाहिजे हे त्याला कळून चुकलं होतं.

✦✦✦

एअरपोर्टच्या बाहेर येताच जिमी टेलरला टॅक्सीवाल्यांनी घेरला. त्याच्याकडून आपल्याला डॉलरमध्ये भाडं मिळेल या आशेनं सारेचजण त्याचा पाठलाग करत राहिले. त्यातच हॉटेल एजंटही त्याला आपल्याकडे ओढून घेण्याचा प्रयत्न करत होते. त्यानं मात्र त्यांच्याकडे दुर्लक्ष करत पाठीवरचं हॅवरसॅक सावरलं आणि समोरच्या रिक्शा स्टॅंडच्या दिशेनं कूच केलं. टॅक्सीतून हिंडायचं नाही आणि थ्री स्टारपेक्षा वरच्या स्तराच्या हॉटेलात राहायचं नाही, अशी मुळी त्याला ऑर्डरच होती. पीस कोअर व्हॉलंटियरला यापेक्षा अधिक ऐषआराम करणं योग्य होणार नव्हतं. तसं केल्यानं ज्यांच्याबरोबर काम करायचं त्यांचा विश्वास कसा संपादन करता आला असता !

खिशातला कागद काढून त्यानं खास अमेरिकन ॲक्सेन्टमध्ये रिक्शावाल्याला पत्ता सांगितला, 'जनविज्ञान पर्यावरण समिती, गांधी नगर'. रिक्शावाल्याला ते नावही अपरिचित होतं. आणि जिमीच्या अनुनासिक अमेरिकन ॲक्सेन्टमुळं गांधी नगर हे ओळखीचं नावही पटकन ओळखता आलं नाही. दहा मिनिटांच्या धडपडीनंतर रिक्शावाल्याच्या लक्षात 'गांधी नगर' हे नाव आलं. तिथं नक्की

कुठं हे मात्र त्याच्या अजूनही ध्यानात येईना. शेवटी दोघांनीही गांधीनगरपर्यंत तर जाऊया, तिथं परत मग कोणाची तरी मदत घेऊन पुढचा पत्ता शोधून काढता येईल, असा विचार केला आणि रिक्शा सुरू झाली.

'जनविज्ञान पर्यावरण समिती' लोकांच्या कल्याणासाठी झटत असल्यामुळे तिची माहिती कोणालाही असेल, अशी जिमीची समजूत करून दिली गेली होती. पण गांधीनगरमध्ये पोचल्यावरही समितीच्या ऑफिसचा पत्ता शोधून काढायला त्याला बरेच श्रम पडले. एअरपोर्टवर उतरल्यापासून साडेतीन तासानंतर शेवटी एका कोपऱ्यात असलेल्या समितीच्या ऑफिसमध्ये त्यानं पाऊल ठेवलं, तोवर त्याची चांगलीच दमछाक झाली होती. एवढं गरम तापमान आणि एवढी जास्त ह्युमिडिटी एकत्र असलेल्या वातावरणाची त्याला सवय नव्हती.

घामानं चिंब भिजलेल्या त्याला पाहून नरेशला त्याची दया आली होती. तो कोण, कुठला, त्याचं काम काय याची विचारपूर करण्याआधी, त्यानं न मागताच नरेशनं त्याला प्यायला थंड पाणी दिलं होतं. तहानेनं जिमी इतका बेजार झाला होता की साधं पाणी पिण्याऐवजी बाटलीबंद पाणीच पिण्याचा दिला गेलेला सल्लाही तो विसरला. दोन ग्लासेस गटागटा पिऊन झाल्यावर कुठं त्याचा जीव थाऱ्यावर आला.

चेहऱ्यावरचा उतू जाणारा घाम पुसून जिमी हाश्शहुश्श करेपर्यंत नरेशही गप्प राहिला. त्याच्याकडे पाहून जिमीनं स्मित करताच मात्र त्यानं विचारलं,

'नाऊ टेल मी, व्हॉट कॅन वुई डू फॉर यू.'

'मला रेखा लाटकरना भेटायचंय.' अमेरिकन ॲक्सेन्टमध्ये पण बऱ्याचशा शुद्ध मराठीत जिमी म्हणाला. नरेशला त्याला इतकं चांगलं मराठी बोलताना पाहून आश्चर्यच वाटलं. इतकं चांगलं मराठी तर समितीचे काही सभासदही बोलू शकत नसत. पर्यावरणाला एन्व्हायरनमेन्ट म्हटल्याशिवाय त्यांच्या तोंडून पुढचा शब्द बाहेर पडत नसे.

'कशासाठी ?' तरीही नरेशनं विचारलंच.

'फार महत्त्वाचं काम आहे. पर्यावरण संरक्षण आणि संवर्धन या संबंधात त्यांनी जे महान कार्य चालवलं आहे त्याची आम्हाला माहिती मिळालेली आहे. त्याविषयीच त्यांच्याशी चर्चा करायची आहे. येत्या ऑक्टोबरमध्ये शिकागोला आम्ही एक जागतिक परिषद भरवीत आहोत. तिथं एका सत्राचं संचालन करून त्यांनी त्याला मार्गदर्शन करणारा आपला प्रबंध वाचावा, अशीही आमची विनंती आहे. किंबहुना या परिषदेचं आयोजन कसं करावं याविषयीही त्यांचं मार्गदर्शन आम्हाला हवं आहे. परिषदेत कोणकोणत्या मुद्यांवर भर द्यायला हवा, हे आम्हाला त्यांच्याकडून जाणून घ्यायचं आहे. आणि-'

'आणि काय ?' जिमीनं आपलं वाक्य अर्ध्यावरच सोडलेलं पाहून घाईघाईनं नरेश म्हणाला. जिमी सांगत असलेली माहिती ऐकून तो भलताच उल्हासित झाला होता. आपल्या समितीच्या कामाला आणि विशेषत: रेखाजींना इथं कोणीच विचारत नाही, सगळेजण एकतर हेटाळणी तरी किंवा तिरस्कार तरी करतात, हे त्यानं अनुभवलं होतं. रेखाबरोबर आपला वेळ फुकट घालवत उडाणटप्पूपणा करत असल्याबद्दल घरूनही त्याला बोलणी खावी लागत होती. पण आता परदेशात, तेही अमेरिकेत रेखाला मानानं बोलाविलं जातंय, तिच्या मतांनुसार परिषदेचा कार्यक्रम आखला जाणार आहे, हे ऐकून त्याला उत्साह आला होता. समितीच्या कामाला आणि ज्या तत्वांसाठी समिती झगडत आहे त्यांना ही एकप्रकारे मिळालेली मान्यताच होती. म्हणूनच आणखी काही असेल तर तेही ऐकायला तो उत्सुक होता.

'आणि, आणि, म्हणजे' सांगावं की सांगू नये अशा द्विधा मन:स्थितीत असल्यासारखे जिमीचे ओठ फुरफुरत होते. पण तेवढ्यात त्यानं त्यांना लगाम घातला आणि तो म्हणाला, 'नाही, पहिल्यांदा मला ते रेखा लाटकरांनाच सांगू दे. मग इतरांना त्याची माहिती द्यायची की नाही हे त्याच ठरवितील. केव्हा भेटतील त्या ?'

'दुपारपर्यंत तरी आज रेखाजी इथं येणार नाहीत.'

'काही हरकत नाही. इथं जवळपास एखादं साधंसं हॉटेल असेल तर सांगा. मी तिथं माझं सामान ठेवून, आंघोळ करून आणि जेवून दुपारी येतो.'

✦✦✦

दुपारी रेखाची भेट झाल्यानंतर जिमीनं परत एकदा तिला ऑक्टोबरमधल्या शिकागो परिषदेची माहिती दिलीच, पण सप्टेंबरपासून पीस कोअरचं नवं सत्र सुरु होताच एका वर्षासाठी तिच्याबरोबर राहून तिच्या कामात मदत करण्याचा आपला मनोदयही त्यानं जाहीर केला. आपल्या कामाला कोणीतरी दाद देत आहे, हे पाहून नाही म्हटलं तरी रेखा थोडीफार सुखावलीच. तरीही इथं एका कोपऱ्यात कोणाच्याही मदतीशिवाय, सरकारी अनुदानाशिवाय, स्वयंसेवी संस्थेतर्फे, इतर कोणाला फारशी आस्था नसलेलं काम आपण करत असताना त्याची दखल तिकडे इतक्या दूरवर कशी आणि का घेतली गेलीय, हे जाणून घेण्याची उत्सुकता तिला होतीच. त्यात आजवर तिनं पाश्चात्य देशांवर, त्यातही विशेषत: अमेरिकेवर, पर्यावरणाच्या ऱ्हासाला कारणीभूत झाल्याबद्दल जोरदार टीका केली होती. तरीही ही मंडळी आपला आदर कसा करतात, अशी शंकाही तिच्या मनाला चाटून गेली होती. ती उघड बोलून दाखविल्याशिवाय तिला चैन पडलं नाही.

'पण माझी तुम्हा पाश्चात्यांबद्दलची, विशेषत: अमेरिकन मंडळींविषयीची मतं

ठाऊक आहेत ना तुम्हाला ?'

'हो, आम्हाला ती पूर्णपणे परिचित आहेत.'

'आणि तरीही मी शिकागोला यावं, तिथला कार्यक्रम ठरविण्यात पुढाकार घ्यावा असं तुम्ही म्हणताहात ?'

'तुमच्या या स्पष्टवक्तेपणामुळे आणि परखड मतांमुळेच तर तुमची निवड झाली आहे केनेडी पुर' मध्येच जीभ चावत जिमीनं आपलं वाक्य मध्येच सोडलं.

'काय, काय म्हणत होतात ? केनेडी काय ?' रेखानं विचारलं.

'खरं तर मी बोलायला नको होतं. तसं म्हटलं तर बातमी अजूनही गुप्त आहे. पण येत्या आठ दहा दिवसात त्याची अधिकृत घोषणा होईलच. पण तुम्ही कोणालाही एवढ्यात सांगणार तर नाही ना ?'

'छे, छे, मी कशाला कोणाला सांगायला जाणार आहे ! आपल्या कामाशी त्याचा संबंध असेल तर सांगा.

'पन्नास हजार डॉलर्सच्या केनेडी प्राईजसाठी यंदा तुमची निवड झाली आहे. परिषदेच्या वेळीच ॲवॉर्ड सेरेमनी होणार आहे. म्हणून तर तुम्ही हजर असणं अधिकच आवश्यक आहे.'

रेखा सुखावली. आपल्या कामाची कोणीतरी दखल घेतंय, त्याची वाखाणणी करतंय, एवढंच नाही तर भरभक्कम आंतरराष्ट्रीय पुरस्कार देतंय, याचा आनंद कोणालाही होणारच. तरीही एक शंका तिचं मन कुरतडत होतीच.

'केनेडी प्राईज ? कधी ऐकलं नव्हतं आजवर असं काही प्राईज असल्याचं.'

'यंदापासूनच सुरुवात होतेय. जनजागृती करून मानवजातीचं कल्याण साधणाऱ्या कार्यकर्त्याला हे पारितोषिक दिलं जाणार आहे. आमचे पूर्वीचे राष्ट्राध्यक्ष जॉन एफ केनेडी यांच्या नावानं हे प्राईज दिलं जातंय.'

'ठीक आहे. आपण प्रथम आपल्या कामाचं बोलणं करुया.'

'म्हणून तर मुद्दाम आलोय. शिवाय आम्हाला काही नवीन माहितीही मिळालीय तुमच्या इथल्या काही घडामोडींची त्याहीबद्दल तुम्हाला सांगायचंय, तुमचं मत जाणून घ्यायचंय.'

पुढचे दोन दिवस मग रेखा संपूर्ण वेळ जिमीबरोबरच होती. इतर कोणालाही काय पण नरेशलाही तिच्याबरोबर बोलायला किंवा तिला काही सांगायला वेळ मिळाला नाही.

✦✦✦

डॉक्टर सुब्रमण्यम आपल्या ऑफिसात काम करत बसले होते. टॅनर्स कोऑपरेटिव्हबरोबर बोलणी करून आणि चर्मवस्त्राचं प्रॉडक्शन शेड्यूलप्रमाणे चाललंय, याची खातरजमा करून घेऊन ते आले होते. गेले पंधरा दिवस

इन्स्टिट्यूटविरूद्ध, खास करून त्यांच्या नव्या टेक्नॉलॉजीविरूद्ध, जनविज्ञान पर्यावरण समितीनं आंदोलन चालविलं होतं. या टेक्नॉलॉजीमुळं पर्यावरणाला धोका आहे, आशी टीका करत रान उठवलं जात होतं. गावागावातल्या टॅनर्सना ते तंत्रज्ञान न वापरण्याची, त्याविरुद्ध बंड करून उठण्याची चिथावणी दिली जात होती. अमेरिकन सरकारनंही त्याची दखल घेऊन चर्मवस्त्र अमेरिकेत आयात करण्यावर बंदी घालण्याचा विचार करत असल्याची घोषणा केली होती. युरोपियन कॉमन मार्केटनंही अमेरिकेनं बंदी घातली तर आपल्यालाही कदाचित तसा विचार करावा लागेल, असं जाहीर केलं होतं. त्यामुळं केंद्र सरकारकडूनही या टेक्नॉलॉजीबद्दल फेरविचार करायला हवा की काय यासंबंधी एक हाय पॉवर कमिटी चौकशी करण्यासाठी पाठविण्याचा इरादा असल्याचं इन्स्टिट्यूटला कळविलं होतं.

वर्तमानपत्रांना तर काय, आयतंच हातात कोलीत मिळालं होतं. उच्च विज्ञान किंवा तंत्रज्ञान यांची जाण असणारी मंडळी आधीच पत्रकारितेत कमी. त्यात आपल्या वैज्ञानिकांकडून कधी काही चांगल्या दर्जाचं संशोधन होतं, यावर विश्वासच नाही. असला तरी ते संशोधन किंवा त्याचं सारही समजून घेण्याची कुवत नाही. त्यामुळे भारतीय शास्त्रज्ञांनी तंत्रज्ञांनी काही आगळेवेगळे उपक्रम यशस्वी करून दाखविले तरी त्यांची दखल घ्यायची वृत्ती नाही. पण कधी काही चुकलं, किंवा इतर कोणी कधी त्यावर टीका केली, खऱ्याखोट्या त्रुटी दाखविल्या, की मग मात्र त्या वैज्ञानिकाविरूद्ध, त्या संस्थेविरूद्ध झोड उठवायची.

आताही नॅशनल इन्स्टिट्यूट ऑफ लेदर टेक्नॉलॉजीविरुद्ध तऱ्हेतऱ्हेचे आरोप केले जात होते, टीकेचं मोहोळ उठलं होतं. जनविज्ञान पर्यावरण समितीनं तर मोर्चे काढले होते, धरणं धरलं होतं आणि आता तर रेखा लाटकर आमरण उपोषणाला बसली होती. जोवर पर्यावरणाचं घोर नुकसान करणारी ही टेक्नॉलॉजी मागे घेतली जात नाही, तोवर उपोषण चालूच ठेवण्याचा निर्धार व्यक्त केला गेला होता. त्यामुळे बीबीसी, सीएन्एन् वगैरे आंतरराष्ट्रीय वृत्तसंस्थांनी या आंदोलनाच्या वार्तांना, रेखा लाटकरनं दाखविलेल्या असामान्य धैर्याला, पर्यावरणाविषयीच्या तिच्या कळकळीला मोठ्या प्रमाणात प्रसिद्धी दिली होती. चहुबाजूंनी डॉक्टर सुब्रमण्यमवर दबाव येत होता. त्यात गेले आठ दहा दिवस ते दौऱ्यावर असल्यामुळे या किंवा कोणत्याच वृत्तसंस्थांचे प्रतिनिधी त्यांची भेट घेऊ शकले नव्हते. त्यामुळेही त्यांच्याविषयी वैयक्तिक पातळीवरही उलटसुलट वार्ता प्रसृत होत होत्या.

स्वत: सुब्रमण्यम मात्र या साऱ्या गदारोळात शांत होते. त्यांनी स्वत:ची मन:शांती जराही ढळू दिली नव्हती. आताही ते टेबलावर साचून राहिलेले सारे कागदपत्र व्यवस्थित पाहून त्यावर कारवाई करण्यात मग्न होते. समोरचं एक पत्र पाहताच

ते एकदम सावरून बसले. जसजसे ते, ते पत्र वाचत गेले तसतसा त्यांचा चेहरा उजळत गेला. ते पत्र वाचून संपवताच त्यांनी आपल्या सेक्रेटरीला बोलावून दुपारी तीन वाजता आपण रेखा लाटकरांची भेट घेणार आहोत आणि त्यावेळी वृत्तपत्रप्रतिनिधींनीही हजर राहावं अशी विनंती असल्याचं सगळ्यांना कळविण्यास सांगितलं. तसंच इंटरनॅशनल ट्रेड ऑर्गनायझेशनला पेंटटसाठी जो ॲप्लिकेशन पाठविला होता त्याच्या शंभर झेरॉक्स कॉपीज ताबडतोब तयार करायला सांगितलं.

✦✦✦

इन्स्टिट्यूटचं सभागृह तुडूंब भरून गेलं होतं. टेलिव्हिजन कॅमेऱ्यांच्या सोबत असणाऱ्या तेजस्वी दिव्यांनी सभागृह उजळून निघालं होतं. डॉक्टर सुब्रमण्यमनी जातीनं रेखा लाटकरला मंचावर नेऊन बसविलं होतं. समोरचा मायक्रोफोन ॲडजस्ट करत ते उभे राहिले तशी सर्वत्र शांतता पसरली.

'रेखाजी अँड माय फ्रेन्डस फ्रॉम द प्रेस, आम्ही विकसित केलेली नवीन टेक्नॉलॉजी ही पर्यावरणावर घातक परिणाम करणारी आहे, तिच्यामुळे काम करणाऱ्या कर्मचाऱ्यांच्या आरोग्यालाही धोका उत्पन्न होतो, असे आक्षेप घेतले गेले आहेत. आणि त्यासाठी ती टेक्नॉलॉजी मागे घेऊन ती न वापरण्याचं आश्वासन आम्ही द्यावं, अशी मागणी केली गेली आहे. ती मागणी मान्य करण्यात मला कोणतीही अडचण वाटली नसती जर या आक्षेपांमध्ये तथ्य असतं तर.'

सुरुवातच अशी केल्याबरोबर सभागृहात चुळबूळ सुरु झाली. रेखाही आपल्या आसनावरून उठू पाहत आहे, हे सुब्रमण्यमच्या लक्षात आलं. त्याबरोबर आपला हात आणि आवाज दोन्ही उंचावत ते म्हणाले,

'माझं म्हणणं आपण शेवटपर्यंत ऐकून घ्यावं, अशी माझी विनंती आहे. त्यानंतर रेखाजींना तसंच आपल्यापैकी ज्या कोणालाही जे काही बोलायचं असेल, त्याला पूर्ण वेळ आणि मुभा मिळेल असं आश्वासन मी देतो. आजवर जे काही आक्षेप घेतले गेले आहेत त्यावर आमचं म्हणणं किंवा खरं तर वस्तुस्थिती काय आहे, हे यापूर्वी कधी आम्ही सांगितलेलं नाही. किंबहुना माझी भेट घेण्याचा आपल्यापैकी काहींनी प्रयत्न केला होता, हेही मला सांगण्यात आलेलं नाही. मी कामानिमित्त परगावी असल्यामुळे मी आपल्याला भेटू शकलो नव्हतो. आता ती संधी आपल्याला देण्याचा माझा इरादा आहे. मला जे काही सांगायचं आहे ते सांगून झाल्यानंतर ज्या काही शंका असतील त्यांचं निरसन करण्याचा मी प्रयत्न करेन. हाईडपासून लेदर तयार करण्याची, कातडी कमावण्याची जी प्रक्रिया आजवर अवलंबिली गेलेली आहे, तिच्यात अनेक प्रकारची रसायनं वापरण्यात येतात. ती रसायनं मिसळलेलं सांडपाणी त्यावर प्रक्रिया न करताच सोडण्यात आलं, तर त्यामुळे फार मोठ्या प्रमाणावर प्रदूषण होतं, हे आपल्याला ठाऊकच

आहे. शिवाय ही रसायनं या सगळ्या प्रक्रियेत सहभागी असणाऱ्या कर्मचाऱ्यांच्या आरोग्याच्या दृष्टीनंही विघातक असतात. यावर उपाय शोधून काढण्याच्या दृष्टीनं गेली कित्येक वर्षं आम्ही संशोधन करीत होतो. त्यातूनच आमची ही नवीन टेक्नॉलॉजी विकसित झालेली आहे. यामध्ये कातडी कमाविण्यासाठी कोणतीही घातक रसायनं न वापरता आम्ही केवळ वनस्पतींपासून मिळणारे नैसर्गिक पदार्थच वापरतो. या नैसगिक पदार्थाचा ते हाताळणाऱ्या व्यक्तिच्या त्वचेवर किंवा संपूर्ण शरीरावरही कोणतीही अनिष्ट परिणाम होत नाही. त्याविषयीच्या मोठ्या प्रमाणात आम्ही केलेल्या संशोधनाचे निष्कर्ष इंडियन जर्नल ऑफ मेडिकल रिसर्चमध्ये तीन वर्षांपूर्वीच प्रकाशित झाले आहेत. या शोधनिबंधांच्या प्रती माझे सहकारी आपल्याला आताच उपलब्ध करून देतील.

या नियतकालिकामध्ये हे शोधनिंबध प्रकाशित करण्यामागे आमचे तीन उद्देश होते. एक, आपल्या देशातच प्रकाशित होणाऱ्या नियतकालिकांमध्ये दर्जेदार संशोधन प्रकाशित करून या नियतकालिकांचा स्तर वाढवावा. दोन, परदेशातील नियतकालिकांकडून भारतीय, खरं तर कोणत्याही विकसनशील देशांमध्ये झालेल्या संशोधनाचं पूर्वग्रहविरहित वस्तुनिष्ठ मुल्यमापन होत नाही, असा बऱ्याच संशोधकांचा अनुभव आहे. 'सायन्टिफिक अमेरिकन' या नियतकालिकाच्या वार्ताहरांनी याविषयी परीक्षण करून तसा अहवालही प्रसिद्ध केला आहे. उलट आपल्या नियतकालिकांमध्ये हा दोष आढळत नाही. आणि तिसरा या पूर्वग्रहांमुळेच पाश्चात्यांकडून या नियतकालिकांमध्ये प्रकाशित झालेल्या संशोधनाची हवी तशी दखल घेतली जात नाही. आम्हालाही आमची टेक्नॉलॉजी संपूर्ण विकसित होईपर्यंत या संशोधनाकडे थोडेफार दुर्लक्ष झालेलं हवं होतं. त्याचबरोबर जे आक्षेप आज घेतले जात आहेत, त्यांची पूर्ण कल्पना आम्हाला अगोदरच आलेली असल्यामुळे, आम्ही त्याबाबतीत काळजी घेतलेली आहे, हेही दाखवून द्यायचं होतं. आमच्या टेक्नॉलॉजीमध्ये घातक रसायनांची जागा नैसर्गिक पदार्थांनी घेतलेली असल्यामुळे, पर्यावरणाला धोका पोचण्याऐवजी उलट त्याचं रक्षणच होणार आहे. तरीही हे पदार्थ मिसळलेल्या सांडपाण्यातून या पदार्थांचा निचरा करण्याची पद्धतही आम्ही शोधून काढून तसे हौद प्रत्येक छोट्या टॅनरीमध्ये या आधीच बांधले आहेत. पदार्थ नैसर्गिक आणि वनस्पतींपासून मिळविलेले असल्यामुळे त्यापायी मोठ्या प्रमाणावर झाडांची कत्तल होईल, अशी भीती काहीजण व्यक्त करतील. तीही अनाठायी आहे. कारण हे पदार्थ भरपूर प्रमाणात देणाऱ्या वनस्पतींच्या नव्या किंवा सुधारित जातीही आम्ही विकसित करून त्यांची कमर्शियल बेसिसवर लागवडही करण्यात यश मिळविलेलं आहे. ही लागवड शेतकऱ्यांकडूनच होत आहे. त्यामुळे त्यांनाही भरवशाची बाजारपेठ

लाभून त्यांच्याही पदरात योग्य नफा पडणार आहे. या टेक्नॉलॉजीमुळे पर्यावरणाला किंवा मानवी आरोग्याला धोका आहे असा समज का पसरला, हे मला माहिती नाही. पण या आक्षेपात काहीही तथ्य नाही, हे परत एकदा मी सांगू इच्छितो. त्यातही केवळ माझ्या शब्दांवर तुम्ही विश्वास ठेवावा, असा माझा आग्रह मुळीच नाही. या टेक्नॉलॉजीचा तपशील आजवर उपलब्ध न झाल्यामुळे कदाचित हा गैरसमज झाला असावा, असं मला वाटतं. आंतरराष्ट्रीय पेटंटबद्दलचा आमचा अर्ज विचाराधीन असल्यामुळेच केवळ आम्ही या टेक्नॉलॉजीची माहिती आजवर गुप्त ठेवली हाती. पण आमचा तो अर्ज मान्य होऊन आंतरराष्ट्रीय पेटंट बहाल करण्यात आल्याचं पत्र आजच माझ्या हाती आलं आहे. तेव्हा आता सगळा तपशील उघड करण्यात कसलीच अडचण नाही. या पेटंट अर्जामध्ये सारा तपशील आहे, म्हणून या अर्जाच्या प्रतीही आपल्याला इथंच उपलब्ध करून देण्यात येत आहेत. या उप्परही ही टेक्नॉलॉजी वापरून सारी प्रक्रिया जिथं केली जाते, अशा टॅनरीला भेट देऊन आपण त्यापासून पर्यावरणाला कसलाही धोका नाही याची जातीनं खातरजमा करून घ्यावी, अशी माझी विनंती आहे. ज्यांना अशी भेट द्यायची असेल, त्यांना तिथं आजच घेऊन जाण्याची व्यवस्थाही आम्ही केलेली आहे. वेल, रेखाजी, लेडीज अँड जन्टलमेन ऑफ द प्रेस, मला आणखी एकच गोष्ट सांगायची आहे. रेखाजींनी आम्ही तयार ठेवलेला मोसंबीचा रस घेऊन इथंच आपलं उपोषण सोडावं, अशी माझी त्यांना कळकळीची विनंती आहे. आता कोणाचेही काही प्रश्न असतील, तर त्यांची उत्तरं यथामती देण्याचा प्रयत्न मी करेन. थँक्यू.'

बसण्यासाठी डॉक्टर सुब्रमण्यम टेबलाजवळ जाईपर्यंत कोणीतरी मोसंबीच्या रसाचा भरलेला ग्लास आणून रेखा लाटकरच्या पुढ्यात ठेवलाही होता. तिचा चेहरा मात्र काळा ठिक्कर पडला होता. सभागृहात टाचणी पडली तरी ऐकू येईल अशी शांतता पसरली होती. कोणालाही काहीही बोलणं सुचत नव्हतं. मोसंबीच्या रसाचा ग्लास रेखाच्या हातात देता देता डॉक्टर सुब्रमण्यमना जिमी टेलर आणि रॉबर्ट मॅकेन्झी पाठच्या दारानं घाईघाईनं निघून जाताना मात्र दिसले. त्यांच्या चेहऱ्यावर समाधानाचं स्मित पसरलं.

✦

कालकूट

'तसं स्पष्ट म्हटलेलं नाही त्यानं' सोफ्यावर बसल्याबसल्याच आपला मोहरा अध्यक्षांच्या दिशेनं वळवत अरविंद डिसिल्व्हा म्हणाला, 'पण त्याचा रोख कुणावर आहे हे कुणा सोम्यागोम्यालाही कळावं. त्याबाबतीत शंका बाळगायला जागाच ठेवलेली नाही त्यानं.'

अरविंद तसं पाहिलं तर राष्ट्रीय सुरक्षा सल्लागार होता. पण त्याहूनही महत्त्वाचं म्हणजे तो अध्यक्षांचा जिवश्चकंठश्च लंगोटीयार होता. त्याचा सल्ला घेतल्याशिवाय अध्यक्ष कोणताही निर्णय घेत नसत. अध्यक्षांचे खरे अधिकार त्याच्याचकडे आहेत, असं कित्येक विघ्नसंतोषी मंडळी म्हणत असत.

'तर काय !' त्याच्या म्हणण्याला दुजोरा देत सेंथिलनाथननं आपला उजवा हात पुढ्यातल्या वर्तमानपत्रावर आपटला. 'इथं तेच तर म्हटलंय त्यानं. कोणत्याही प्रवाहाचं उगमस्थान उंच शिखरात असतं. तसंच या भ्रष्टाचाराच्या गटारगंगेचा उगमही उच्चपदस्थ शिखरातच आहे.'

'सगळ्याच वर्तमानपत्रांमधून अगदी ठळक मथळ्यांसकट ही बातमी छापून आली आहे. अगदी आपल्या बाजूच्या वर्तमानपत्रांनाही त्याची दखल घ्यावीच लागली आहे.' गणाचार्यांनीही री ओढली.

'हो, पण त्यांनी निदान अग्रलेख लिहून भलावण तरी नाही केलेली पार्थसारथी यादवची.' थोड्याफार त्वेषानं सेंथिलनाथन म्हणाला. त्याच्या रागाचा पारा फार लवकर चढत असे. पण राजकीय परिस्थितीचं अचूक निदान करण्यात त्याचा हात धरणारा कोणी नव्हता.

बाकी सर्वजण आपापली मतं मांडत होते. समोरच पडलेल्या वर्तमानपत्रांमधले उतारे वाचून आपल्या मुद्द्यांचं समर्थन करत होते. काय करावं याबाबतीत बरेच मतभेद असले, तरी आता पार्थसारथी यादवकडे दुर्लक्ष करून चालणार नाही, त्याच्या विधानांचा प्रतिपक्ष करून त्याला विनाकारण महत्त्व का द्या या उद्देशानं आजवर त्याची फक्त उपेक्षाच केली गेली, तशी आता यापुढं करून चालणार नाही याविषयी मात्र सर्वांचंच एकमत होतं.

अध्यक्ष स्वत: मात्र इतका वेळ इतरांचं म्हणणं फक्त ऐकत होते. त्यांनी स्वत: चकार शब्दही उच्चारला नव्हता. स्वत:ला याबाबतीत काय वाटतं हे सांगितलं नव्हतं. एवढंच काय पण इतरांनी व्यक्त केलेल्या मतांवरची आपली प्रतिक्रियाही प्रदर्शित केली नव्हती. शब्दांनीही नाही आणि हावभावांनीही नाही. ते स्वस्थ बसून होते. आपल्या चर्चेकडे त्यांचं लक्ष तरी आहे की नाही, अशीही शंका काहीजणांना चाटून गेली. पण ती कोणी बोलून दाखविली नाही.

'मिस्टर प्रसिडेंट, आता याला इग्नोअर करून नाही चालणार.' सर्वांच्याच मनातला विचार अरविंदनं बोलून दाखविला. 'जो जो आपण गप्प बसतो आहोत, तो तो पार्थसारथी अधिकच चेकाळतो आहे. अधिकच धीट होत आहे. अधिकच बेजबाबदार विधानं करत आहे.'

'तू स्वत:च म्हणतो आहेस ना की ही विधानं बेजबाबदार आहेत म्हणून, मग त्यांना प्रत्युत्तर देण्याचा प्रयत्न करून त्यांचं मूल्य वाजवीपेक्षा वाढवायचं कशाला ?' इतका वेळ धरलेलं मौन सोडून अध्यक्षमहाराज म्हणाले.

'कारण आता सगळ्याच प्रसारमाध्यमांनी त्याची दखल घ्यायला सुरुवात केली आहे. आपण आपल्या अधिकृत चॅनेलवर त्याला अजून शिरकाव करू दिलेला नसला, तरी सगळ्याच सॅटेलाईट टीव्ही चॅनेलनी त्याची भाषणं, त्याच्या प्रेस कॉन्फरन्सेस टेलिकास्ट करायला सुरुवात केली आहे. त्यामुळे जनतेचं त्याच्याकडे लक्ष जायला लागलेलं आहे. आपण मिठाची गुळणी धरून राहिलो, तर लोक त्याचं म्हणणं खरं आहे म्हणून आपली आवाजी बंद झालीय असा अर्थ लावतील. ते महाग पडू शकेल आपल्याला.' सेंथिलनाथननं सांगितलं.

'पण मला कळत नाही, हा कालचा एक ब्युरोक्रॅट, एक सरकारी अधिकारी, तोही काही फार वरच्या श्रेणीतला नाही, मग याच्याकडे भाषणांसाठी इतकी भटकंती करायला, इतक्या प्रेस कॉन्फरन्सेस ऑर्गनाईझ करायला पैसा येतो कुठून ?' कोणीतरी सवाल केला.

'त्याचं उत्तर शोधायला फार दूर जायला नको. विरोधी पक्षातली मंडळी त्याच्याबरोबर स्टेजवर किंवा प्रेस कॉन्फरन्सच्या वेळी शेजारी दिसली नाहीत तरी पडद्याआडून त्यांचं काम चालूच असतं.'

'तसा काही ठोस पुरावा मिळालाय आपल्याला ?' थोड्याफार करड्या आवाजात अध्यक्षांनी विचारलं.

'नाही, तसला काही ठोस पुरावा नाही मिळालेला.' अरविंद शांतपणे म्हणाला, 'पण आज ते त्याच्या पाठी नसले, तरी जसजसा लोकांचा पाठिंबा त्याला मिळत जाईल तसतसे विरोधी पक्ष त्याच्या बाजूला जाऊन परिस्थितीचा फायदा उठवल्याशिवाय राहणार नाहीत. पुढच्या वर्षी निवडणुका आहेत. त्यांनी आपल्याविरूद्ध त्याला उमेदवार म्हणून उभा केला तरी मला आश्चर्य वाटणार नाही.'

'पण हा सरकारी अधिकारी होता तर त्याची फाईल असेलच आपल्याकडे. प्रश्न विचारल्यासारखं विधान सेंथिलनाथननं केलं. फाईल आपल्याकडे असणारच असंच त्याला म्हणायचं होतं. 'त्याचीही काही कुलंगडी असतीलच की. ती आपण लोकांपुढे मांडली तर ?'

'तर आपणही त्याच्याच पातळीवर जाऊन पोचू. ते तर त्याच्या पथ्यावरच पडेल. तेच त्याला हवंय. कारण मग आपल्या आरोपांच्या समर्थनासाठी काही पुरावा द्यायची त्याला गरजच भासणार नाही. तेच तर त्याला हवंय. छे, छे, आपल्याला काही वेगळाच मार्ग काढला पाहिजे.'

◆◆◆

'तेव्हा मी म्हणतो की त्यांनी आजवर तुमच्या आरोपांचं खंडन करण्यासाठी तोंडही उघडलेलं नाही म्हणूनच तुम्ही जास्त सावध राहायला हवं.' योगेश्वर कुंभितिलक पार्थसारथीला सांगत होता. नेहमीप्रमाणे सकाळचा चहा घेत पार्थसारथीच्या आपल्या मित्रांबरोबर, हितचिंतकाबरोबर गप्पागोष्टी चालल्या होत्या. अगदी रीतीनुसारच बोलायचं तर त्या गप्पागोष्टींना बैठक नसतं म्हणता आलं. पण जसजसा पार्थसारथीच्या मोहिमेला, अध्यक्षांविरूद्ध तो करत असलेल्या भ्रष्टाचारांच्या आरोपांना धार चढत होती तसतशा या गप्पा नियमित होत चालल्या होत्या. कालचा दिवस कसा गेला, कालच्या विधानांचा काय परिणाम झाला आणि उद्या काय करायचं, यावर न विसरता चर्चा होऊ लागली होती. त्याच्या मोहिमेला आता वर्तमानपत्रंही आंदोलन म्हणू लागली होती. राजकारणात नसलेली, किंवा उघडपणे नसलेली पण एक डोळा तिथं ठेवून असलेली, बरीच मंडळी आता पार्थसारथीच्या म्हणण्याला प्रत्यक्ष अप्रत्यक्ष दुजोरा देऊ लागली होती.

'कशासाठी म्हणून सावधगिरी बाळगायची ? असं काय घोडं मारलंय मी ?' बेफिकीर वृत्तीनं पार्थसारथीनं विचारलं. ' आजवर सावधगिरीच बाळगत आलोय मी. माझ्यासारखे अनेक आजही सावधगिरी बाळगायची म्हणून मूग गिळून स्वस्थ आहेत. म्हणून तर गोष्टी या थराला पोचल्या आहेत. अजूनही सावधगिरीच

बाळगत राहिलो तर यांचं फावेलच. कोणीतरी आता यांचं भांडं फोडलंच पाहिजे.'

'त्याबद्दल वादच नाही. सावधगिरी बाळगायची म्हणजे तुम्ही तुमची मोहिमच पाठी घ्यायची, असं नाही म्हणत मी. पण तोंडातून असा शब्द जाता कामा नये की, त्याचं निमित्त होऊन त्यावर त्यांना कारवाई करण्याची संधी मिळावी.'

'मला नाही वाटत त्याची धास्ती बाळगण्याचं कारण आहे.' दुसऱ्याच एकानं आता म्हटलं. 'बोलण्याबाबतीत सावधगिरी बाळगण्याची काही एक गरज नाही. आणखी काय कारवाई करणार आहेत ? आपण तर राजीनामा दिलेलाच आहे. तेव्हा नोकरीवरून काढून तर टाकू शकत नाहीत ते. मग दुसरी कोणती कारवाई करू शकतात ते ? तुरुंगात टाकतील ? एवढा मूर्खपणा ते करतील असं नाही मला वाटत. तसं केल्यानं ते कमजोर आहेत असंच दिसून येईल. मला वाटलं होतं तुम्ही सावधगिरी बाळगायला सांगताहात ती वेगळ्याच प्रकारची.'

'वेगळ्याच प्रकारची ? म्हणजे मी नाही समजलो.' पार्थसारथीनं विचारलं. सावधगिरीचा सल्ला देणाराही बुचकळ्यात पडला होता. त्यानंही त्या प्रश्नाला मम म्हटलं.

'तुमची त्यांना आता अडचण होऊ लागली आहे, तुमचा त्यांना ताप होऊ लागला आहे, हे तर मान्य ?' आपल्या या प्रश्नाचं उत्तर अपेक्षित नसल्यासारखा तो पुढं सांगू लागला. 'तरीही तुमच्याविरूद्ध ते उघडपणे काही कारवाई करू शकत नाहीत. कारण तशी केलीच तर त्याचा नेमका उलटा परिणाम होईल, याची खात्री आहे त्यांना. तेव्हा ते काहीतरी वेगळाच मार्ग अनुसरतील यात शंका नाही. म्हणून सावधगिरी बाळगायला हवी.'

तो काय म्हणतोय हे अजूनही पार्थसारथीच्या लक्षात येत नव्हतं. कुंभितिलकही संभ्रमात पडल्यासारखा झाला होता.

'असं कोड्यात नका बोलू. सगळी आपलीच मंडळी आहेत, काय सांगायचं ते स्पष्टपणेच सांगाना.'

'आता आणखी स्पष्ट करून काय सांगायचं ! तुमचा काटा काढण्याची काही तरी उपययोजना करण्याचे प्रयत्न त्यांनी केले, तर मला तरी आश्चर्य वाटणार नाही. तो अपघात होता असंच सिद्ध होईल, याचीही ते खबरदारी घेतील. किंवा तिसऱ्याच कोणीतरी तो हल्ला केला, असंही दाखविण्यात येईल. तसा कोणी बळीचा बकरा तयारही झाला असेल. त्याला पैसा दिला की झालं. शिवाय चौकशी, कोर्टकचेरी वगैरे सव्यापसव्य होऊन त्याला काही जबरदस्त शिक्षा होण्याचीही शक्यता तशी कमीच. शेवटचा निकाल लागेपर्यंत जामिनावर सुटून राजरोसपणे हिंडायलाही तो मोकळा राहील.'

'जीवच घेतील ना ? त्याची फिकीर नाही मला.' नेहमीच्या बिनधास्तपणे

पार्थसारथी म्हणाला. 'माझ्या जिवाची पर्वा नाही मला. नाही तरी माझ्यामागे रडणारं आहेच कोण ! मी तर असा एकटा जीव सदाशिव.'

'असं का म्हणता ? जनता आहे ना तुमच्या पाठी. तुमच्यावर असा नीच घाला घातला गेलाच, तर सारी जनता नुसतीच अश्रू ढाळणार नाही. ती खवळून उठेल.'

'कोणास ठाऊक जनता खरोखरीच कोणाच्या पाठी आहे ते !' विषण्णपणे पार्थसारथी म्हणाला. अलिकडे अलिकडे असं कठोर आत्मपरिक्षण करायची त्याला सवय लागली होती. अशा क्षणी मग तो सिनिक व्हायचा. कधीकधी तर निराशही व्हायचा. आपण करतो आहोत त्याला तसा अर्थ नाही, आपला अहंकार दुखावला म्हणून आपण या मार्गाला लागलो, नाहीतर इतकी वर्ष मान खाली घालून सगळा कारभार आदेशानुसार करतच होतो ना, असे विचार त्याच्या मनात थैमान घालत. 'उद्या मी मेलो तर माझा हुतात्मा करून एखाददुसरा पुतळा उभारला जाईल. कदाचित या समोरच्या रस्त्याला माझं नाव दिलं जाईल. पण मी जे काही हे कार्य हाती घेतलंय ते मात्र साफ मरेल. भीती आहे ती त्याचीच, माझ्या जिवाची नाही.'

✦✦✦

'आज तर त्यानं कमालच केलीय' अरविंद डिसिल्व्हानं तिथं पसरलेल्या अस्वस्थ शांततेचा भंग केला. 'आता तर काही संदेह नाही ना राहिला ?'

'उघडउघड नाव घेऊनच आरोप केल्यावर कसली शंका उरली आहे !' हातातलं वर्तमानपत्र फडफडावत सेंथिलनाथन म्हणाला, 'आता त्याची अधिक गय करून नाही चालणार, मिस्टर प्रसिडेंट. आता काही तरी उपाययोजना करायलाच हवी.'

'नुसतं नाव घेऊन आरोप करण्याचा प्रश्न नाहीय हा.' एरवी फारसं न बोलणाऱ्या महातीर मुसादिकनं आपलं तोंड आज प्रथमच उघडलं होतं. 'लोकांचाही त्यावर विश्वास बसू लागला आहे. हा ओपिनियन पोलचा रिपोर्ट वाचलात ? सत्त्याहत्तर टक्के लोकांना पार्थसारथीच्या आरोपांमध्ये काहीतरी तथ्य असल्याचं वाटतंय. अठ्ठेचाळीस टक्के लोकांना तर पुराव्याचीही गरज वाटत नाहीय. फक्त एकोणतीस टक्के लोकच म्हणताहेत की आता पार्थसारथीनं पुरावा द्यावा. म्हणजे त्याचे आरोप खरे नाहीत असं नाही त्यांना म्हणायचं. ते खरे आहेत असं ते धरूनच चालले आहेत. पण आता त्यानं त्या आरोपांच्या समर्थनार्थ पुरावा देऊन ते पक्के करावेत, असं त्यांना वाटतंय. आपलं पॉप्युलॅरिटी रेटिंग किती घसरलंय हे आपण पाहिलंत, मिस्टर प्रसिडेंट ? फक्त सतरा टक्के लोकांचाच पाठिंबा उरलाय आता. रेटिंग इतकं कमी कधीच झालं नव्हतं.'

त्याच्या हातातून ते वर्तमानपत्र हिसकावून घेत सेंथिलनाथननं तो सर्व्हे रिपोर्ट वाचायला घेतला. काही मिनिटातच तो एकदम ओरडला,'माय गॉड, हे पाहिलंत, आज निवडणुका घेतल्या तर केवळ एकोणीस टक्के लोकच आपल्याला मत देतील.'

'पण पार्थसारथीला मतं देणारेही फक्त पंधरा टक्केच आहेत.' त्याच्या खांद्यावरून त्या पेपरात डोकावणाऱ्या अरविंदनं त्याला त्याची आठवण करून दिली.

'ॲग्रीड. तब्बल सहासष्ट टक्के लोकांनी अजूनही कोणाला मत द्यायचं हे पक्क ठरविलेलं नाही, मान्य. 'डोन्ट नो'ची टक्केवारी जास्त आहे हे कबूल. पण आपण काहीही कारवाई न करता असे आढ्याकडे पाहत स्वस्थ बसून राहिलो, तर ही कुंपणावर बसलेली मंडळी पटापट पलीकडे उड्या मारतील यात शंका नाही. 'डोन्ट नो'चं असं रुपांतर होईपर्यंत आपण वाट पाहिली तर मग फार उशीर झालेला असेल.'

'आपल्या पक्षातही आता कुजबुजीला सुरुवात झालीय.' मुसादिकनं आज बोलण्याचा उच्चांक मोडण्याचं ठरविलेलं दिसत होतं. 'अजूनही ती केवळ कुजबूज आहे. अध्यक्षीय निवडणुकीपाठोपाठ सिनेटचीही निवडणूक आहे. अध्यक्षीय निवडणुकीच्या निकालाचा परिणाम त्याही निवडणुकीवर होणारच. त्याची त्यांना काळजी आहे. आता फक्त ते, या गोष्टीचा काय तो सोक्षमोक्ष लावावा असंच म्हणताहेत. पण काही यंग टर्कस पार्थसारथीच्या म्हणण्याचं आडून समर्थन करतानाही दिसताहेत. आता संथ जलाशयात एखादा छोटासा खडा फेकल्यानंतर उठणाऱ्या तरंगांसारखंच स्वरूप आहे या साऱ्या घडामोडींचं. पण त्याचं एखाद्या लाटेत रुपांतर व्हायला वेळ नाही लागायचा. शिवाय आपले विभूषणसाहेब वाटच पाहत बसले आहेत कधी आपल्याला अशी संधी मिळते याची.'

'मग काय करावं म्हणता ?' प्रथमच चर्चेत उघड भाग घेत अध्यक्षांनी विचारलं. इतका वेळ ते सगळ्यांचं म्हणणं संथपणे ऐकत होते. बाजू आपल्याविरूद्ध जात आहे याचा अंदाज त्यांनाही येत चालला होता. वर्तमानपत्रं त्यांनीही वाचली होती. आता काहीतरी हालचाल करायला हवी हे त्यांनाही समजत होतं, मान्य होतं. पण काहीही केलं तरी त्याचा नेमका पार्थसारथीलाच फायदा होईल, असं त्यांना वाटत होतं. आजवरच्या राजकीय जीवनातला अतिशय अवघड पेच आपल्याला घातला गेलाय, हे त्यांना कळून आलं होतं. त्यातून सुटायचं तर उलट डाव अतिशय हुशारीनं आणि विचारपूर्वक टाकायला हवा हे त्यांना समजत होतं. म्हणूनच तर ते इतका वेळ गप्प राहिले होते.

'ते काही नाही, या पार्थ्याचा काटा काढलाच पाहिजे.' सेंथिलनाथनला

नेहमीच एक घाव दोन तुकडे हेच धोरण पसंत असायचं ' आपल्यावर आळ येणार नाही या रीतीनं त्याचा बंदोबस्त नक्कीच करता येईल. कायमचा बंदोबस्त करता येईल.'

'म्हणजे मग तो आपोआपच हुतात्मा होईल. तो मरेल पण बाजी जिंकून जाईल. विरोधी पक्षाला नाही तरी तेच हवंय. पार्थसारथीनं आपल्याला हवं तसं वातावरण करून द्यावं आणि तो मात्र त्याचा फायदा घ्यायला असू नये यापरतं त्यांना तरी दुसरं काय हवंय. अगदी सोनेपे सुहागा अशीच स्थिती होईल त्यांची.'

'काहीही तसं होणार नाही. निवडणुकांना अजून एक वर्ष तरी अवकाश आहे. थोडासा जास्तच वेळ आहे. पब्लिक मेमरी इज शॉर्ट. तोपर्यंत लोक विसरूनही जातील. तो मरेल तशी त्याची ही चळवळही मरेल. आजवर काय अशा कमी घटना घडल्याहेत !'

'तरीही हा रक्त सांडण्याचा मार्ग मला मान्य नाही. रक्तानं माखलेल्या हातांनी उरलेलं आयुष्य काढण्याची माझी तयारी नाही.' अध्यक्षांनी सांगितलं, 'पॉलिटिक्स इज अ डर्टी गेम, येस, पण अशी खुनाखुनी करायची तर मग पार्थसारथी म्हणतोय त्यात खोटं काय आहे ! आज माझी झोप तो उडवू शकत नाहीय कारण त्याच्या आरोपांमध्ये तथ्य नाहीय. पण तुम्ही सुचवताय तो उपाय केला तर मग तो कायमचा झोपला तरी माझी झोप मात्र कायमची उडेल. दुसराच काहीतरी उपाय शोधला पाहिजे. विचार करा. उद्या बोलू आपण.'

खुद्द अध्यक्षांनीच बैठकीची अशी सांगता केल्यावर इतरांना उठणं भागच पडलं.

✦✦✦

'येस अरविंद, असं काय अर्जंट काम काढलंस ?' आपल्या गोलाकार ऑफिसचं खास दार स्वतःच उघडून अरविंद डिसिल्व्हाला आत घेत अध्यक्ष म्हणाले, 'इतक्या घाईघाईनं आणि ब्लू फोनवरून बोलावलंस, तेव्हा तसंच काही तरी सिक्रेट आणि महत्त्वाचं काम असणार अशी मी आशा करतो.'

'दॅट्स राईट, मिस्टर प्रेसिडेंट'

'ओऽह कट आऊट दॅट मिस्टर प्रेसिडेंट नॉन्सेन्स. मी किती वेळा बजावलंय तुला. फॉर्मल मिटींग असेल, इतर कोणी हजर असेल, तर हे सारे उपचार चालवून घेईन मी. पण आपण दोघंच असताना असल्या औपचारिकतेचा उपयोग मी कदापिही खपवून घेणार नाही.'

'ऑल राईट, ऑल राईट. नील, मी आता जे काही सांगणार आहे ते आपल्या दोघांपुरतंच राहावं, म्हणूनच मी त्या ब्लू फोनचा वापर केला. म्हणजे बाब सिक्रेट आहे हे तर तुला मान्य करावंच लागेल. आता महत्त्वाची आहे का

विचारशील, तर मी म्हणेन की पार्थसारथीशी तिचा संबंध आहे. तुझं तूच ठरव आता की हे महत्त्वाचं आहे की नाही. तुझ्या एरवीच्या वागण्यावरून तू पार्थसारथीला आणि तो आखीत असलेल्या मोहिमेला महत्त्व देतोस की नाही, हेच कळत नाही.'

'बोल तू. आता आपण दोघं जमलोच आहोत इथं, तर ते महत्त्वाचं आहे की नाही यालाच काही महत्त्व उरलं नाहीय. बोल तू. काय बातमी आहे पार्थसारथीची ?'

'बातमी त्याची नाहीय. तो काय बोलायचं, काय करायचं ते उघडपणे करतोय. त्याला भेटू इच्छिणाऱ्यांची ओपन्‌ली भेट घेतोय. त्याच्याकडे निदान याबाबतीत तरी छक्केपंजे नाहीत. तेव्हा वर्तमानपत्रात येतं त्यापेक्षा अधिक मी त्याच्याबद्दल काय सांगू शकणार ?'

'पण तूच तर आता म्हणाला होतास की जे बोलायचंय ते पार्थसारथीशी संबंधित आहे म्हणून !'

'आहेच. कालच्या बैठकीत पार्थसारथीचा बंदोबस्त करावा असंच सर्वांचं मत पडलं, हे आठवतच असेल तुला.'

'आणि खुनखराबा केलेला मला आवडणार नाही असं मी म्हणालो होतो, हेही आठवत असेल तुला.'

'चांगलंच आठवतंय. म्हणून तर मी हे प्रपोजल घेऊन आलोय. त्याचा बंदोबस्त करण्याचा एक वेगळाच उपाय सुचलाय मला. त्याचा बंदोबस्तही होईल, काटाच काढला जाईल, खुनखराबाही होणार नाही आणि त्याचा नाहीशा होण्याचं बालंट आपल्यावर तर मुळीच येणार नाही.'

'आय सी. खुनखराबा होणार नसेल तर तुला काय सांगायचंय ते ऐकायची तयारी आहे माझी.'

'तुला डॉक्टर विजय शेखर माहीत आहेत ?'

'म्हणजे आपले ते क्वान्टम फिजिसिस्ट ना ? कालप्रवास करणं शक्य आहे, भूतकाळ भविष्यकाळ कुठंही हवं तसं मनसोक्त भटकता येण शक्य आहे, असा सिद्धांत मांडणारे ? लोक, इतर सायंटिस्ट त्यांना पागल म्हणतात. हेरेटिक म्हणतात. त्यांच्या सिद्धांताकडे कुणी फारसं लक्ष देत नाही, असं ऐकलंय मी.'

'तू म्हणतोस तशी परिस्थिती आहे खरी. पण म्हणूनच ती आपल्या अतिशय सोयीची आहे. कारण लोकांनी सोडाच, पण इतर शास्त्रज्ञांनीही विजय शेखरना ओळखलेलं नाही. त्यांचा सिद्धांत वरवर पागलपणाचा वाटला तरी प्रत्यक्षात मात्र तो तर्कदुष्ट नाही. इल्लॉजिकल नाही. त्यांनी तो त्यांच्या त्या खास गणिताद्वारे सिद्ध तर करून दाखविला आहेच, पण त्या सिद्धांताच्या आधारे एक कालयंत्रही तयार केलंय, असं मला खात्रीलायक समजलंय. मी परत परत चौकशी करून

खातरजमा करून घेतलीय. त्या कालयंत्रात बसून खरोखरीच कालपरिमाणात, टाईम डायमेन्शन मध्ये पाठीपुढे म्हणजेच भूतकाळात किंवा भविष्यकाळात प्रवास करता येणं शक्य झालं आहे.'

'ठीक आहे. वादाकरता तुझं हे म्हणणं मान्य केलं, तरी त्याचा आणि पार्थसारथीनं उभ्या केलेल्या या समस्येचा संबंध काय ?' .

'सांगतो, सबूर. तुला पार्थसारथीवर खुनी हल्ला करून त्याला मारून टाकलेलं पसंत नाही ना. पण समजा त्याला आपण न मारताही तो आपोआपच नाहीसा झाला तर ? ते करण्याचाच एक उपाय मला सुचलाय. समजा मी भूतकाळात पाठी, पार्थसारथीच्या जन्माच्या वेळी गेलो आणि पार्थसारथी तान्हुलं बाळ असतानाच त्याचं अपहरण केलं, त्याला एकट्यालाच जंगलात सोडून दिलं, तो हिंस्त्र श्वापदांच्या भक्ष्यस्थानी पडेल अशा ठिकाणी त्याला ठेवलं, तर त्याचा आपोआपच काटा निघेल की नाही ? आपल्यावर त्याचं बालंटही येणार नाही. तो एखाद्या भरसभेत बोलत असतानाच हवेत विरून जाताना दिसेल. त्यानंतर तो कोणालाही कुठंही दिसणार नाही. लोक भुताटकी झाली असं मानतील. त्याला कोणीतरी पछाडलंय असं म्हणतील. काय वाटेल ते म्हणतील. पण आपण त्याचा काटा काढला, असा आरोप कोणीही करू शकणार नाही. काय कशी वाटतेय आयडिया ?'

'आय डोन्ट नो. आय ऑनेस्ट्‌ली डोन्ट नो. तुझ्या म्हणण्यात, तुझ्या योजनेत काही फ्लॉ मला सापडत नाहीय. स्ट्रॅटेजिकली मला त्यात काहीच चूक वाटत नाहीय. पण अजूनही माझा तुझ्या त्या विजय शेखरच्या सिद्धांतावर किंवा त्याच्या त्या कालयंत्रावर विश्वास नाहीय.'

'तो तू ठेवावास असा आग्रहही मी धरणार नाही. तू विश्वास नको ठेवूस. माझ्यावर तुझा विश्वास असला आणि माझा विजय शेखरवर विश्वास असला की झालं.'

'तरीही मला काहीतरी विचित्र वाटतंय. समजा कुठंतरी काहीतरी चूक झाली, तर मी तुला गमावून बसेन. पार्थसारथीला आपल्या मार्गातून दूर करण्यासाठी एवढी मोठी किंमत मोजायची माझी तयारी नाहीय.'

'त्याची तू फिकीर नको करूस. मी माझ्या जबाबदारीवर ही कामगिरी अंगावर घेतोय. काही बरंवाईट झालंच तर त्याची जबाबदारी तुझ्यावर राहणार नाही.'

'नाही कशी ? नैतिक जबाबदारी माझ्यावरच राहणार आहे. माझ्यासाठीच तू ही जोखीम पत्करणार आहेस. जाहिररीत्या कदाचित कोणी मला ठपका देणार नाही. पण माझं मन मला खात राहील त्याचं काय ? तसं काही झालंच तर

मार्गारिटला मी कसं तोंड दाखवू ? तिचा नवरा कुठं नाहीसा झाला, हे तिला कसं सांगू ?'

'ओऽह, यू सेन्टिमेन्टल फूल ! तसला कोणताही धोका नाहीय यात. मी या आधीच विजय शेखरला बरोबर घेऊन भूतकाळात सफर करून आलोय. त्याचं ते यंत्र बरोबर काम करतंय, याची खात्री करून घेतलीय. तू अगदी निर्धास्त रहा. मला काहीही होणार नाही.'

'पण विजय शेखर आपल्या या योजनेत सहभागी व्हायला तयार होईल ? कोणत्या कामासाठी त्याचं कालयंत्र वापरलं जाणार आहे, हे समजल्यावर तो ते आपल्याला द्यायला तयार होईल ?'

'त्याला सांगायचंच नाही. हे सायन्टिस्ट मोठे अहंकारी असतात.'

'तसे ते असतात म्हणून तर सृजनशील, क्रिएटिव्ह काम करू शकतात.'

'असेलही, पण त्याचाच आपल्याला फायदा करून घ्यायचा आहे. त्याची जरा खुशामत केली, त्याच्या त्या यंत्रासाठी प्रयोग करावा म्हणूनच मी या प्रवासाला तयार होतोय, असं त्याला भासविलं की तो अगदी खुषीनं मला त्यातून प्रवास करू देईल. त्याला आपल्या योजनेचं अवाक्षरही सांगण्याची गरज असणार नाही. किंबहुना आपली ही योजना तू आणि मी याशिवाय तिसऱ्या कोणालाही माहिती नाही. माहिती होणार नाही. अगदी मार्गारिटलाही नाही.'

तरीही अध्यक्षांचा निर्णय होईना. ते धर्मसंकटात सापडले होते. त्यांच्या समोर उभ्या असलेल्या त्यांच्या राजकीय जीवनातील सर्वात कठीण अशा प्रेचप्रसंगावर, ते राजकीय जीवन संपवून टाकू पाहणाऱ्या संकटावर तोडगा सापडला होता. बेमिसाल असा तो तोडगा. न रहेगा बास न बजेगी बांसुरी, असा नामी तोडगा. त्यांचं पुढचं राजकीय जीवन तर निष्कंटक होणारच होतं, पण आजवरची पुण्याईही संपुष्टात आणू पाहणारा कलंकही मिटणार होता. पण तो तोडगा अंमलात आणायचा, तर जिवश्चकंठश्च मित्राला, आजवर उनपावसात सतत खांद्याला खांदा लावून सोबत करणाऱ्या याराला, जिच्या परिणामांची काही कल्पनाही नाही अशी जोखीम पत्करायला सांगावं लागणार होतं. काय करावं हे त्यांना समजत नव्हतं. आजवर असं 'धरलं तर चावतं सोडलं तर पळतं', असं आव्हान त्यांच्यासमोर उभं राहिलंच नव्हतं.

त्यांनी आपल्या फेऱ्या थांबवून मान वर करून अरविंदकडे पाहिलं. त्याच्या डोळ्यातला निर्धार त्यांना ताबडतोब दिसला. आपण नाही म्हटलं तरी अरविंद आपली योजना राबविल्याशिवाय राहणार नाही, याची त्यांना खात्री पटली. मोठ्या कष्टानं त्यांनी आपला होकार दिला. पुढच्याच क्षणी मात्र त्यांनी अरविंदला मिठी मारली. आपल्या डोळ्यातले अश्रू त्याला दिसू नयेत यासाठी त्यांनी तसं

केलं नाही, असं त्यांना शपथेवर नसतं सांगता आलं.

✦✦✦

ते गाव तसं अरविंदला अपरिचित होतंच. त्यामुळे ते नवीन वाटतंय, काहीतरी विचित्र वाटतंय याचं त्याला आश्चर्य वाटलं नाही. पार्थसारथीच्या पूर्वायुष्याची माहिती मिळविण्यासाठी त्यानं एका विश्वासू सहकाऱ्याला सांगितलं होतं. त्याला त्याचा एक गाववाला, ज्यानं त्याला लहानपणापासून पाहिलेलं होतं, भेटला. ती त्याला पर्वणीच वाटली. त्याच्याकडूनच पार्थसारथीचा जन्म कुठं झाला, केव्हा झाला वगैरे माहिती मिळाली. तशी त्याची जन्मतारीख सरकारी दप्तरात नोंदलेली होतीच. ती महत्त्वाची होती. कारण भूतकाळात नेमकं केव्हा जायचं, हे त्याच्यावरूनच ठरणार होतं. पार्थसारथी आईबरोबर अजूनही हॉस्पिटलमध्ये असतानाच जाणं आवश्यक होतं. तिथून त्याला पळविणं तस सोपं होतं. एकदा का ते घरी गेले, की अनेक कॉम्प्लिकेशन्स उभी राहिली असती.

पन्नास वर्षापूर्वीच्या त्या काळात तो येऊन तर पोचला होता. हव्या त्या गावातही तो पोचला होता. त्याची खात्री करून घेण्यासाठी त्यानं जेव्हा गावकऱ्यांकडे चौकशी केली, तेव्हाच आपण केवढी अवघड कामगिरी हाती घेतली आहे याची त्याला कल्पना यायला सुरुवात झाली होती. पन्नास वर्षांच्या मधल्या काळात त्या गावात तसा पुष्कळच फरक पडला होता. गावाचा चेहरामोहराच बदलला होता. गाव आधुनिक झालं होतं. त्यामुळे एकदा आधी पाहिलेलं असूनही त्यातले ठळक लँडमार्क्स ओळखताना अरविंदला जड जात होत.

पन्नास वर्षांपूर्वी गाव तसं लहान होतं. सगळेचजण एकमेकांना ओळखत होते. त्यामुळे गावात नवखा कोणी आला की तो बाहेरचा आहे, हे गावकरी पटकन ओळखत. त्यामुळं अरविंदची पंचाईत झाली होती. त्याला आपलं काम बिनबोभाट पार पाडायचं होतं. आपण तिथं येऊन गेलो याचा पत्ता कोणाला लागणार नाही, अशा रीतीनं त्याला आपली कामगिरी उरकायची होती. पण त्यानं चौकशीला सुरुवात करताच तो परका आहे, हे सगळ्यांना कळून चुकलं होतं. त्याचे कपडेही त्याचं वेगळेपण ओरडून सगळ्यांना सांगत होते. शहरातले आणि गावातले रीतीरिवाज एरवीही भिन्नभिन्न असतात. इथं तर स्थलाबरोबर कालाचाही फरक होता. पन्नास वर्षांमध्ये रीतिरिवाजांमध्ये, सामाजिक रुढींमध्ये जमीन अस्मानाचा फरक पडला होता. आपलं तिथं येणं गुप्त ठेवणं जसजसा वेळ जात होता तसतसं अरविंदला कठीण जात होतं. आता शक्य तितक्या लवकर काम उरकून परत पळ काढणं आवश्यक झालं होतं.

तिथून पळ काढणं तसं म्हटलं तर कठीण नव्हतं. आपलं ते कालयान त्यानं व्यवस्थित लपवून ठेवलं होतं. काम आटोपल्यावर एकदा का तो तिथवर पोचला

असता, की मग त्याला पकडणं कोणालाही शक्य झालं नसतं. प्रश्न होता तो न पकडले जाता तिथवर पोचण्याचा. त्यामुळे हॉस्पिटलपासून तिथं जाण्याचा जवळचा आणि अडथळे नसलेला मार्ग आधी शोधून काढायला हवा होता, तो पक्का आठवणीत बसेल याची व्यवस्था करायला हवी होती. ती झाली की मगच हॉस्पिटलकडे मोर्चा वळवता आला असता. खरं तर तिथंही इतर कोणी मंडळी फारशी नसताना जाणं आवश्यक होतं. रात्रीच्या वेळी हे काम उरकणं एरवी अधिक सोईस्कर झालं असतं. आधी त्यानं तसंच ठरविलंही होतं. पण पन्नास वर्षांपूर्वीच्या त्या काळात विजेचा एवढा प्रसार झाला नव्हता हे त्यानं योजना बनविताना ध्यानात घेतलं नव्हतं. तिन्हीसांजा गेल्या की गावावर अंधाराचं साम्राज्य असे. त्या काळोखात अनोळखी रस्त्यावरून झपाट्यानं पळ काढता येईल याची खात्री अरविंदला वाटेना. त्यामुळे पहाटेच्या वेळेस लहानग्या पार्थसारथीला हॉस्पिटलमधून पळवावं असा विचार अरविंद करत होता.

त्यात तसा धोका होताच. हॉस्पिटलमध्ये सहसा सूर्योदयापूर्वीच उजाडतं. त्यामुळे त्यावेळी नर्सेस आपलं काम करण्याच्या धांदलीत असणार, जिकडे तिकडे त्यांची वर्दळ असणार, याची जाणीव अरविंदला होती. त्यावर काही तरी तोडगा काढणं आवश्यक होतं. अर्थात नर्सेस, कमीतकमी लहानग्या पार्थसारथीला जिथं ठेवलं होतं त्या वॉर्डातली नर्स तरी तिथं असणं अरविंदला पाहिजेच होतं. तिच्या मदतीशिवाय तो पार्थसारथीला ओळखणार कसा होता ! एकतर, दोन दिवसांच्या वयात सगळीच मुलं सारखीच दिसतात. शिवाय पार्थसारथीच्या आईला कुठं त्यानं पाहिलं होतं ? पार्थसारथीऐवजी भलत्याच कुणाला पळविलं गेलं तर सगळंच ॐफस व्हायचं. तसं होऊन चालणार नव्हतं. विजय शेखरलाही थोडाफार संशय यायला लागला होता. तो परत आपल्याला त्या कालयानाचा वापर करू देईल, याची शाश्वती नव्हती. या एका कालसफरीतच कामगिरी फत्ते करणं आवश्यक होतं. म्हणूनच तर पार्थसारथीच्या आईचं नाव त्यानं घोकून घोकून पाठ केलं होत. जन्म झाल्याच्या दुसऱ्याच दिवशी मुलाला नाव ठेवलं गेलं असणं शक्यच नव्हतं. निदान पन्नास वर्षापूर्वीच्या त्या काळात तरी ती प्रथा नव्हती.

✦✦✦

अतिशय सावधगिरी बाळगत अरविंद आपल्या कामगिरीतले एकेक टप्पे पार पाडत होता. परतीची वाट मोकळी राहील याची खात्री करून घेत आखलेल्या वेळी तो हॉस्पिटलमध्ये पोचला होता. आपल्या चार्जमध्ये असलेल्या पेशंटची सकाळची आन्हिकं पार पाडण्याच्या लगबगीत सगळ्या नर्सेस होत्या. त्यानं स्वत: अंगावर रेसिडेंट डॉक्टरांचा वेष चढवला होता. गुडघ्यापर्यंत येणारा पांढरा कोट त्यानं आपल्या कपड्यांवरून घातला होता. त्याच्या एका खिशातून मुद्दाम

दिसेल असा ठेवलेला स्टेथॉस्कोप डोकावत होता. चेहरा पटकन ओळखता येऊ नये म्हणून त्यानं डोक्याला ऑपरेशन थिएटरमध्ये घालतात ती हिरव्या रंगाची टोपी घातली होती आणि वेळ येताच चटकन् तोंडावर चढविता येईल असा तऱ्हेनं मानेभवती त्याच रंगाचा कापडी मास्कही लटकावला होता. नर्सशी बोलताना तो मास्क घालून तो आपला चेहरा झाकणार होता. ऑपरेशन थिएटरबाहेर तो मास्क का अशा प्रश्न त्या नर्सनं विचारलाच, तर तो विसरभोळेपणाचं सोंग करणार होता.

कोणत्या वॉर्डात पार्थसारथीची आई ॲडमिट झाली आहे, हे त्यानं परतपरत चौकशी करून माहिती करून घेतलं होतं. त्यात गफलत होणार नाही, याची त्यानं खातरजमा करून घेतली होती. तिथपर्यंत तरी तो कसलंही विघ्न न येता पोचला होता. मुलं जिथं ठेवली होती तिथवरही तो पोचला होता. तिथं जवळपास त्या मुलांची दुपटी बदलणाऱ्या आयांसहित एक नर्स असलेलीही त्यानं पाहिली होती.

त्यांचं तिथलं काम संपेपर्यंत तो थांबला. तिथून त्या दोघी आता पुढल्या खोलीत जाणार आहेत हे त्यानं नक्की करून घेतलं आणि मगच तो पुढं झाला. पार्थसारथीची आई कोणत्या बेडवर आहे हे तेवढ्यात त्यानं पेशंट रजिस्टरवरून पाहून घेतलं होतं. ते जरूरीचं होतं. डॉक्टरनं पेशंटचा उल्लेख बेडनंबरनं न करता नावानं केला असता, तर त्या नर्सला कदाचित शंका आली असती. त्याच्या सुदैवानं तो त्या खोलीजवळ पोचला तेव्हा नर्सऐवजी तिथली आयाच त्याच्यासमोर प्रथम आली.

'गुट मारीन डागदररसाब.'

'मॉर्निन्ग. अं, हे पहा, त्या नऊ नंबरच्या पेशंटचं मूल कुठ ठेवलंय ? मला जरा तपासलं पाहिजे त्याला.'

'ते काय तिथं मधल्या रांगेत पाचव्या साव्या नंबराला आहे.'

'पाचव्या ?' घाईघाईनं त्यानं विचारलं. आणखी दुसरे डॉक्टर राऊंडवर निघालेले त्याला दूरवर दिसत होते. आता वेळ दवडून चालणार नव्हतं.

'व्हय.' असं म्हणत ती आयाही लगबगीनं आपल्या कामाला निघून गेल्याचं पाहून अरविंदचा जीव भांड्यात पडला.

मग मात्र त्यानं वेळ वाया घालविला नाही. पटकन पुढे होत त्यातनं मधल्या ओळीतल्या पाचव्या पाळण्यातलं मूल उचललं आणि आपल्या कोटाआड त्याला लपवत त्यानं तिथून काढता पाय घेतला. धावत जावं असं वाटत असूनही त्यानं स्वत:ला मोठ्या प्रयासानं आवरलं. कोणालाही संशय येईल असं वागून चालणार नाही, हे तो परतपरत स्वत:ला बजावत होता.

✦✦✦

'आलास तू सुखरुप परत ? आय ॲम रिलीव्हड इमेन्सली रिलीव्हड.' अरविंदला धडधाकट परत आलेला पाहून अध्यक्ष म्हणाले. काळजीतून, मानसिक ताणातून सुटका झाल्याचं त्याच्या चेहऱ्यावर स्पष्ट दिसत होतं.

'रिलीव्हड ? केवळ मी परत येतोय की नाही या काळजीतूनच सुटका नाही झालीय तुझी, नील. कामगिरी फत्ते करून आलोय मी. आता पार्थसारथीचीही काळजी करण्याचं कारण नाहीय तुला. तोही या जगातून नाहीसा झालाय. त्याला पार्थसारथी हे नाव मिळण्यापूर्वीच त्याची गच्छंती झालीय.'

'खरं सांगतोयस तू ? परत केव्हा आलास तू ?'

'तसा परत आल्याला आपल्या सध्याच्या काळाच्या हिशेबात तीन दिवस झालेत. पहिल्यांदा त्या विजय शेखरला त्याचं यान व्यवस्थित असल्याचं दाखवून द्यायचं होतं. त्याची खात्री पटवून द्यायची होती. ती करत असलेल्या चौकशीला वाटाण्याच्या अक्षता लावायच्या होत्या. त्यात परत या कालप्रवासाचाही त्रास होतोच. जेट लॅग कसा असतो तसाच हा टाईमलॅग म्हण. त्यातून सावरण्यासाठी इतका वेळ लागलाच. संपूर्ण विश्रांती घेत होतो. इथं काय होतंय याची साधी खबरबातही घेतली नाही मी गेल्या तीन दिवसांत. पण इथं तीन दिवस झाले म्हणजे पन्नास वर्षांपूर्वीच्या त्या काळातही तीन दिवस झालेच असणार. हे तीन दिवस भूकतहानेच्या आणि हिंस्त्र श्वापदांच्या तडाख्यातून ते अवघ्या दोन दिवसांचं मूल वाचलेलं असणं शक्यच नाही. याचाच अर्थ की पार्थसारथीचा अवतार आता संपला.'

'तसं काही एक अजून तरी झालेलं नाही. कालच त्याची प्रचंड सभा झाली त्यात त्यानं आणखी नवेच आरोप केले आहेत. वर्तमानपत्रं अधिक तिखट अग्रलेख लिहू लागली आहेत.'

'शक्यच नाही. मी स्वत: माझ्या हातानं ते मूल उचललं आणि घनदाट जंगलात सोडून दिलं. तिथं सहसा कोणी फिरकतही नाही. तिथं ते कुणाला सापडून त्याला वाचवलं गेलं असणं शक्य नाही.'

'तुझं म्हणणं खरं आहे याविषयी मला शंका नाही. पण पार्थसारथी अजूनही आहे तसाच आहे, उलट त्याला आणखीनच जोर चढला आहे, हेही तितकंच खरं आहे.'

'पण, पण हे कसं काय झालं ? मला मिळालेली माहितीही काही चूक नव्हती. ते मूल पार्थसारथीच्या आईचंच होतं यात मला तरी शंका नाही. तरीही ज्याच्याकडून माहिती मिळाली त्याच्याकडे परत चौकशी करतो मी.'

तू मला त्या पार्थसारथीच्या पूर्वायुष्याबद्दल माहिती दिली होतीस, आठवतं ?'

अरविंद आपल्या त्या मित्राला विचारत होता.

'हो, ती सगळी खरीही होती. त्याबद्दल शंकाच नाही.'

'पण तू त्याच्यासंबंधी सगळं काही मला सांगितलंयस ? अनवधानानं काही सांगायचं राहून तर नाही गेलं ?'

'नाही त्याच्यासंबंधी काहीही सांगायचं बाकी ठेवलं नव्हतं मी. हं आता त्याच्या भावासंबंधीची माहिती नव्हती सांगितली मी. कारण माहिती त्याच्यासंबंधीच पाहिजे होती तुला, त्याच्या भावासंबंधीची नको होती.'

'भाऊ ? पण पार्थसारथीला भाऊ आहेच कुठे ? त्याला तर कोणीच नातेवाईक नाहीत.'

'खरंच आहे ते. म्हणून तर त्याच्या भावासंबंधीची माहिती सांगण्याची गरज वाटली नाही मला.'

'अरे, पण त्याला भाऊ वगैरे कोणी नाहीच, तर मग त्याच्या संबंधी माहिती काय असणार आहे ? काय बडबडतोयस तू ?'

'त्याला भाऊ नाही म्हणजे आज नाही. पण तो जन्माला आला तेव्हाच त्याला एक जुळा भाऊ होता. पण त्याच्या भावाला हॉस्पिटलमधूनच कुणीतरी पळवलं. त्याचा किंवा त्याला पळविणाऱ्याचा, कोणाचाच पत्ता लागला नाही.'

ती आया पाचव्या-साव्या नंबराला असं म्हणाली होती, हे अरविंदला आता आठवलं. त्यावेळच्या धांदलीत त्यानं त्याकडे फारसं लक्ष दिलं नव्हतं, हेही त्याला आठवलं.

'ही अशी भानगड झालीय, नील. आय ॲम सॉरी. पण घाबरू नकोस, माझी चूक, घोडचूक मी दुरुस्त करणार आहे. मी परत-'

'नाही. तू परत तिथं जाणार नाहीयस. झाली तितकी खटपट पुरे झाली. जुळ्यांपैकी एक मूल पळविलं गेलं असल्यामुळे तिथली मंडळी निश्चितच अधिक सावध झाली असणार. दुसऱ्या मुलाच्या सुरक्षेसाठी अधिक कडक बंदोबस्त ठेवला गेला असणार. तू परत जाशील तर आयताच त्यांच्या हाती सापडशील. सुखरूप परत येऊ शकणार नाहीस. आय वोन्ट अलाव यू टू गो. ॲब्सोल्यूट्ली नो. पार्थसारथीचं आव्हान राजकीय आहे. त्याला त्याच पातळीवर तोंड दिलं पाहिजे. ते करेन मी. पहिल्यापासूनच ते करायला हवं होतं. पण आपलं चुकतच गेलं. आपण भलत्याच दिशेनं विचार करत गेलो. वाहवत गेलो. पण आता ते होऊ देणार नाही मी.' एका नव्याच निर्धारानं तिथून जात अध्यक्ष म्हणाले.

✦

पाऊंड ऑफ फ्लेश

जयंतरावांनी समोरच्या डायरीवर नजर टाकली. मंत्रिमहोदयांचा दिवसाचा सारा कार्यक्रम तासामिनिटांच्या तपशीलासह तिथं व्यवस्थित नमूद करून ठेवलेला होता. त्यांच्याच सुवाच्य हस्ताक्षरात तो लिहिलेला होता. आदल्या दिवशी संध्याकाळी, संध्याकाळ कसली रात्रच म्हणावयास हवी, घरी जाण्यापूर्वी नेहमीच्या सवयीप्रमाणे कॉम्प्युटरमधून अनुक्रमानुसार बनविलेली कार्यक्रमपत्रिका तयार करून ठेवली होती. तीही समोर होती. त्याचीच एक कॉपी मंत्रिमहोदयांच्या टेबलावर त्यांनी ठेवली होती. आता दिवसभराचा कार्यक्रम त्या वेळापत्रकानुसार पार पाडायचा आणि अकस्मात, आयत्यावेळी उपटणाऱ्या इतर कार्यक्रमांसाठीही त्यातून वेळ काढायचा ही जबाबदारी त्यांना पार पाडावयाची होती. दिवसाकाठच्या वेगवेगळ्या भेटीगाठींची टिपणंही तयार करावयाची होती.

जयंतरावांनी परत एकदा वेळापत्रकावरून नजर फिरविली. आजचा दिवस चांगलाच घाईगर्दीचा जाणार होता. कार्यक्रम भरगच्च तर होताच पण त्यातल्या काही भेटीगाठी किती वेळ खातील, हे सांगणं मुष्किल होतं. त्यांनी मनगटावरच्या घड्याळाकडे नजर टाकली. 'साहेबां'चा दिवस सुरू व्हायला अजूनही तासभर होता. हा तासभरच काय तो त्यांच्या स्वाधीनचा होता. त्यांचं स्वत:चं असं काम करायला त्यांना तेवढाच वेळ मिळणार होता. त्यानंतर एकदा का ते साहेबांच्या कार्यक्रमात अडकले की मग घड्याळाच्या काट्यांबरोबरची शर्यत पार पाडता-पाडता दिवस कसा टळून गेला. हे ध्यानात घ्यायलाही त्यांना उसंत मिळणार नव्हती.

'काय रे ? काय आहे ?' आपल्या नजरेला पडण्याची धडपड करत गंगाराम तिथं घोटाळत आहे हे पाहून त्यांनी विचारलं.

'साहेब, बाहेर ते शेतकरी मंडळ आलंय. केव्हापासनं ठाण मांडून बसलंय. आज बड्या साहेबांची भेट घेतल्याबिगर हलणारच नाही म्हणताहेत. तुम्ही आल्याचं पाहून आत यायला मागताहेत. त्यांना आवरणं जड व्हायला लागलंय साहेब.'

ही पहिली कटकट, जयंतरावांच्या मनात विचार येऊन गेला. दिवसभरात अशा किती कटकटी उपटणार होत्या आणि ठरविलेल्या वेळापत्रकाचा बोजवारा उडविण्याचा प्रयत्न करणार होत्या कोण जाणे. शेतकऱ्यांचं हे शिष्टमंडळ तर गेल्या दोन दिवसांपासून धरणं धरून बसलं होतं. त्यांच्या तोंडाला तशीच पानं पुसायचा प्रयत्न केला असता तर ती मंडळी अधिकच बिथरली असती, हे अनुभवानं जयंतराव जाणून होते. त्यांची आणि साहेबांची भेट घालून देणं आवश्यकही होतं आणि ती भेट फार वेळ खाणार नाही याचीही व्यवस्था करायला हवी होती.

जयंतरावांनी काही तरी चमत्कार घडेल आणि वेळापत्रकात काही मिनिटांत का होईना पण मोकळा वेळ सापडेल या आशेनं परत एकदा वेळापत्रकावरून नजर फिरविली. कपाळावरचा घाम पुसायलाही वेळ मिळणार नव्हता हेच तो निर्जीव कागद त्यांना सांगत होता. तरीही काही तरी जादू करून तिथं न दिसणारा तो वेळ त्यांना काढावा लागणार होता. यंदाच्या शेतमालाच्या, विशेषत: गहू आणि तांदूळ या महत्त्वाच्या पिकांच्या उत्पन्नाची आकडेवारी देण्यासाठी रिमोट सेन्सिन्ग एजन्सीचे अधिकारी आपला अहवाल घेऊन येणार होते. त्या संदर्भातच या शेती शिष्टमंडळाला मंत्रिमहोदयांना भेटायचं होतं. त्यांना तसंच घालवून दिलं तर ते काहीतरी नसती ब्याद उकरून काढतील यात शंका नव्हती आणि साहेबांचा स्वत:चा मतदारसंघ ग्रामीण शेतीप्रधान भागातलाच असल्यानं राजकारणाच्या दृष्टीतून या मंडळींना न भेटणं त्यांना परवडणारं नव्हतं, हे जयंतराव समजून चुकले होते. ती भेट काही करून टाळावी असं जयंतरावांनाही वाटत नव्हतं. त्यांची समस्या होती ती नसलेला वेळ पैदा करण्याची.

अशी समस्या काही प्रथमच त्यांना वाकुल्या दाखवत उभी राहिलेली नव्हती. त्यांच्या बाबतीत तर हा रोजचाच सामना झाला होता आणि आजवर तरी कोणालाही न दुखवता अशा डोकं खाणाऱ्या अडचणींवर त्यांनी मात केली होती. आजही काही ना काही उपाय सापडला असता. वेळ येईल तेव्हा पाहता येईल असा विचार करत त्यांनी त्या गोष्टीची सांकेतिक रुपात नोंद केली.

'गुड मॉर्निन्ग जयंत' साहेबांनी नेहमीप्रमाणं आपल्या चेंबरमध्ये शिरता-

शिरता त्यांना दिलेल्या सलामीनं जयंतराव भानावर आले. लगबगीनं उठत साहेबांना प्रतिअभिवादन करत त्यांनी वेळापत्रकाची कॉपी असलेली आपल्या टेबलावरली फाईल हातात घेतली आणि साहेबांनी बोलाविल्याबरोबर चेंबरमध्ये शिरायच्या तयारीनं ते उभे राहिले.

त्यांना फार वेळ तशी प्रतीक्षा करत राहावं लागलं नाही. समोरच्या इंटरकॉमची बेल वाजल्याबरोबर तो न उचलता ते तडक चेंबरमध्येच शिरले. साहेबांनाही त्यांची ही सवय ठाऊक असल्यामुळे ते आत जाईपर्यंत त्यांनी इंटरकॉमचा रिसिव्हर खाली ठेवलाही होता.

'आज इतर कामासाठी काही फुरसत मिळेल असं वाटत नाही', समोरच्या वेळापत्रकावरून ओझरती नजर फिरवत साहेब म्हणाले, 'ते युनायटेड नेशन्सचे फूड कमिशनरही यायचे आहेत---'

'हो ना, दुपारची तीन वाजताची वेळ दिली आहे त्यांना. काल रात्रीच ते इथं येऊन पोचले आहेत. मी हॉटेलवर फोन करून ते आल्याची खात्री करून घेतलीय. त्यांना आठवणही दिलीय तीनच्या ॲपॉइन्टमेन्टची', त्यांना मध्येच अडवत घाईघाईनं जयंतराव म्हणाले.

'गुड. पण त्यांना भरपूर वेळ द्यायला हवा. पुढच्या वर्षासाठीच्या बियाण्याची व्यवस्था करायचीय. त्यासंबंधीची आजची बोलणी अतिशय क्रुशियल आहेत.'

'त्यासाठीच तर, साहेब, ते शेतकऱ्यांचं शिष्टमंडळ आपल्याला भेटू पाहातंय.'

'पण रिमोट सेन्सिन्ग एजन्सीचे अधिकारी सगळी ताजी माहिती घेऊन येताहेत ना आजच ? मग ही शेतकरी मंडळी आणखी नवं काय सांगणार आहेत ?'

'मीही हेच सांगितलं साहेब त्यांना, पण ते ऐकायलाच तयार नाहीत. शिवाय आपल्या मतदारसंघातलीही काही मंडळी आहेत, तेव्हा---' आपल्या बोलण्याचा योग्य तो परिणाम व्हावा म्हणून वाक्य जयंतरावांनी अर्ध्यावरच सोडलं. त्यांना नेमकं काय म्हणायचंय ते मंत्रिमहोदयांच्या लक्षात आलंच असेल, अशी त्यांना खात्री होती. अजूनही जर त्या शिष्टमंडळाला त्यांनी भेट नाकारली तर त्याची जबाबदारी आता जयंतरावांवर राहिली नसती.

त्यांचे साहेबही इतक्या वर्षाच्या घनिष्ठ कार्यालयीन सहकार्यानंतर जयंतरावांची चाल ओळखून होते. हा, चेंडू आपल्या कोर्टात भिरकावण्याचा प्रकार आहे, हे त्यांना समजलं होतं. ते आपल्या ध्यानात आलंय हे दाखविणारं मिष्किल स्मित चेहऱ्यावर खेळवत ते म्हणाले,

'बरं आहे तर. द्या त्यांना पाच दहा मिनिटं. बसवा त्यांना तुमच्या या टाईट शेड्यूलमध्ये. पण रिमोट सेन्सिन्ग एजन्सीचे लोक येऊन गेल्यानंतर. अधिकृत

डेटा काय आहे हे आधी माहिती असलं म्हणजे मग त्यांची थोड्या वेळात बोळवण करणं सोपं जाईल.'

यावर जयंतराव आपली सहमती व्यक्त करणार तोच रिमोट सेन्सिन्ग एजन्सीचे अधिकारी आल्याची वर्दी त्यांना मिळाली. त्याबरोबर संबंधित फाईल काढून ती मंत्रिमहोदयांच्या समोर ठेवत जयंतराव अधिकाऱ्यांचं स्वागत करण्यासाठी लगबगीनं बाहेर गेले.

'गुड मॉर्निंग सर.'

'गुड मॉर्निंग, डॉक्टर व्यंकटेश्वरन. या, बसा. काही चांगली बातमी घेऊन आला असाल, अशी अपेक्षा आम्ही धरावी ना ?

आपल्याला ओळखून नावानं हाक मारलेली पाहून डॉक्टरसाहेब सुखावले होते. समोरच्या व्यक्तीला असंच हरबऱ्याच्या झाडावर चढवून त्याचा पट काढायचा साहेबांचा हा लाल मातीत गिरविलेला पवित्रा होता, हे डॉक्टरसाहेबांना ठाऊक नव्हतं.

'यस सर, यस सर, फारच चांगली बातमी आहे. यंदा अगदी बंपर क्रॉप आहे. मागची सर्व रेकॉर्ड्स तोडली जाणार आहेत. तांदळाचं पीक तर जवळजवळ बारा कोटी क्विन्टल आणि गहू साडेनऊ कोटी क्विन्टल तयार होणार आहे. शिवाय इतर पिकं तर आहेतच.'

'वाह ! वाह ! ही तर तुम्ही तबियत खूष करून टाकणारी आकडेवारी देताहात. तुम्ही चेक केली असेलच पण कुठं काही मोजणीत घोटाळा तर नाही ना ? पाठीमागे एकदा वित्तमंत्रालयानं चलनफुगवट्याचं अनुमान काढताना कुणीतरी गफलतीनं दशांशचिन्हाबाबत चूक केली होती आणि चलनफुगवटा प्रत्यक्षात अकरा टक्के असताना एक पूर्णांक एक दशांश असं जाहीर केलं होतं. त्याबद्दल स्वत:ची पाठही थोपटून घेतली होती. पण नंतर ती चूक दाखवून दिली गेली तेव्हा सर्वांचेच चेहरे पाहण्यासारखे झाले होते. मला वाटतं त्यावेळी मंत्र्यांना राजीनामा द्यायलाही सांगितलं होतं प्रधानमंत्र्यांनी.'

'नाही सर आपण अगदी निश्चिंत रहा. आमची याबाबतीत काहीही चूक होत नाहीय.'

'बघा बुवा, नाहीतर माझ्यावर बेकार व्हायची पाळी येईल.' मिस्किलपणे हसत मंत्रिमहोदय म्हणाले.

मनात उमटलेल्या भीतीच्या लहरीवर प्रयत्नपूर्वक मात करून त्यांच्या हसण्याला वरकरणी दाद देत व्यंकटेश्वरन म्हणाले, 'छे, छे, सर अशी घोडचूक आम्ही कशी करू ! परत परत चेक केलीय ही आकडेवारी. मगच आपल्याकडे आलोय. तपशीलवार अहवालही आहे. तो देण्यासाठीच तर आलोय.'

त्यांच्याकडून तो लठ्ठ अहवाल घेत असतानाच साहेब स्वत:शीच पुटपुटले, 'मग लेकाची ही गावकरी मंडळी इथं कशापायी धरणं धरून बसली आहेत ?'

'मग काय म्हणता युनायटेड नेशन्सच्या फूड कमिशनकडून ते देऊ करत असलेलं सुधारित बियाणं घ्यावं म्हणता ?'

'असं वाटतं सर, पण मी काही त्यातला तज्ज्ञ नाही.'

'ही आपली स्वत:कडे कमीपणा घेण्याची तुमची सवय आहे, डॉक्टर व्यंकटेश्वरन. एरवी तुमची विद्वत्ता काय आम्ही जाणत नाही ! एनीवे, थँक्यू अगेन.' त्यांना निरोप देत साहेब म्हणाले.

त्यांनी जाताना दिलेला रिपोर्ट उघडून चाळायला सुरुवात करेतो जयंतराव त्यांना दारापर्यंत पोचवून परत आले आणि त्यांनी साहेबांना शेतकरी शिष्टमंडळाची आठवण करून दिली..

'त्यांना भेटलंच पाहिजे म्हणता ? ती युनायटेड नेशन्सवाली मंडळी येईयर्पंत हा रिपोर्ट नजरेखालून घालायला हवा. त्यातले महत्त्वाचे मुद्दे लक्षात घ्यायला हवेत.'

'तसा त्याचा गोषवारा मी डॉक्टर व्यंकटेश्वरांकडून काढून घेतलाय साहेब. रिपोर्ट द्यायला येण्यासाठी त्यांनी ॲपॉइन्टमेन्ट मागितली तेव्हाच मी त्यांना समरी तयार ठेवायला सांगितलं होतं. त्या समरीवरून मला जे मुद्दे महत्त्वाचे वाटले त्यांचंही एक टाचण करून ठेवलंय मी. या फाईलीत सर्व काही व्यवस्थित लावून ठेवलेलं आहे.' हातातली एक फाईल साहेबांसमोर ठेवत जयंतराव म्हणाले.

जयंतरावांच्या कार्यकुशलतेवर साहेबांचा पूर्ण विश्वास होता. म्हणून तर केंद्रात मंत्री झाल्याबरोबर त्यांनी जयंतरावांचीही तिथं बदली करून घेतली होती. त्यांनी तयार केलेल्या टाचणांवरून आपल्याला युनायटेड नेशन्सच्या फूड कमिशनबरोबर वाटाघाटी करताना कसलीच अडचण येणार नाही, याची त्यांना पुरेपूर खात्री होती.

'असं म्हणताय. आता तुमचा असा अप्रत्यक्ष का होईना, पण त्या गावाकडच्या मंडळींना भेटायचा आग्रहच आहे, तर मग मी तरी मोडता कसा घालू ? घेऊन या त्यांना. आताच बोलून घेऊ म्हणजे मग ते कमिशनर येईपर्यंत परत आपल्या दोघांनाच त्या टिपणांविषयी चर्चा करायला थोडासा वेळ मिळेल.'

'या, या, मंडळी, या, बसा. आज कशी काय आमची आठवण झाली ? आम्हाला वाटलं आम्ही इकडं दूरवर आल्याबरोबर आमचा विसर पडला तुम्हा मडळींना.' जयंतराव त्यांना घेऊन येताच उठून त्या शिष्टमंडळाचं अघळपघळ स्वागत करत साहेब म्हणाले. साहेबांची आपल्याला भेटण्याची एवढी उत्कट इच्छा असताना मधल्यामध्ये हे जयंतरावच मोडता घालत होते, अशी त्या

शिष्टमंडळाची समजूत झालीच असली, तर त्यांचा तो गैरसमज दूर करण्याचा साहेबांनीही प्रयत्न केला नाही की जयंतरावांनी. अशा परिस्थितीत केव्हा तोंड उघडावं आणि केव्हा मिठाची गुळणी धरावी, हे जयंतराव केव्हाच शिकले होते.

'आता हे काय बोलणं झालं होय साहेब. आपण आम्हाला विसराल पण आमच्याकडून असा प्रमाद कसा घडंल ?' शिष्टमंडळाचे सूत्रधारही त्याच मुशीतून घडवलेले होते. बोलण्यात साहेबांना ते हार जायला तयार नव्हते.

'मग काय हुकूम आहे मंडळी ? अगदी नि:संकोच बोला. तुमचा शब्द पडू न देण्याचा आटोकाट प्रयत्न करायलाच बसलो आहोत ना आम्ही.'

'फार काही मागणं नाही साहेब. आज त्या कमिशनबरोबर बोलणी व्हायचीत बी बियाण्यांसंबंधी---'

'-----बियाण्यांचा विषय निघणार आहे आजच्या बोलण्यात ? काय हो जयंतराव, अजेंड्यावर आहे का तो आयटेम ?' आपण हे काहीतर नवीनच ऐकतो आहोत असा आभास निर्माण करायचा प्रयत्न करत साहेब म्हणाले.

जयंतरावही काही कच्च्या गुरूचे चेले नव्हते. साहेबांच्या त्या खेळीत सामील होत त्यांनीही गुळमुळीतपणे सांगितलं,'म्हणजे तसं स्पेसिफिकली काही म्हटलेलं नाही. पण एकंदरीत बोलण्यात तो विषय निघाला तर आश्चर्य वाटायला नको.'

'हो, तेही खरं आहे. काढलाच त्यांनी विषय तर आपली तयारी नाही असं व्हायला नको. हं मग बोला मंडळी काय करावं म्हणता आम्ही ?'

'पहिली गोष्ट साहेब, आमच्या पोटा-पाण्याची काही तरी सोय लावायला हवी.'

'ती का बरं ? यंदा पीक तर अगदी भरघोस आलंय, अगदी बंपर क्रॉप. मागची सगळी रेकॉर्ड्स तोडली जाणार आहेत, असं ऐकतोय आम्ही.'

'हां ते तसं खरं आहे. सोळा आणेच कशाला, वीस आणे पीक आलंय म्हणा ना.'

'आलंय ना. मग चिंता कसली ? बक्कळ कमाई कराल की. खाण्या-पिण्याची ददात कशाला पडेल मग ?'

'साहेब, तुम्हाला ती म्हण ठावं असेलच की. पाणीच पांणी चहुकडे, पिण्याला थेंबही नाही. तशीच परिस्थिती होणार आहे बघा. इकतं डोळ्यात मावणार नाही असं पीक आलंय पण त्यातला एक दाणाही आपल्या कोणाच्या पोटात जाणार नाही की त्याची विक्रीही आपल्याला करता येणार नाही. आज ते कमिशनर येताहेत ते उगीच नाही. हेच सांगायला येतील बघा.'

साहेब आता मात्र सरसावून बसले. हे काहीतरी वेगळंच, नवंच ऐकत होते ते. मंडळी इतकी घायकुतीला आल्यासारखी पोटतिडकीनं सांगत होती त्यावरून

काहीतरी तथ्यांश त्यांच्या म्हणण्यात असावा, यात त्यांना शंका नव्हती.

'पण असं होईलच कसं ? जमीन आमची, कसली आम्ही, खतपाणी दिलं आम्ही, मेहनत आमची, बियाणं----'

'तेही आपलंच की. आम्हीच तयार केलं होतं.'

'मग पिकावर आपला अधिकार नाही हे कसं काय ?'

'कारण त्या दाण्याचे जे काही आनुवंशिक गुणधर्म आहेत, काय तुमचं म्हणतात ते जीनोम आहे, त्याचा शोध तिकडे कुणीतरी अमेरिकेत लावलेला होता. त्याचं पेटंटही घेतलेलं आहे त्यानं. रजिस्टर केलंय युनायटेड नेशन्सकडं. गेल्या वर्षीच आपण बियाण्याविषयीच्या जागतिक करारावर सही केलीय नव्हं. मग आता या पिकावर ज्याचं पेटंट त्याचाच अधिकार. त्यानं ते रजिस्टर केलंय त्या जागतिक संस्थेकडे तेव्हा त्या संस्थेचा अधिकार. ते जिकडं विकतील तिकडं दाणा जाईल. आपल्याला विकत घ्यायचा म्हटलं तर परवडणार नाही.'

'म्हणजे भलताच वांधा आलाय. यावर काय उपाय करायचा म्हणता ?'

'गुदस्ता त्या करारावर सह्या करायच्या वक्तालाच आम्ही ओरडत होतो तेव्हा आमचं कुणी ऐकलंच नाही. आम्हाला खुळ्यात काढलं. बाहेरनं आपण बियाणं आणत नाही मग आपल्याला डर कशाची, असा उलटा सवाल केला गेला. कायीएक कारण नसताना आम्हीच उगी नसती भुतं उभी करतो, असा आरोप केला गेला. आता---'

'एक मिनिट, एक मिनिट. हे बियाणं बाहेरनं आणलं नाही म्हणता ?'

'अजिबात नाही, एक दाणा बाहीरून आणला असंल तर आण हाय भैरुबाची. गुदस्ता आमच्याच नरसरीत तयार झालंय हे बियाणं. अधिक उत्पादन देणारं म्हणून त्याची शिफारस केली व्हती आपल्याच मंत्रालयानं.'

'बाहेरुन आणलेलं नाही, आपलंच आहे, आपल्याच नर्सरीत तयार झालंय, मग आपला अधिकार नाही आणि युनायटेड नेशन्सचा आहे असं कसं होईल ?'

'बियाणं कुठंही का तयार होईना, कोणीही का तयार करेना,' खाकरून सर्वांचं लक्ष वधून घेत जयंतराव म्हणाले, 'आंतरराष्ट्रीय करारानुसार त्यात जर पेटंट असलेल्या आनुवंशिक गुणधर्मांचा साठा असेल तर त्यावर पेटंटधारकाचा अधिकार लागू होतो.'

'ते गुणधर्म आपापत:, नैसर्गिकरीत्या, तुम्ही काय म्हणता ते म्युटेशन होऊन तिथं उद्भवले असले तरी ?'

'हो. तरीही.'

'हे सगळं विचित्रच आहे. म्हणजे उद्या कोणाला मूल झालं आणि त्याच्यात निसर्गाच्या करणीनं असा पेटंट असलेला जीन आला तर त्या मुलावरही आईबापांची

मालकी न राहता त्या पेटंटधारकाची मालकी राहील. त्या पेटंटधारकाचं ते मूल जन्मत:च गुलाम किंवा वेठबिगार बनेल.'

'होय साहेब. वरकरणी तरी मामला असा आहे. मुलाच्या बाबतीत कदाचित कोणी आपला हक्क प्रस्थापित करण्याचा प्रयत्न करणार नाही. तेवढी माणुसकी कोणी सोडली असेल, असं वाटत नाही. पण जिथं कमाईचा, पैसा-अडक्याचा प्रश्न आहे तिथं मात्र या करारातल्या तरतुदींचं काटेकोर पालन करण्याची मागणी होईल यात शंका नाही साहेब.'

'हं ऽ ऽ ऽ ऽ' एक लांबलचक सुस्कारा सोडत मंत्रिमहोदय म्हणाले, 'म्हणजे आफतच आलीय. याच सगळ्याची आपल्याला आठवण द्यायला ते कमिशनर येताहेत, असं वाटतं तुम्हाला जयंतराव ?'

'तशी दाट शक्यता आहे साहेब. कदाचित याचा आधार घेऊन ते त्या संस्थेनं मान्य केलेली बियाणी घ्यायचाही आग्रह धरतील.'

'मुळीच घेऊ नका साहेब ती बियाणी.' शिष्टमंडळीतली दोन-चार जणं एकदम तारस्वरात किंचाळली. 'आपलं बियाणं असतानाही ही दशा, तर मग त्यांचं बियाणं घेतल्यावर तर काय हैदोसधुल्ला घालायला अक्षरश: मोकळं रान मिळंल की त्यांना. आपल्याला कायीएक बोलायला तोंडदिखील राहणार नाही.'

'शिवाय एकदा का हे परकी बियाणं वापरायला लागलो, की हळूहळू आपली बियाणी, न काढल्यानं पार नामशेष होऊन जातील. मग काय आपण कायमचेच पांगळे. सदा आपलं त्यांनी दिलेल्या कुबडीवर उभं राह्यचं. त्यांच्या मनात येऊन त्यांनी कुबडी काढून घेतली, की आपण भुईसपाट.'

प्रकरण एकंदरीत फारच गंभीर होतं. चेहऱ्यावर जरी चलविचल दिसत नसली, तरी मंत्रिमहोदय मनातून हादरले होते, यात शंका नव्हती. पण तशी निरनिराळ्या पेचप्रसंगांना तोंड द्यायची त्यांना सवयच होती. त्यांचं विचारचक्र सुरू झालं होतं.

''बरं झालं आपण जयंतरावांचं ऐकून या गावकरी मंडळींची भेट घेतली. समोर काय वाढून ठेवलंय याचा तरी अंदाज आला. या प्रकरणाची काहीही माहिती नसताना आपण कमिशनरना भेटलो असतो आणि त्यांनी नेमका हाच इश्यू उपस्थित केला असता, तर मग पंचाईतच झाली असती. काय पवित्रा द्यायचा हेच समजलं नसतं. आता निदान समस्या काय आहे याचा तरी पत्ता लागला आहे. तिचं समाधान कसं करायचं याचा विचार करायला, संबंधित मंडळींशी चर्चा करायला अवधी तरी आहे.''

समोरची डायरी त्यांनी पाहिली. कमिशनर यायला अजून दोन अडीच तास तरी होते. आणखी अर्धा एक तास मिळविता आला असता. म्हणजे विचारविमर्श

करायला तीन तास तरी होते. एकही मिनिट फुकट दवडलं नाही तर या वेळात काहीतरी मार्ग काढता आला असता. वखत बाका होता. क्षण कसोटीचा होता.

मग मात्र साहेबांनी वेळ वाया घालवला नाही. भरघोस वाटणारं तरीही गुळमुळीत असणारं आश्वासन देऊन त्यांनी त्या शिष्टमंडळाची बोळवण केली आणि मग कायदा मंत्रालय, जैवतंत्रज्ञान विभाग, संरक्षण खातं, वित्त तसंच व्यापार मंत्रालयं वगैरे ठिकठिकाणच्या अधिकाऱ्यांची एक तातडीची बैठक बोलाविली. इतर साऱ्या ॲपॉइन्टमेन्ट्स त्यांनी सांगायच्या आधीच जयंतरावांनी कॅन्सल केल्या होत्या.

मध्यंतरी अजिबात विश्रांती न घेता अथकपणे अडीच तीन तास बैठक चालली होती. काही अधिकारी येत होते, जात होते. त्यांची जागा दुसरे घेत होते. जयंतराव आणि साहेब मात्र सलग सगळा वेळ तिथं बसून होते. मिळणाऱ्या माहितीबरोबरच कमिशनरांच्या बरोबर होणाऱ्या बैठकीत कोणता पवित्रा घ्यायचा याचा विचार दोघांच्याही मनात चालला होता. जसजशी बैठक लांबत होती तसतसं एक धोरण जयंतरावांच्या मनात पक्कं होत चाललं होतं. त्याचा उच्चार मात्र त्यांनी इतरांसमक्ष केला नाही.

कमिशनर आपल्या हॉटेलवरच्या खोलीमधून बाहेर पडल्याची सूचना मिळताच मात्र त्यांनी साहेबांना सांगून त्या बैठकी आणि विचार विमर्श आवरता घेतला. त्यांच्या मनातला विचार तोवर पक्का झालेला असल्यामुळे, आणि त्याचा अवलंब केल्यास उभ्या राहिलेल्या समस्येवर समाधानकारक तोडगा निघेल याविषयी त्यांच्या मनात आता शंका राहिली नसल्यामुळे, अधिक विचार करण्यात किंवा आणखी माहिती मिळविण्यात त्यांना स्वारस्य राहिलं नव्हतं.

जमलेली मंडळी निघून गेली तशी जयंतरावांनी साहेबांना फ्रेश होण्याची आठवण करता-करताच मनात पक्कं केलेल्या धोरणाचा आराखडा सांगितला. तो ऐकताच साहेब तोंड न धुताच फ्रेश झाले. त्यांचा चेहरा उजळून निघाला.

'वा, जयंतराव, बहोत खूब. नामी उपाय शोधला आहात. येऊ दे आता त्या कमिशनरांना.' उत्साहित होत ते म्हणाले.

कमिशनर येईपर्यंत तर ते चांगलेच खुषीत आले होते. मुख्य म्हणजे हाती हुकुमाचा एक्का आल्यावर वाटणारा आत्मविश्वास आता त्यांना वाटत होता.

कमिशनरांचं अघळपघळ स्वागत करत सुरुवातीची नोमथोम होते न होते तो कमिशनरांनी आपल्या येण्याच्या मतलबाचं सूतोवाच केलंच. थातुरमातुर बोलण्यात वेळ न घालवता मुख्य विषयाला वाचा फोडण्याची त्यांना घाई झाली होती.

'यंदा तुमच्या देशात बंपर क्रॉप आलंय, असा अहवाल आम्हाला मिळालाय. गहू आणि तांदूळ दोन्हींचं अमाप पीक आलंय, अशी आमची माहिती आहे.'

'अगदी खरं आहे, आजवर एवढं पीक आलेलं नाही. आजवरचे सारे उच्चांक मोडले जातील, अशीच चिन्हं आहेत.'

आपलं म्हणणं इतक्या चटकन आणि कसलीही घासाघीस न करता मान्य केलं जाईल, अशी कमिशनरांची अपेक्षा नव्हती. त्या बाबतीत आढेवेढे घेतले जातील, सुरुवातीला तर आपलं म्हणणं पार उडवून लावलं जाईल, असाच त्यांचा होरा होता. त्यांच्या सल्लागारांनीही त्यांच्या तर्काला दुजोरा दिला होता. त्यामुळं कसलीही खळखळ न करता अमाप पीक आल्याचं साहेबांनी मान्य केल्याचं पाहून कमिशनर थोडेफार गांगरलेच. आता काय बोलावं हे त्यांना पटकन सुचेना. कोणत्या मुद्द्याला हात घालावा याविषयी काही सूचना मिळावी म्हणून ते बरोबरच्या एका सहकाऱ्याच्या कानाला लागले.

'या पिकाच्या जीनोममध्ये पेटंट असलेला जीन आहे आणि म्हणून त्यावर आमचा अधिकार आहे, हे आपल्याला ठाऊक असेलच. तेव्हा आमची रॉयल्टी. आमचं मानधन मिळावं, ही आमची मागणी आपल्याला रास्त वाटण्यास हरकत नसावी.'

'मुळीच नाही. रास्तच आहे आपलं म्हणणं.' चेहऱ्यावरची स्मितरेखा अजिबात ढळू न देता, उलट ती अधिकच दृढ करत मंत्रिमहोदय म्हणाले. तेवढ्यात त्यांनी एक चोरटा दृष्टिक्षेप जयंतरावांकडे टाकला. त्यांनीही इतरांच्या लक्षात येणार नाही अशा बेतानं मानं हलवत साहेब घेत असलेल्या पवित्र्याला आपला पाठिंबा असल्याचं दर्शविलं. 'वाजवी मानधन आपल्याला मिळायलाच हवं.' 'वाजवी' शब्दावर जोर देत मंत्रिमहोदय म्हणाले.

आपली हीही मागणी तातडीनं मान्य झाल्याचं पाहून तर कमिशनर गोंधळूनच गेले. खडाजंगी होण्याच्या अपेक्षेनं यावं आणि तिथं हारतुऱ्यांनी आपलं स्वागत व्हावं, असं झाल्यावर कोणाचीही होईल तशी त्यांची मन:स्थिती झाली होती.

'मग आंतरराष्ट्रीय बाजारात केव्हा विकताय यंदाचं पीक ? त्या विक्रीच्या वेळी जास्तीत जास्त किंमत तुम्हाला मिळेल यासाठी आमची संस्था मदत करायला तयार आहेच, याची आपल्याला खात्री असेलच.'

'त्याविषयी आम्हाला यत्किंचितही शंका नाही. पण आंतरराष्ट्रीय बाजारात हे पीक घेऊन जाण्याचा आमचा विचार नाही. या धान्याची आमच्या देशातच गरज आहे. ती भागवून उरेल तेवढंच पीक आम्ही निर्यात करू. त्यावेळी अर्थात आपल्या संस्थेची मदत घेण्यास आम्ही येऊच. आपली संस्था आमच्या पाठीशी भक्कमपणे उभी असल्यामुळेच आम्ही निर्यातीविषयी निर्धास्त आहोत.'

'पण, पण, ----'

'पण काय ?'

‘आंतरराष्ट्रीय बाजारपेठेत विकल्याशिवाय आमचं मानधन देण्याइतकी कमाई होईल, असं आम्हाला वाटत नाही. आज त्या बाजारपेठेत जो भाव आहे त्या भावानं आपल्या देशात सरकारतर्फे काय किंवा सहकारी संस्थांतर्फे काय खरेदी होईल, असं आम्हाला वाटत नाही.’

‘हे आपलं म्हणणं मात्र खरं आहे. या पिकांचा आंतरराष्ट्रीय बाजारपेठेतला दर आमच्या देशाच्या नागरिकांना, गरीब नागरिकांना परवडणारा नाही.’

‘तेच म्हणतो आहोत आम्ही. मग आमचं मानधन कसं चुकतं करणार तुम्ही ? तुमच्या गंगाजळीतून ते देणं चुकवणं योग्य होणार नाही. गंगाजळीत एवढा मोठा खड्डा पडला तर त्याचे संपूर्ण अर्थव्यवस्थेवर गंभीर परिणाम होतील -----’

‘---याची जाणीव आहे आम्हाला. गंगाजळीला हात लावण्याचा आमचा बिलकुल इरादा नाही. तसं करण्याचं कारणच नाही. तसा प्रश्नच उद्‌भवत नाही. आमच्या घरच्या बाजारपेठेतील विक्रीतून आपली मानधनाची रक्कम आम्ही सहज चुकती करू शकू.’

‘आम्हाला नाही तसं वाटत. मानधनाची रक्कम किती आहे, याची कदाचित आपल्याला कल्पना नसेल.’

‘छे, छे, उलट अगदी पैशापैशाचा हिशोब आम्ही केलेला आहे. कदाचित आपल्या गणितात काही चूक असेल. कारण आपण ज्या जीनवर आपला पेटंटचा अधिकार आहे असं सांगना त्याचं एकंदरीत जीनोममध्ये काय स्थान आहे, याचा विचार केलेला दिसत नाही.’

‘एकंदरीत जीनोमाचा आमचा जीन एक लहानसा हिस्सा आहे हे खरं. पण त्यामुळे काहीही फरक पडत नाही. त्या संपूर्ण पिकावर आमचा अधिकार ---’

‘---- लागू झाला असता जर तो जीन अंतर्भूत केलेलं बियाणं आपण तयार केलं असतं आणि असं बियाणं आम्ही आपल्याकडून खरेदी केलं असतं तर. हे बियाण आमचंच आहे. आमच्याच शेतकऱ्यांनी आपल्या मेहनतीनं ते तयार केलेलं आहे. नैसर्गिकरीत्या त्यात तो जीन उपटला आहे. त्या जीनमुळे जे अधिक गुणधर्म आमच्या पिकात उतरले आहेत त्यावर आपला अधिकार आहे, त्याची किंमत आम्ही तुम्हाला द्यायला हवी हे मान्य. ती तशी देण्याची आमची तयारीही आहे. जी किंमत मिळेल त्यातली त्या जीनची हिस्सेवारी आपल्याला मिळेल, याविषयी यत्किंचितही शंका बाळगण्याचं कारण नाही. आजवर आमच्या देशानं कोणतंही देणं चुकविलेलं नाही, हे आपण जाणताच.’

‘आणि आपलं हे गणित आम्हाला मान्य नसलं तर, तर,’ चाचरत आणि कपाळावरून ओघळणारा घाम पुसत कमिशनरांनी विचारलं.

'तर आपल्या जीनमुळे उपटणारा गुणधर्म आपण आमच्या पिकातून काढून घेऊ शकता. कारण त्या गुणधर्माचा व्यापार करण्यावर किंवा त्यापासून आर्थिक लाभ मिळविण्यावर बंदी आहे. तो तसा आम्हाला मिळू नये म्हणून तो काढून घेण्याचा किंवा नष्ट करण्याचा आपल्याला पूर्ण अधिकार आहे. आम्हाला तो विनातक्रार मान्य आहे. विनंती एकच की तो गुणधर्म काढून घेताना इतर गुणधर्मांना जरासाही धक्का लागता कामा नये. तसं चुकून झालंच तर त्यामुळं झालेलं नुकसान भरून मिळावं अशी आमची मागणी रास्तच नाही का ठरणार ? व्हेनिसच्या बाजारात जेव्हा आपला अधिकार ज्या मांसावर आहे ते कापून काढून घेण्याची मागणी शायलॉकनं केली तेव्हा त्याची मागणी मान्य करताना त्याच्यावर कोणती अट घातली गेली होती, हे आपल्यासारख्या विद्वानाला माहिती नसेल असं म्हणण्याचं धाष्टर्य आमच्यात नाही.'

बोलणी सरळ होणार नाहीत याचा अंदाज कमिशनरांना होता. पण ती कोणती वळणं घेतील याविषयीचा त्यांचा अंदाज मात्र साफ कोलमडला होता. ज्या मुद्द्यांवर एकमत होणार नाही असं वाटत होतं, ते सरळपणे मान्य केले गेले होते आणि आता हा संपूर्णपणे अनपेक्षित मुद्दा समोर आला होता. त्याचा विचारही त्यापूर्वी त्यांनी किंवा त्यांच्या संस्थेत कोणी केला नव्हता. तो मुद्दा त्या क्षणी तरी त्यांना बिनतोड वाटत होता. त्यावर प्रतिपक्ष करण्यासाठी त्यांच्याकडे काही साधनसामग्रीच उरली नव्हती. बोलणी संपली आहेत हे ते समजून चुकले होते. बरोबरच्या मंडळींनी तर केव्हाच चेहरे टाकले होते. निरोप घेण्यासाठी ते उठले तेव्हाही काय बोलावं हे त्यांना सुचेना. हस्तांदोलन करण्यासाठी हात पुढे करण्याचंही ते विसरले होते. कारण आपण काय करतो आहोत हे ध्यानात येण्यापूर्वीच त्यांचे हात नमस्कारासाठी जोडले गेले होते.

✦

सोनारानंच कान टोचावेत

सेकंद काट्याची बहुधा ही शेवटचीच फेरी असावी. कदाचित आणखी एखादीच राहिली असेल. मिनिट काटा तर त्याची ही फेरी संपते कधी आणि आपण बाराच्या भोज्ज्याला जाऊन शिवतो कधी अशा, खो मिळण्याच्या अपेक्षेनं तयारीत असलेल्या खेळाडूसारखा अधीर झाला होता. नऊ वाजायला एखाद-दीड मिनिटांचाच अवधी आता होता.

बॉब केलीनं परत एकदा खोलीत हजर असलेल्यांवरून नजर फिरविली. झाडून सारे हजर होते. नॅशनल सिक्युरिटी अॅडव्हायजर, सेक्रेटरी ऑफ स्टेट, सेक्रेटरी ऑफ डिफेन्स, एन्व्हायरमेन्टल प्रोटेक्शन एजन्सीचे चीफ, अंडर सेक्रेटरी ऑफ स्टेट फॉर एशिया, तसंच लॅटिन अमेरिका, व्हाईट हाऊसचा चीफ ऑफ स्टाफ, सगळेच्या सगळे हजर होते. तेही वेळेवर. प्रेसिडेंटना वेळेचं बंधन न पाळणारा इसम अजिबात डोळ्यासमोर नको असे हे सगळ्यांनाच माहित होतं. त्यामुळं काहीही झालं तरी उशीर करायचा नाही या धोरणानंच सगळे वागत असत.

एवढे सगळेजण हजर होते. पण कोणीही कांही बोलत नव्हतं. सगळेजण आपापल्या विचारात गढून गेल्यासारखे शून्यात नजर लावून बसले होते. एरवी थट्टा-मस्करी करत, विनोदी चुटके सांगत सर्वांना हसवत राहाणारा टॉम मॉर्गन, व्हाइट हाऊसचा चीफ ऑफ स्टाफ, तो ही गप्पच होता. तोंड बंद ठेवण्यासाठी त्याला काय प्रयास करावे लागत असतील या विचारानं तशातही बॉबला हसू फुटू पाहत होते.

पण तेवढ्यात बाजूच्या ओव्हल ऑफिसचा दरवाजा उघडत प्रेसिडेंट आत आले.

'गुड मॉर्निंग, लेडीज अँड जन्टलमेन' प्रसन्न सुरात सर्वांचे स्वागत करत टेडी फिल्जेराल्ड म्हणाले.

'गुड मॉर्निंग, मिस्टर प्रेसिडेंट.'

इतरांच्या सुरात स्वतःचा सूर मिळविता मिळविता बॉबच्या मनात विचार आला. रात्री दोन-अडीच वाजेपर्यंत महत्त्वाच्या कॉन्फरन्समध्ये भाग घेतल्यानंतरही माणूस एवढा ताजातवाना कसा होऊ शकतो. स्वतःच्या त्या प्रसन्न ताजेपणानं इतरांनाही अधिकाधिक काम करण्यासाठी नवा जोम कसा देऊ शकतो. निरनिराळ्या प्रवृत्तीच्या अनेक जणांना आपल्याकडे आकर्षित करून घेणारं चुंबकीय व्यक्तिमत्व, करिश्मा म्हणजे हाच गुणधर्म तर नसेल ? त्यात तरुण वय, धडाडी, उच्च-नीच असा कोणताही भेदभाव न करता सर्वांबरोबरच एखाद्या खेळगड्यासारखी, जिवलग मित्रासारखी वागणूक, टेडी फिल्जेराल्डनी प्रेसिडेंटच्या पदाला एक नवीनच शान प्राप्त करून दिली होती. अगदी निवडणुकीच्या रणधुमाळीपासून सगळ्यांनाच, अगदी त्यांच्या विरोधकांनाही, त्यांच्या या आकर्षणाची जाण होती. म्हणून तर प्रचंड मताधिक्यानं त्यांनी निवडणूक जिंकली होती.

ती जिंकून प्रेसिडेंटपदाचा कारभार हाती घेतल्यावरही त्यांनी त्याच धडाडीची, नव्याच दृष्टीकोनातून विचार करण्याचा, परंपरांचं जोखड बाळगत न पटणाऱ्या मार्गावरून वाटचाल न करण्याचा प्रत्यय सर्वांनाच आणून दिला होता. झीरो बेस्ड बजेट, जसं पूर्वी एखाद्या कामासाठी किती खर्च झाला याचा जराही विचार न करता त्या कामासाठी आता नक्की किती खर्च येणार आहे याचा अंदाज मुळापासून लावण्याला प्रयत्न जसा करतं, तसाच प्रत्येक समस्येचा, त्यावर पूर्वीच्या सरकारांनी कोणता तोडगा योजला होता याचा विचार बाजूला ठेवून, मुळापासून अभ्यास करण्यास त्यांनी सुरुवात केली होती. त्या अभ्यासाच्या निष्कर्षावरूनच मग त्या समस्येवरचा तोडगा ठरत असे.

सुरुवातीला या कार्यपद्धतीवर टीका जरूर झाली. काही तर अत्यंत कठोर होती. केवळ वेळकाढूपणा आहे, सरकार म्हणजे पीएचडीच्या थिसिसचा कारखाना नाही, अशा रीतीनं अभ्यास करण्यातच चार वर्षे निपटून जातील आणि त्यानंतर डिग्रीही मिळणार नाही की दुसरी टर्मही मिळणार नाही, उद्या शत्रूचा हमला झाला तरी हे फक्त अभ्यासाचं गुऱ्हाळ घालत बसतील. एक ना दोन. टीकाकारांना आयतंच कोलीत मिळाल्यासारखं झालं होतं.

पण टेडींनी त्याला भीक घातली नाही. आपल्या ठरविलेल्या मार्गापासून ते विचलित झाले नाहीत. उलट अभ्यास करण्यासाठी प्रमाणापेक्षा जास्त वेळ

लागत नाही, मोजक्या वेळात वस्तुनिष्ठ विचार करता येतो आणि निर्णयही घेता येतो हे त्यांनी दाखवून दिले. फार्म सब्सिडी आणि मेडिकेअरसारख्या शेतकऱ्यांना व मध्यमवर्गीयांना महत्त्वाच्या वाटणाऱ्या प्रश्नांवर त्यांनी झटपट निर्णय घेतले. पण सखोल अभ्यासानंतरच. त्यामुळेच ते निर्णय बरेचसे प्रॅग्मॅटिक, प्राप्त परिस्थितीत सर्वोत्तम असेच ठरले. त्यांना कोणत्याही आदर्शवादाचा स्पर्श नव्हता की त्या निर्णयांनी कोणत्याही राजकीय विचारप्रणालीचा पुस्तकी पाठपुरावा केला नव्हता. त्यामुळेच त्या समस्यांनी ज्यांना ग्रासलं होतं, ज्यांचा जिव्हाळ्याचा संबंध होता त्यांना ते निर्णय, ते तोडगे पसंत पडले होते. त्यांच्या मर्यादांसकट त्यांनी ते संपूर्णपणे मान्य केले होते. जनमनाचा असा कौल त्यांना मिळाल्यानंतर टीकाकारांची तोंडंही आपोआप बंद झाली होती. त्यांनी चक्क घुमजाव करत ज्या अभ्यास पद्धतीला शिव्या घातल्या होत्या त्याच्याच ओव्या गायला सुरुवात केली होती.

याच अभ्याससत्रांच्या मालिकेतील आजची ही बैठक होती. जागतिक पर्यावरणाच्या समस्येचा, निसर्गाचा समतोल राखण्याच्या प्रश्नाचा त्यांना मुळापासून विचार करायचा होता. एकोणीसशे ब्याण्णव साली रिओडी जानीरो येथे झालेल्या वसुंधरा परिषदेत काय निर्णय घेतले गेले, बायोडायव्हर्सिटी बाबत काय ठराव पास करण्यात आले याची त्यांना माहिती जरूर हवी होती. पण त्या ठरावांचा फास गळ्याभोवती नको होता. त्या निर्णयांना बांधून घेणं, त्या प्रश्नाचा सांगोपांग अभ्यास केल्याशिवाय जखडून घेणं, त्यांना मंजूर नव्हते.

आणि असा सर्व बाजूंनी विचार करायचा म्हटलं की अनेक विचारांच्या उलटसुलट मतं असलेल्या मंडळींना भेटणं, त्यांचं म्हणण ऐकणं ओघाओघानं आलेच. म्हणून तर या अशा बैठकींना त्या प्रश्नाशी निगडित असलेल्या प्रशासनातील सर्वांनीच हजर असावं असा त्यांचा कटाक्ष असे. बहुतेक वेळा बाहेरच्या एकदोघा तज्ञ मंडळींनाही पाचारण केलं जाई. केवळ तोंडपुजेपणा करणाऱ्यांचा त्यांना तिटकारा होता. प्रसंगी त्यांच्याशी वैचारिक खडाजंगी करणाऱ्यालाही ते आवर्जून बोलावत. त्याच्या विचाराचा नसला तरी त्याचा मान जरूर राखत. त्याचं म्हणणं काळजीपूर्वक ऐकून घेत. समजून घेण्याचा कसोशीचा प्रयत्न करत.

बॉबला हे पटत नसे. म्हणूनच तर आता एन्व्हायरमेन्टल प्रोटिक्शन एजन्सीचा फ्रॅन्क ह्यूज तिथं असल्याचं पाहून त्याच्या कपाळावर आठ्याच चढल्या होत्या त्याला मुळीच आवडत नसे. इपीएचा चीफ म्हणून त्याची नेमणूक करतानाच बॉबने त्याला विरोध केला होता. तो त्या कामाला योग्य असल्याचं आपल्याला वाटत नाही हे स्पष्टपणे टेडींना सांगितलं होतं.

वास्तविक बॉब त्यांच्या खास मर्जीतला. त्याच्या पाठी त्याची 'टेडीज टेल'

'टेडीचे शेपूट' अशीच भतावण बरेच जण करत. कोणताही निर्णय पक्का करण्यापूर्वी टेडी त्याला विचारल्याशिवाय, त्याचा सल्ला घेतल्याशिवाय राहत नसत. याचा अर्थ सर्वच निर्णय बॉबच्या मनाप्रमाणे होत असे नाही. त्याचा सल्ला नाकारूनही निर्णय घेतले जात तरीही साधारणत: ऐंशी टक्के निर्णय बॉबच्या मनासारखेच असत. वीस टक्के निर्णयांबाबत मात्र टेडी बॉबचा सल्ला धुडकावून आपलं मत बनवीत असत.

पण ज्या ज्यावेळी असं होई त्या त्यावेळी टेडी त्याचा विचार आपल्याला कां पटत नाहीय हे त्याला इतक्या तर्कसंगत रीतीनं समजावून देत की बॉबला कांही बोलायला वावच राहत नसे. शिवाय टेडीच्या लाघवीवृत्तीनं आणि कामाविषयीच्या प्रामाणिकपणामुळं त्याचा विरोधकही त्यांच्यावर फार काळ रागावू शकत नसे. तिथं बॉबसारख्या एकनिष्ठ सहकाऱ्याची काय बात ?

त्यामुळे इपीएचा चीफ म्हणून फ्रॅन्कची नियुक्ती टेडीनं जाहीर केली तेव्हा बॉबने ती विनातक्रार मान्य केली. पचवली. रूचलेली नसतानाही. पण फ्रॅन्क कचखाऊ आहे. भिंतीवरच्या सावलीलाही घाबरणारा आहे. त्याच्यापाशी आत्मविश्वासच नाही आणि हे सारं दडविण्यासाठी उदारमतवादाचं पांघरूण त्याला सोईचं वाटतं हे त्याचं मत बदललं नव्हतं.

'सो जन्टलमेन, ओऽह येस अँड लेडीज टु, आय बेग युअर पार्डन' हसत हसत टेडी म्हणाले. 'पूर्वपक्ष - उत्तरपक्ष होण्यापूर्वी यासंबधीची उपलब्ध माहिती, उपयुक्त डेटा आपण नजरे खालून घालायला हवा. बॉब, कोणाला बोलवलंय आपण यासाठी ?'

'प्रोफेसर जेरेमी लार्किन, मिस्टर प्रेसिडेंट.' बॉब म्हणाला. लार्किन आयोवा विद्यापीठात इकॉलॉजीचे रॅचेल कार्सन प्रोफेसर होते. अतिशय मानाचे असे ते अध्यासन लार्किनना मिळालं होतं, ते त्यांच्या त्या विषयातील वादातीत अधिकारामुळेच. माहितीचा केवळ ढिगारा वाहणारे भारवेत्ते अनेक असतात पण त्या ढिगातून नेमके मर्म ओळखून ते थोडक्यात सूत्रबद्धरित्या विषद करू शकणारे लार्किनसारखे सारवेत्ते लाखामध्ये एक.

त्यांनी काही मोजक्याच स्लाईडद्वारे साऱ्या जगभरच जंगलतोड कशी चालली आहे, त्यामुळे या धरतीवरचं हरितआच्छादन कसं तोकडं तोकडं होत चाललं आहे, हे अतिशय समर्थपणे सर्वांच्याच मनावर बिंबवले.

'ब्राझिल आणि इंडिया या दोन देशांमधील परिस्थितीकडे मी आपलं खास लक्ष वेधू इच्छितो' लार्किन म्हणाले 'तसंच पाहिलं तर वनक्षेत्र सगळीकडेच आटत चाललं आहे. अगदी आपल्या या अमेरिकेतील वनक्षेत्रही वाढतंय अशातला भाग नाही. टिम्बर इन्डस्ट्री, पेपर इन्डस्ट्री अशा उद्योगधंद्याकडून मोठ्या प्रमाणात

झाडे तोडली जातात. नवी लागवड करण्याचं बंधन आपण त्यांच्यावर घातलेले आहे खरं, पण त्याचे मनापासून किंवा संपूर्णपणे पालन त्यांच्याकडून होत नाही. शिवाय ही नवी झाडं लावून भागत नाही. ती जगतील, फोफावतील याचीही काळजी घ्यावी लागते. ती तेवढीशी घेतली जात नाही.

तरीही या जगभर चालणाऱ्या अशा प्रकारच्या जंगलतोडीऐवजी मी भारत व ब्राझील येथील वनसंपत्तीच्या ऱ्हासाकडे तुम्ही लक्ष केंद्रित करावं असं सुचवू इच्छितो'-

'कां ? कां ? इतरांच्या डोळ्यातलं कुसळही दिसतं पण स्वत:च्या डोळ्यातले मुसळही दिसत नाही, असा आरोप कुणी आपल्यावर केला तर ?' त्यांना मध्येच अडवत प्रेसिडेंटनी विचारलं होतं.

'हा प्रश्न मला तसा अपेक्षितच होता' कुठल्याही प्रकारे उत्तेजित न होता त्याच सौम्य, धीरगंभीर सुरात, ऋजू शब्दात लार्किन पुढे बोलू लागले. 'ब्राझिलमध्ये जे पर्जन्यवन आहे, रेनफॉरेस्ट आहे, विशेषत: अमेझॉनच्या खोऱ्यात, ते जवळजवळ एकमेवाद्वितीय आहे. मलेशिया, इंडोनेशिया येथील तशाच रेनफॉरेस्टची फार फार तर त्याच्याशी तुलना होऊ शकेल. तरीही अमेझॉनच्या खोऱ्यातील जंगलांची शान काही न्यारीच. तिथं असलेल्या वृक्षांच्या, वल्लरीच्या, झुडुपांच्या काही जाती इतरत्र कुठे तुम्हाला फारशा आढळणार नाहीत. त्या या जंगलतोडीमुळे कायमच्या नष्ट होण्याची भीती आहे.'

'पण माझ्या माहितीप्रमाणे ही जंगलतोड बहुतांशी उद्योगधंद्यांकडून होत आहे' फ्रॅन्क ह्यूज मध्येच म्हणाला. बॉबच्या नकळत त्याच्या कपाळावर एक आणखी आढी चढली.

'-खरं आहे'

'मग, त्या उद्योगधंद्यांवर तिथल्या सरकारनं जितकी झाडं तोडणार तितकीच लावण्याचं, आणि ती जगून त्यांची थोडीफार वाढ झाल्यावरच जुनी झाडं तोडण्याचं बंधन घातलं आहे.'

'तेही खरं आहे, त्याचं काटेकोर पालन केलं जाईल याचीही काळजी सेझार गोमेझ यांचं सरकार घेत आहे.'

'तरीही आम्ही ब्राझिलचा खास विचार करावा असं तुम्ही सुचवताय प्रोफेसर ?' परत प्रेसिडेंटनी सवाल केला.

'यस, मिस्टर प्रेसिडेंट. कारण झाडांची संख्या कायम राखली जातेय याचा अर्थ त्यांचं वैविध्यही कायम राखलं जातंय असा नव्हे. हरितक्षेत्र आटू नये म्हणून भरभर वाढणारी झाडं नव्यानं लावली जातात. ती तोडलेल्या झाडांच्या जातीचीच असतील याची काळजी घेतली जात नाही.

शिवाय या आपोआप वाढणाऱ्या झाडांचंही एक साहचर्य असतं, मिस्टर प्रेसिडेंट. पत्नीला अचानक मृत्यू आल्यानंतर ध्यानीमनी नसताना पतीनंही थोड्याच काळात देह ठेवावा किंवा जिवाभावाचा मित्र गेल्याचं दु:ख न सहन होऊन दुसऱ्या मित्रानंही राम म्हणावा तसाच या वृक्षांचा हा भावबंध असतो. एकत्र वाढणाऱ्या झाडांपैकी काही तोडली गेली की त्याचा परिणाम इतर हात न लावल्या गेलेल्या झाडांवरही होतो. चहाच्या मळ्यात मधूनमधून सिल्व्हर ओकची झाडं लावलेली असतात. चहाच्या झुडुपांच्या दसपटीनं उंची असणाऱ्या सिल्व्हर ओकची मायेची सावली चहाच्या दमदार वाढीस आवश्यक असते. ते सिल्व्हर ओकचं झाड तोडा आणि मग पहा चहाची झुडुपं कशी मरगळून जातात ते !'

'ओके, आय गेट युअर पॉइंट, प्रोफेसर. प्लीज प्रोसीड.'

'माझा महत्त्वाचा मुद्दाच मुळी तो आहे. मिस्टर प्रेसिडेंट की, ब्राझील व इंडियामधील जंगले तोडली गेल्यानं केवळ ग्रीन कव्हर नष्ट होत नाहीये. जीववैविध्य - बायोडायव्हर्सिटीही कमी होत चाललीय. इंडियामधील जंगलात अनेक औषधी वनस्पती आहेत. तेथील वनवासींना त्यांची चांगली माहिती आहे. आयुर्वेद या इंडियन सिस्टिम ऑफ मेडिसिनमध्ये मुख्यत्त्वे वनस्पतिजन्य नैसर्गिक औषधोपचारावरच भर आहे. त्यावरील ग्रंथामध्ये त्या वनस्पतींविषयी बरीच माहिती आहे. जर्मन सायन्टिस्टनी काही प्रमाणात त्याचा अभ्यास करून त्यावरून अनेक औषधे तयार केली आहेत. पण एकंदरीत जेवढ्या वनस्पती आहेत त्याच्या मानानं हे नगण्य आहे. या वनस्पती ही साऱ्या मानवजातीची संपत्ती आहे. पण तेथील जंगलतोडीमुळे तिचा नाश होतो आहे.'

आपण ज्या मुद्यावर भर देणार आहोत त्याचं सूतोवाच प्रोफेसरनी केल्याचं पाहून बॉब सुखावला.

'इंडियन सायन्टिस्टनाही या औषधी वनस्पतींची माहिती झालेली आहे. त्यांच्या जपणुकीचे, अभ्यासाचे, त्यापासून नवनवी औषधं तयार करण्याचे अनेक प्रकल्प तिथं राबविले जात आहेत. या संपूर्ण डेटाबेसचं एक नेटवर्कही तिथं काम करतं आहे. आता तर इंडियानंच पुढाकार घेऊन संपूर्ण आशिया पॅसिफिक क्षेत्रातील अशा प्रकारच्या माहितीचा प्रचंड संग्रह तयार केला आहे. तिथलं सरकारही या वनस्पतींच्या ठेव्याची जपणूक करत आहे.' फ्रॅन्कनं एका दमात सारी माहिती सांगून प्रोफेसरचं म्हणणं खोडून काढण्याचा प्रयत्न केला.

'यू आर राइट, फ्रॅन्क. पण ती जी जपणूक होते आहे ती प्रयोगशाळांमधून किंवा जीन बँक सारख्या संस्थांकडून. म्हणजे सुप्त रूपाने हा ठेवा अबाधित राहील, पण नैसर्गिक रूपात फोफावणारी झाडं तोडलीच जात आहेत. त्या जीन्सपासून, बीजांपासून परत तेवढी सारी वृक्षावळ तयार करायची तर कितीतरी

वर्ष जावी लागतील. शिवाय पैसाही कित्तीतरी खर्च करावा लागेल.

'मला एवढंच म्हणायचं होतं की इंडियालाही या ठेव्याची आता पुरेपूर जाणीव आहे व तो तसाच राखण्याचे प्रयत्नही तो देश करतो आहे.' थोडेफार नमतं घेत फ्रँक म्हणाला.

आणखी दोनचार स्लाईडस दाखवत प्रोफेसरनीही आपलं विवेचन आवरतं घेतलं. त्यांच्या माहिती संबंधी स्पष्टीकरण मागणारी थोडीफार प्रश्नोत्तरं झाली तशी जेरेमी लार्किन आपल्या जागी जाऊन बसले.

आपल्या जागेवरून उठत ते बसले होते तिथवर जात आणि त्यांचा हात आपल्या हातात घेत प्रेसिडेंट म्हणाले,

'थँक्यू प्रोफेसर. वुई हॅव टेकन टू मच ऑफ युवर टाईम. वुई हॅव नो राईट टू इन्ट्रूड ऑन युवर प्रेशस टाइम लाइक धिस. थँक्यू अगेन'

प्रोफेसरनी आता तिथून जावं हे टेडींनी किती हळुवारपणे तरीही परिणामकारक रीत्या सुचवलं हे पाहून बॉब परत एकदा आश्चर्यचकित झाला. ही मुत्सद्देगिरी मुळचीच अंगात असावी लागते की ती अंगी भिनवता येते याचा निर्णय त्याला करता येईना.

प्रोफेसर बाहेर गेल्याचं दार बंद झाल्याच्या आवाजानं निश्चित होईपर्यंत प्रेसिडेंट थांबले आणि मग त्यांनी सुरुवात केली.

'सो, वुई नाऊ हॅव ऑल द डाटा. लेट अस ॲनलाइज इट अँड डिसाइड अवर स्ट्रॅटेजी -'

'-यस मिस्टर प्रेसिडेंट' त्यांचं बोलणं पुरं होण्याचीही वाट न पाहता बॉब म्हणाला, 'स्ट्रॅटेजी तशी सरळ आहे. जेरेमी लार्किननी सादर केलेल्या डाटावरून गोष्ट अगदी स्पष्ट झालीच. ब्राझिल आणि इंडिया दोन्हीही देश ज्या वनसंपत्तीचा उपयोग स्वत:च्या तथाकथित विकासासाठी करताहेत ती साऱ्या मानवजातीची आहे. त्यांची एकट्याची नाही. साऱ्या मानवजातीच्या भल्यासाठी तिचं जतन करणं आवश्यक आहे आणि ती जबाबदारी या मानवजातीच्या वतीनं आपल्याला उचलणं भाग आहे. ती आपल्याला टाळता यायची नाही.'

'असं म्हणण्यानं इतर सारं जग आपल्यावर दादागिरीचा आरोप करतातं त्याला बळकटीच मिळेल' सेक्रेटरी ऑफ स्टेट बॉबला आवरत म्हणाले.

बॉब चमकला. फ्रॅन्क ह्यूज आपल्याला विरोध करेल ही अपेक्षा त्यानं ठेवलीच होती. पण सेक्रेटरी ऑफ स्टेट सुद्धा ! 'यू टू ब्रूटस !'

'अशा आरोपांनी आपण कच खाऊ लागलो तर मग आपल्याला ते महाग पडेल.' नॅशनल सिक्युरिटी ॲडव्हायजर बॉबच्या मदतीस धावत येत म्हणाले. 'अग्रणी सत्ता म्हणून ही जबाबदारी आपल्याला उचलायलाच हवी. इतरांना

आवडो वा नावडो.'

'दॅट्स राईट' बॉबही परत उत्साहित होत म्हणाला.

'ऑल राईट' त्याला थांबवत प्रेसिडेंटनी विचारलं 'सो व्हॉट डु यू सजेस्ट वुई डू !'

'सरळ साफ आहे. आपण या दोन्ही देशांना ताबडतोब ही जंगलतोड थांबवायला सांगितली पाहिजे. यांना अल्टिमेटमच द्यायचा. अमुक अमुक दिवसांपर्यंत जंगलतोड थांबली पाहिजे. त्यानंतर सिक्युरिटी काऊन्सिलची परवानगी घेतल्याशिवाय झाडे तोडता येणार नाहीत.'

'आणि त्यांनी नाही मानलं तर ?' फ्रॅन्कनं विचारलं.

'त्यांच्यावर इकॉनॉमिक सॅन्क्शन्स लादायची. त्यांना कोणीही माल पुरविणार नाही. त्यांचा माल कोणीही विकत घेणार नाही.'

'मला वाटतं हे अति होईल. याला पाठिंबा मिळणार नाही.' फ्रॅन्क म्हणाला. 'शिवाय झाडं न तोडल्यामळे त्यांच्या काही उद्योगधंद्यावर विपरीत परिणाम होईल. बेकारी वाढेल. रिसेशन येईल. ती सरकारंही टिकणार नाहीत.'

'बरंच होईल. आपलं ऐकणारी सरकारं तिथं स्थापन होतील याची व्यवस्था करता येईल.' बॉबनं सुचवलं.

'त्याचा काही फायदा होणार नाही. शिवाय सरकार झाडं तोडत नाही. मजबूर होऊन त्यांनी मानलं तरी त्याची अंमलबजावणी करणं त्यांना कठीण जाईल.'

'मग आपण युनायटेड नेशन्सचा फोर्स पाठवू शकू राखण करण्यासाठी.' सेक्रेटरी ऑफ डिफेन्स म्हणाले. 'नाहीतरी साऱ्या मानवजातीची संपत्ती आहे ती.'

'मिस्टर प्रेसिडेंट' कळवळून फ्रॅन्क म्हणाला 'मला वाटतं आपण मूळ मुद्यापासून दूर जातो आहोत. आपल्या आदेशाची कशी अंमलबजावणी करायची याचाच विचार करतो आहेत. आदेश योग्य आहे की नाही याचा विचार व्हायला हवा.'

'योग्य कां नाही ? वारे वा. लूट त्यांनी करायची आणि शिक्षा द्यायची की त्यांना सोडून द्यायचं याचा विचारच आपण करत बसायचे ?'

'ते करताहेत त्याला लूट नाही म्हणता येणार. त्यांच्याजवळ जी काही नैसर्गिक साधनसंपती शतकानुशतकांच्या वसाहत वादानंतर उरलीय तिचाच विनियोग ते विकासासाठी, सामाजिक संतुलनासाठी करताहेत. तसे करण्याचा त्यांना हक्कच आहे'

'वारे वा हक्क ! संपत्ती त्यांची नाहीये. साऱ्या मानवजातीची आहे. त्याचा उपभोग त्यांनी का घ्यायचा ? इतरांचा विचार त्यांनी का नाही करायचा ?'

‘तुम्ही केला होतात ? तुम्ही, म्हणजेच आपण आपल्या नैसर्गिक साधन संपत्तीचा वापर करून औद्योगिक क्रांती घडवून आणली. युरोपातील देशांनी स्वत:चीच नव्हे तर ब्राझिल, इंडियासारख्या देशांची नैसर्गिक साधनसंपत्ती वाटेल तशी ओरबाडली तेव्हा त्यांनी केला होता इतरांचा विचार ? तीही साऱ्या मानवजातीचीच संपत्ती होती ना ? या देशांनी असा सवाल केला तर ?’

‘त्यांना असा सवाल करायचा हक्कच काय ?’

‘कां नाही ! आपण त्यांना धमकवायचं आणि त्यांनी ‘तुम्ही का धमकी देताय,’ असे विचारायचंही नाही ? तुम्ही पूर्वी वागलात तसेच आम्ही आता वागतोय असं सांगायचंही नाही ?’

‘देन व्हॉट डू यू सजेस्ट वुई डू ?’ प्रेसिडेंटनी फ्रँन्कला विचारले.

‘या साधनसंपत्तीची राखण करण्यासाठी आपण या देशांना मदत करायला हवी. त्यांचे उद्योगधंदे बंद पडू न देता. त्यासाठी त्यांना या जंगलतोडीपायी जो कच्चा माल मिळतो तो आपण तेवढ्याच किंमतीत पुरवावा. म्हणजे मग त्यांना जंगलतोडीपासून परावृत्त करता येईल.’

‘वारे वा ! चोर तो चोर आणि वर शिरजोर. त्यांना चोरी करायची मुभा तरी द्यायची. किंवा त्यांनी चोरी करू नये म्हणून त्यांना लाच द्यायची. परत आपणच आपल्यावर उपकार केल्यासारखे वागायचे. खासा न्याय !’

‘न्याय !’ विषण्णपणे हसत फ्रॅन्क म्हणाला ‘कशाला न्याय म्हणायचे हेच कळेनासं झालंय. आज आपण सुस्थितीत आहोत म्हणून न्यायाच्या गोष्टी करताहोत. इतरांना न्याय शिकविण्याचा विचार करताहोत. आपण जेव्हा असेच बेदरकार वागत होतो तेव्हा केला होता न्यायाचा विचार ? अजूनही कुठे करत आहोत ? साऱ्या मानवजातीची ही संपत्ती आहे ना ? आणि तिचं रक्षण आपणच करायचंय ना ? मग त्यासाठी, राखण करण्यासाठी मसल पॉवरच कशाला वापरायला हवी ? मनीपॉवर कां नाही वापरायची ? करा ना आपला पैसा खर्च त्यासाठी ? शस्त्रास्त्रांचा पुरवठा इतरांना करण्यासाठी पैसा खर्च करतो तेव्हां नाही कोणी न्यायाच्या गोष्टी करत ?’

वाद रंगत चालत होता. चर्चा गरम होत चालली होती. तशीच आणखी ती काही वेळ चालूनही कोंडी फुटत नव्हती. दोन्ही विचारांचे कट्टर समर्थक होते. जवळजवळ सारख्याच संख्येने, एकमेकांशी टक्कर देत होते.

प्रेसिडेंट फिटजेराल्ड शांतपणे ऐकत होते. मधूनच एखादा वेधक, नेमका मर्मावर बोट ठेवणारा प्रश्न विचारत होते. पण त्यांचाही नक्की निर्णय होत नव्हता. कोणत्याही एका पक्षाच्या बाजूनं मत झुकते की काय याची वाट ते पाहत होते. पण तसं होत नव्हते.

पोटात कावळे ओरडायला लागले तसे शेवटी तेच उठले.

'वेल, लेडीज अँड जण्टलमेन, आय डोण्ट थिंक वुई कॅन थिंक बेटर ऑन एम्टी स्टमक्स. ऑर विथ हॉट हेडस. यू ऑल हॅव द डाटा अँड द आर्ग्युमेण्टस्. लेट अस मीट अगेन नेक्स्ट वीक, सेम टाईम, सेम डे अॅज दे से ऑन दि टीव्ही सीरीयल्स. थँक्यू लेडीज अँड जण्टलमेन.'

ते उठले. इतरांनाही उठणं भाग पडले. ते निघून गेल्यावर एक दोघांचे घोळके करत इतरही निघून गेले. बॉब केली बराच वेळ बसून होता. फ्रॅन्कचा त्याला राग आला होता. पण ह्याहून जास्त स्वत:चा. वेळीच जोर करून त्याची नियुक्ती होऊ न देण्याची खटपट न केल्याबद्दल.

✦✦✦

शेजारच्या गार्डन टेबलावरचा ग्लास उचलत बॉबनं ओठाला लावला. बर्बनचा जळजळीत घोट गळ्याला तापवत पोटात पोचला. त्यानं उठलेल्या सुखद झिणझिण्या बॉबच्या डोक्यापर्यंत गेल्या. तरीही गेले सहा दिवस विचार करकरून झालेला गुंता सुटला नाही.

आदल्या आठवड्याची ती बैठक संपल्यापासूनच फ्रॅंकचं म्हणणं सपशेल आणि तरीही मुद्देसूदरीत्या कसं खोडून काढावं याचाच तो विचार करत होता. त्याचे म्हणणे भोंगळ आहे, फ्रॅन्कच्या डरपोक वृत्तातून जन्मलेला तो विचार आहे हे प्रेसिडेंटना कसे पटवून द्यावं याचाच तो विचार करत होता आणि तरीही त्याला नेमकं उत्तर सापडत नव्हते. फ्रॅन्कचे सर्वच मुद्दे खोडून काढता येतील असा जबरदस्त प्रतिवाद त्याला अजून गवसत नव्हता.

त्यानं स्ट्रेट बर्बनचा आणखी एक घोट घेतला. त्यानं उठलेल्या झिणझिण्यांनी तो नखशिखांत शहारला. सहज त्याचे लक्ष समोर आकाशाकडे गेले. एक पांढरा ढग त्याला मजेदार वाटला. एखाद्या स्पेसक्राफ्टसारखा आकार झाला होता त्याचा. हे ढग सुद्धा कसे चित्रविचित्र आकार धारण करतात हे लक्षात येऊन त्याला गंमत वाटली.

तो पाहत असतानाच तो ढग पळत होता. इतक्या वेगानं तो कसा पळतोय, खरोखरीच्या स्पेसक्राफ्टचा वेग गाठायचा तर बेत नाही ना त्याचा असा एक खट्याळ विचार त्याच्या मनात येतो न येतो तोच तो ढग त्याच्या समोर हिरवळीवर उतरला. अलगदपणे. व्हर्हिकल टेक ऑफ व लेडिंग करणाऱ्या स्पेसक्राफ्टसारखाच.

पाहता पाहता त्या ढगाचं दार उघडलं आणि त्यातून एक टोळीच बाहेर पडली. धूसर, त्या ढगासारखंच शरीर असलेल्या व्यक्तींची. तिथे कुणीतरी आहे हे जाणवावं पण कोण हे ध्यानात घेण्यासाठी डोळे ताणून पाहावं तर कोणीच

दिसू नये असं झालं होतं. बर्बन आपल्याला चढलेली तर नाही, असा विचार बॉबच्या मनात येऊ पाहता असतानाच तो तिथून कोणीतरी पुसून टाकला. पाटीवरचं लेखन पुसून टाकावं तसं.

काय चाललंय ते बॉबला कळेना. उठून उभा राहून या - या - जे कोणी आले आहेत त्यांच्यावर खेकसावं असं त्याला वाटले. पण त्याला उठताच येईना. त्याला कोणीही बांधून ठेवलं नव्हतं. त्याच्या अंगाला कोणाचाही हात लागलेला नव्हता. तरीही त्याला आहे त्या स्थितीतच बसून राहावं लागत होतं. उठण्यासाठी आवश्यक त्या क्रिया करायला त्याच्या स्नायूंनी नकार दिला होता. त्यांनी जणु असहकार पुकारला होता. मेंदूच्या आज्ञा पाळण्याचं साफ नाकारलं होतं.

तीच गत त्याच्या आवाजाची. घराच्या कानाकोपऱ्यातही ऐकू जाईल. शेजारीही ऐकू शकतील एवढ्या मोठ्याने ओरडावं म्हणून तो प्रयत्न करू पाहत होता पण गळ्यातून शब्दच उमटत नव्हता.

'उगीच धडपड करू नकोस. आम्ही परवानगी देईपर्यंत तू उठूही शकणार नाहीस की ओरडूही शकणार नाहीस.'

त्याच्या कानावर शब्द आले. कोण बोललं हे पाहण्याचा त्यानं प्रयत्न केला. पण आसपास त्या धुसर, माणसाच्या आकाराच्या ढगांशिवाय कोणीही - काहीही - नव्हतं आणि स्पष्टपणे कानावर शब्द पडत असल्याची जाणीव त्याला होत होती.

'असा दचकू नकोस. आम्हीच तुझ्याशी बोलत आहोत. त्यासाठी - तुझ्याशी संवाद साधण्यासाठी - आम्हाला तुमच्यासारखी ध्वनीची आवश्यकता नाही. आमचे विचार विद्युतलहरीद्वा आम्ही एकमेकांकडे पोचवू शकतो. तुम्ही ध्वनीच्या किंवा प्रकाशाच्या लहरी प्रक्षेपित करून एका ठिकाणापासून दुसरीकडे पाठवू शकता तसंच. फॅक्स, सॅटेलाइट टेलिव्हिजन वगैरे आपण फार मोठी बाजी मारली असा गर्व आहे तुम्हा मानवांना. पण अजून आपले विचार एकापासून दुसऱ्यापर्यंत पोचविणं जमलेलं नाही तुम्हाला.'

'कोण ? कोण आहात तुम्ही ?' त्यानं विचारले. त्यासाठी त्याला तोंड उघडून शब्द उच्चारावे लागले नाहीत. त्याच्या मनात तसा विचार येताच तो त्यांच्यापर्यंत पोचलाही होता.

'आम्ही एम-१३ या नावाने तुम्ही ज्याला ओळखता त्या तारकापुंजातील एका ग्रहावरचे रहिवासी आहोत.'

'म्हणजे परग्रहवासी - एक्स्ट्रॉटेरे स्ट्रियल इटी.'

'हो हो. तुमच्या भाषेत इटी. पण इटी म्हणून तुम्ही तुमच्या कथा कांदबऱ्यांमधून, चित्रण करता त्यापेक्षा वेगळे. आमचं तंत्रज्ञान, विज्ञान तुमच्यापेक्षा शतपटीनं

विकसित आहे. म्हणूनच तर गेल्या वीस पंचवीस वर्षांपासून आमच्या तारकापुंजाच्या दिशेने तुम्ही जो स्वतःची माहिती देणारा संदेश प्रक्षेपित करत आहात तो आमच्यापर्यंत पोचायला एरवी वीस हजार वर्ष लागली असती तुमच्या हिशेबानं. पण आम्ही तो वीस वर्षातच हस्तगत केला. गेली पाच दहा वर्षे - तुमच्या हिशेबातली - आम्ही तुमचं कसून निरीक्षण करत होतो. त्यावरूनच तुमच्यासंबंधी आम्ही ठोकताळे बांधले आहेत.'

'काय ? काय हवंय तुम्हाला ?'

'तेच तर सांगण्यासाठी आलो आहोत. आपली नैसर्गिक साधनसंपत्ती तुम्ही जी ओरबाडल्यासारखी वापरता आहात, स्वतःचे चोचले पुरविण्यासाठी तुम्ही जो उपभोग घेण्याचा सपाटा लावला आहे, तो आवरता घेतला पाहिजे. इथं असलेली नैसर्गिक साधन संपत्ती - '

'- आमची आहे. तिचा विनियोग आम्हाला हवा तसा -'

'-करता येणार नाही. ही साधनसंपत्ती तुमची एकट्याची नाही. ती या साऱ्या विश्वाच्या मालकीची आहे. तिच्यावर तुम्हा एकट्या पार्थिवांचा हक्क नाही. तिच्या वापरात फार मोठ्या प्रमाणात कपात व्हायला हवी. ताबडतोब.'

'पण ? पण - मग आम्ही आमचा विकास कसा करायचा ?'

'हऽऽ विका ऽऽस ! तो होतच असतो. तुमच्या या ग्रहावर जीवसृष्टी जन्माला आल्यापासून विकास नाही झाला ? तो करण्याची निसर्गाची संकल्पना असते. त्याचं एक वेळापत्रक असतं. इव्होल्युशनरी टाईमस्केल. पण तुम्हाला घाई झाली सगळ्याची. तुम्हाला अधलेमधले टप्पे टाळून हनुमान उडी घ्यायची होती. विकासाच्या प्रक्रियेवरच तुम्हाला ताबा मिळवायचा होता. निसर्गावर मात करायची होती. स्वतःच विश्वनियंता बनायचं होतं'

'नाही. नाही. तसा आमचा इरादा नाही. आम्हीही पर्यावरणाचा समतोल राखण्यासाठी प्रयत्न-'

'- त्यांना तुम्ही प्रयत्न म्हणता ? आगीचा डोंब उसळलेला असताना ओंजळीनं पाणी फेकण्याला काय प्रयत्न म्हणायचं ? पण ते कांही नाही. तुम्ही ही जी नैसर्गिक साधनसंपत्तीची वारेमाप उधळपट्टी चालविली आहे, ती ताबडतोब थांबली पाहिजे. नाहीतर आम्ही जे कडक उपाय योजू त्यांना तोंड द्यायची तयारी ठेवली पाहिजे.'

'कसले उपाय ?'

'तुम्हाला ताळ्यावर आणण्याचे बरेच उपाय आहेत. सोमालियात जो दुष्काळ पडलाय, तुमच्या अमेरिकेत यंदा जे पूर आलेत, पुढच्या वर्षी तुमच्या ग्रहाशी टक्कर देण्याच्या दिशेनं स्विफ्ट-टटल या धुमकेतूचा जो प्रवास सुरू आहे - '

‘-ते, ते सारं तुम्ही घडवून आणलंय ?’

‘असं तुम्ही मानलंत तर त्याला आमची हरकत नाही. तुला उपायांचं स्वरुप आणि गांभीर्य समजल्याशी कारण’

‘पण, पण - आम्ही जर हा आमचाच कच्चा माल वापरला नाही तर आमचे उद्योगधंदे बंद पडतील. बेकारी वाढेल. अर्थव्यवस्था ढासळेल. लोक उपाशी मरतील. क्रांत्या होतील -’

‘- तो तुमचा प्रश्न आहे. तुम्हीच ते पेरून ठेवलं आहेत. आता ते तणासारखं फोफावलं म्हणून बोंब मारता येणार नाही’

‘तरीही, काही काळ तुम्ही हा कच्चा माल दुसरीकडून आम्हाला अल्प खर्चात पुरविण्याची व्यवस्था केलीत तर ठोस वेळापत्रक आखून आम्ही हवी तशी सुधारणा करू शकू.’

‘त्याचा विचार करता येईल. तुम्ही नामशेष व्हावं अशी आमची इच्छा नाही. कठोर उपाय योजण्यापूर्वी वॉर्निंग द्यायला, इशारा द्यायला आम्ही आलो आहोत. आम्ही आता येतो. पण आमचा इशारा पोकळ समजू नका. आम्ही बारीक लक्ष ठेवून आहोत. आम्हाला फसवायचा विचारही मनात आणू नका. नाही तर परिणाम गंभीर होतील. दुसरी वॉर्निंगही मिळणार नाही. एकदम कारवाईच केली जाईल.’

पाहता पाहता आजूबाजूचे ते छोटे छोटे ढग त्या मोठ्या ढगाच्या दिशेने चालत गेले. त्या मोठ्या ढगात विरून गेले आणि मग तो मोठा ढगही हिरवळीवरून उठून परत आकाशात उडत गेला. दिसेनासा झाला.

‘बॉब, बॉब, व्हेअर आर यू ? द प्रेसिडेंट इज ऑन द लाईन -’

दुरून कुठून तरी आल्यासारखी त्याच्या बायकोची हाक त्याच्या कानांवर आली. ती काय सांगतेय हेही त्याच्या लक्षात आलं. लगबगीने फोन घेण्यासाठी तो उठून घरच्या दिशेने जाऊ लागला. आपण आपल्या इच्छेनुसार उठू शकतो, चालू शकतो हे पाहून त्याचं त्यालाच आश्चर्य वाटले.

‘यस, मिस्टर प्रेसिडेंट, बॉब हिअर -’ फोन उचलत बॉब अदबीनं म्हणाला.

‘बॉब ? गुड टू हिअर यू. यू नो, आय हॅव बीन थिन्किंग अबाऊट धिस एन्व्हायरमेन्टल स्ट्रॅटेजी. अवर मीटिंग-’

‘- यस, मिस्टर प्रेसिडेंट, मीही तोच विचार करत होतो. मला वाटत फ्रॅन्कचं म्हणणंच बरोबर आहे. आपण उगीचंच घाई करण्यात किंवा धाकदपटशा दाखविण्यात अर्थ नाही. ब्राझिल आणि इंडिया दोन्हीही देश आगखाऊ नाहीत. उगीचच आरडाओरडा करणारे नाहीत. त्यांच्याही कांही अडचणी असतील. त्या सोडविण्याऐवजी आपण वाढवत बसलो तर उलटाच परिणाम व्हायचा. तिथं

असलेल्या लोकशाहीला सहन न करता येणारा धक्का बसायचा.'

'डु यू रिअली थिंक सो ?'

'यस, मिस्टर प्रेसिडेंट. दोन्ही बाजूंनी सम्यक विचार करणं शक्य झालंय मला. तेव्हा.....'

✦

ब्रेन ड्रेन

२१ मार्च १९९५
सान दिएगो
कॅलिफोर्निया

प्रिय आई-बाबा,

माझं पी. एच. डीचं संशोधन तसं आता शेवटच्या टप्प्यात पोचलं आहे. महत्त्वाचे असे सर्व प्रयोग पार पडले आहेत. त्यांचे निष्कर्षही स्पष्ट, कोणतीही धूसरता नसलेले, असेच मिळाले आहेत. काही मामुली प्रयोग करणे व त्यांचे निष्कर्ष मिळविणे अजून बाकी आहे. थिसिस लिहिण्याच्या दृष्टीने त्यांची आवश्यकता असली तरी त्यांचे निष्कर्ष कोणतेही येवोत त्यांचा मूळ थिसीस वर परिणाम होण्याची शक्यता नाही. येत्या वर्षभरात माझं काम संपेल अशी मला खात्री वाटत आहे.

काम संपताच लगोलगीनं मी परत यावं असं तुम्हाला वाटतंय हे मला माहीत आहे. माझ्या वाटेकडे तुम्ही डोळ्यात प्राण आणून लक्ष देऊन आहात हे तुम्ही मला वारंवार सांगितलं आहे. माझ्या सारख्यांची देशाला गरज आहे याचंही स्मरण तुम्ही मला सतत करून देत आहात. परंतु कालच मला पत्र मिळालंय व जगत् विख्यात अशा कॅलिफोर्निया टेक्नॉलॉजिकल इन्स्टिटट्यूटमध्ये माझी येत्या सप्टेंबरपासून इस्ट्रक्टर म्हणून नेमणूक झाल्याचं त्यांनी कळवलं आहे. पी. एच. डीची पदवी हातात पडताच असिस्टंट प्रोफेसर म्हणून बढतीही मिळणार आहे. त्यानंतर तीन वर्षातच मी फुल प्रोफेसर होईन यांत शंका नाही. माझे गाईड डॉ.

स्टेन्ट यांनीच माझी शिफारस केली होती व मी लवकरच फुल प्रोफेसर होईन याबद्दल त्यांचीही खात्री आहे.

तुमची तशी निराशा होईल हे मी जाणून आहे. पण अशी संधी लाखात एकाला मिळते. सीटीआयमध्ये पाऊल ठेवायला मिळावं म्हणून वाटेल ती कुरबानी द्यायला अनेकजण तयार असतात. पी. एच. डीच काय पण त्यानंतरही उत्तम दर्जाचं संशोधन केलेल्या, मानसन्मान मिळविलेल्या कित्येकजणांना त्या संस्थेत प्रवेश मिळत नाही. तिचे सध्याच सात-आठ तरी नोबेल पारितोषिक विजेते आहेत आणि तिथे संशोधन करण्याची संधी मिळाल्यास नोबेल पारितोषिक तुमच्या वाट्यास येते हे सर्वश्रुतच आहे.

माझ्या या नेमणुकीनं अनेकांचा पोटशूळ असणार आहे. यांत शंका नाही. परंतु त्यांची चिंता मी करीत नाही. माझ्या परिश्रमांचं फळ आहे. माझ्या अंगभूत कर्तृत्त्वाची, बुद्धिमत्तेची ही पावती आहे. ही संधी दवडणं ही माझ्या तपश्चर्येशीच मी केलेली प्रतारणा होईल. तुमचा आशीर्वाद पाठीशी आहे या समजुतीने नवनवी शिखरं गाठायला मला हुरूप येईल.

कळावे. उत्तर लगेच पाठवा.

तुमचाच,
श्रीधर

मार्च १७, १९९५

मि. श्रीधर करमरकर
२५२५, बेस्ट ३८ स्ट्रीट
सान पेट्रो, कॅलिफोर्निया,
डियर मि. करमरकर,

सुस्वागतम।

कॅलिफोर्निया टेक्नॉलॉजिकल इन्स्टिट्यूट फॅकल्टीवर मी आपलं स्वागत करतो. तुम्ही आमच्या अभ्यासक मंडळीवर येण्याचं मान्य केलंत याचा मला आनंद वाटतो. आमचे डीन प्रोफेसर देलब्रुक यांच्या म्हणण्याप्रमाणे फॉल टर्ममध्ये म्हणजेच साधारण सप्टेंबरच्या पहिल्या आठवड्यात तुम्ही इन्स्ट्रक्टर-इन-फिजिक्स या पदावर रुजू होऊ शकता. अर्थात तुमच्या हातात पी. एच. डीची पदवी पडली की असिस्टंट प्रोफेसर या पदावर तुमची बढती होईल हे सांगावयास नकोच.

आपण इथे आलात की आपला परिचय वाढेलच.

आपला,
डॉ. फ्रॅन्सिस क्लार्क
प्रेसिडेन्ट

जून ५, १९९५

डियर श्रीधर,

आता तुला इथे सीटीआयमध्ये येण्याचे वेध लागले असतील. आम्हीही सारे तुझी आतुरतेने वाट पाहत आहोत. हे पत्र प्रेसिडेन्ट क्लार्क यांनी उपस्थित केलेल्या एका मुद्याच्या स्पष्टीकरणार्थ लिहित आहे.

तुझी सध्याची नेमणूक दोन वर्षांपुरतीच आहे. अर्थात तशी काळजी नको कारण तिचे नूतनीकरण होण्यात तुझ्या बाबतीत तरी विशेष अडचण भासेल असे मला मुळीच वाटत नाही. मात्र पुढील वर्षाच्या अंतापर्यंत तरी तुझ्या पदरी डॉक्टरेटची पदवी पडावयास हवी. इन्स्टिट्यूटचे नियम काही असे व कडक आहेत की ती पदवी नसल्यास तुझी नेमणूक पुढे ठेवण्याची शिफारस आम्ही करूच शकणार नाही.

अर्थात तुला पदवी मिळविण्यासाठी इतका वेळ थांबावे लागणार नाही याविषयी खात्री आहेच.

आपला,
प्रो. गुन्थर बेलब्रुक
डीन, फिजिक्स

९ जून, १९९५

प्रो. गुन्थर देलब्रुक
डीन, फिजिक्स
कॅलिफोर्निया टेक्नॉलॉजिकल इन्स्टिट्यूट,
सॅक्रॅमेन्टो, कॅलिफोर्निया.

डियर प्रोफेसर देलब्रुक,

तुमचे ता. ५ जूनचे पत्र आताच हाती पडले. १९९६ च्या अंतापर्यंत, माझी

पी. एच. डी. माझ्या हाती पडण्याची वाट मला पहावी लागणार नाही. हा तुमचा विश्वास सार्थच म्हणावा लागेल. मला खात्री होतीच, पण तरीही तुमच्या पत्रानंतर मी माझे गाइड डॉ. फिलिप स्टेन्ट यांच्याशी याबाबतीत चर्चाही केली. त्यांनी तर मला वेड्यातच काढले. एवढेच नव्हे तर १९९६ डिसेंबर पर्यंत कदाचित नोबेल पारितोषिकही हातात पडेल अशी माझी थट्टाही केली. निदान मला तरी ती चेष्टाच वाटते. ते मात्र सीरियस असावेत असा भास मला झाला.

कळावे.

आपला विश्वासू,
श्रीधर करमरकर

१४ ऑक्टोबर १९९५

डियर श्रीधर,

तू सॅक्रॅमेन्टोला गेल्यापासून दर शुक्रवारी भेटण्याचा आपला रिवाज परवाच प्रथम मोडला. खरं तर मला तो मोडावयाचा नव्हता. आपल्या भेटी आपल्या दोघांच्याही संशोधनाच्या दृष्टीनं अतिशय फायदेशीर ठरतात हे तुला माहित आहेच. पण माझा नाईलाजच झाला. वॉशिंग्टनमध्ये ती माझ्या ग्रॅन्टसंबंधीची मिटींग चुकवणं मला शक्यच नव्हतं. वास्तविक तिथल्या त्या आर्मीतल्या हेडलहप्पी कारभारात माझा जीव गुदमरतो. पण शेवटी आपल्या रिसर्चला मिळणारा पैसा त्यांच्याकडून मिळतो तेव्हा त्यांना नाही म्हटलं तरी खूष ठेवणं भाग आहे.

अरे हो, तुला सांगायचं राहिलंच. तुझ्या पाण्यामध्ये अणुमीलन प्रक्रिया घडवून आणण्याच्या संबंधी केलेल्या प्रयोगांचा मी नुसता उल्लेख केला मात्र, अशी खळबळ उडालीय म्हणतोय. तुला शिकवण्याचा कधी कंटाळा आल्यास सांग. वॉशिंग्टनमध्ये तुला जॉब मिळायला कसलीच अडचण पडणार नाही. पायघड्या अंथरून बोलावून घेतील तुला. तुझ्या अर्धी कुवत नसलेल्यांना काय फॅन्टॅस्टिक पगार मिळतोय तिथे ! मग तुझी काय कथा !

पुढच्या शुक्रवारी भेटतच आहोत. त्यावेळी तुझ्या थिसिसच्या पहिल्या मसुद्यावर विचार करुया.

तुझा,
फिल
(डॉ. फिलिप स्टेन्ट)

२६ नोव्हेंबर १९९५

मि. श्रीधर करमरकर
फिजिक्स डिपार्टमेंट,
कॅलिफोर्निया टेक्नॉलॉजिकल इन्स्टिट्यूट
सॅक्रॅमेन्टो, कॅलिफोर्निया.

डियर मिस्टर करमरकर,

साध्या पाण्यामध्ये अणुमीलनाची प्रक्रिया घडवून आणून त्यापासून उर्जा निर्मितीची शक्यता अजमावून पाहण्यासाठी तुम्ही काही प्रयोग करीत असल्याचे नुकतेच आमच्या निदर्शनास आले आहे. तुमच्या डॉक्टरेट फेलोशिपची रक्कम आर्मीच्या वैज्ञानिक कार्यक्रमांतर्गत तुम्हाला दिली जात होती, हे तुम्हाला विदित आहेच. त्या फेलोशिपच्या नियमानुसार या कार्यक्रमांतर्गत ज्या ज्या संशोधनासाठी अनुदान दिलं जातं त्यांचा आर्मीच्या सोयीनुसार आढावा घेण्याचा हक्क आर्मीनं राखून ठेवलेला आहे.

साध्या तुम्ही आपला डॉक्टरेटचा थिसिस लिहिण्यात मग्न आहात. त्या थिसिसचा आराखडा तयार झाल्यावर तो युनिव्हर्सिटीकडे दाखल करण्यापूर्वी त्याच्या तीन प्रती खालील पत्त्यावर पाठविणे आपणांवर बंधनकारक आहे.

मेजर जनरल बॉब क्लॅन्सी
चीफ, रिव्ह्यू ऑफ न्युक्लिअर सिक्युरिटी पेन्टॅगॉन, वॉशिंग्टन डी. सी.

आपली,
हेलेना स्टुडबेकर
चिटणीस,
आर. ओ. एन. एस.

२९ फेब्रुवारी १९९६

मि. श्रीधर करमरकर
फिजिक्स डिपार्टमेंट
कॅलिफोर्निया टेक्नॉलॉजिकल इन्स्टिट्यूट
सॅक्रॅमेन्टो, कॅलिफोर्निया

डियर मि. करमरकर,

तुमच्या थिसिसचा आराखडा व संबंधित कागदपत्रांची तपशीलवार पाहणी

केल्यानंतर ते गुप्त, क्लासिफाईड विभागात दाखल करण्याचा निर्णय रिव्ह्यू बोर्डानं घेतला आहे. यासंबंधी आणखी काही कागदपत्रे तुमच्याकडे असल्यास ती त्या सीलबंद लखोट्यात घालून, तो दुसऱ्या लखोट्यात सीलबंद करून रजिस्टर्ड पोस्टाने पुढील दहा दिवसात आमच्याकडे पोचवण्याची व्यवस्था करण्याचा आदेश तुम्हाला देण्यात येत आहे.

बॉब क्लॅन्सी
मेजर जनरल
चीफ, आर. ओ. एन्. एस्.

३ मार्च १९९५

मेजर जनरल बॉब क्लॅन्सी
चीफ, आर. ओ. एन. एस. पेन्टॅगॉन
वॉशिंग्टन डी. सी.

डियर जनरल क्लॅन्सी,

ज्या दिवशी माझ्या देशातील महान शास्त्रज्ञ प्रा. सी. व्ही. रामन यांनी लावलेल्या रामन इफेक्टच्या शोधाची जयंती राष्ट्रीय विज्ञान दिन म्हणून माझ्या देशात साजरी केली जाते त्याच दिवशी तुम्ही असं काही पत्र लिहाल हे सांगूनही खरं वाटलं नसतं. तुमच्या पत्राचा अर्थच मला लागत नाही. माझा थिसिस गुप्त का ? त्यासाठी मी तुमच्याकडच्या कोणत्याही गुप्त माहितीचा उपयोग केलेला नाही. तसा उपयोग करण्याचा अधिकार देणारं सिक्युरिटी क्लिअरन्सच माझ्याकडे नाही.

हं, आता माझ्या थिसिसमधील काही उल्लेख नकळत गुप्ततेचा भंग करणारे वाटत असल्यास ते कोणते ते कळवावे. म्हणजे मग ते टाळूनही माझ्या थिसिसचं लेखन कसं करता येईल याचा विचार करून मी माझा थिसिस असा संपूर्ण सॅनिटाइझ्ड करू शकेन. मात्र ही माहिती लवकर कळवावी. कारण माझ्याकडेही वेळ आता अगदी थोडा आहे.

कळावे

आपला,
श्रीधर करमरकर

४ मार्च १९९६

मि. श्रीधर करमरकर
फिजिक्स डिपार्टमेन्ट
कॅलिफोर्निया टेक्नॉलॉजिकल इन्स्टिट्यूट
सॅक्रॅमेन्टो, कॅलिफोर्निया
डियर मि. करमरकर

आपण पाठविलेल्या आपल्या थिसिसचा आराखडा गुप्त ठेवण्याच्या आमच्या निर्णयावर अपील नाही. अमेरिकेच्या सुरक्षा व्यवस्थेला धोकादायक ठरू शकणाऱ्या गुप्त माहितीचा उल्लेख दडवून आपल्या थिसिसचे पुनर्लेखन करणे अशक्य आहे, अशा निष्कर्षाप्रत आम्ही आलो आहोत. आपण मागितलेली माहितीही आम्ही देऊ शकत नाही. कारण ती गुप्त आहे व ती मिळविण्याचा अधिकार देणारं सिक्युरिटी क्लिअरन्स आपल्याजवळ नाही.

यासंबंधी आपल्याला अधिक काही प्रश्न असल्यास ते विचारण्यासाठीही आपल्याला स्वत:च्या खर्चानं डिफेन्स सिक्युरिटी ऑर्गनायझेशनपुढे हजर राहावं लागेल. त्यांनी क्लिअरन्स दिल्यासच आम्ही तुमच्या प्रश्नांचा विचार करू शकू. तसा आपला विचार असला तरी तत्पूर्वी आपल्याजवळचे सर्व संबंधित कागदपत्रे आमच्याजवळ पोचणं आवश्यक आहे.

बॉब क्लॅन्सी
मेजर जनरल
चीफ, आर. ओ. एन्. एस्.

८ मार्च १९९६

मेजर जनरल बॉब क्लॅन्सी
चीफ, आर. ओ. एन्. एस्.
पेन्टॅगॉन
वॉशिंग्टन डी. सी.
डियर जनरल क्लॅन्सी -

माझा अजूनही विश्वास बसत नाहीय ! माझं सारं करियर, माझं सारं अपील खालसा करणारा, मला माणसातून, जीवनातून उठवणारा निर्णय तुम्ही इतक्या कोरडेपणाने घेऊ शकता ! आणि तितक्याच मखखपणानं मला कळवू शकता !

माझ्या जागी जर तुमच्याच पांढऱ्या कातडीचा अमेरिकन तरुण असता तर असाच निर्णय घेतला असता तुम्ही ! माझ्या रिसर्चसाठी मला स्कॉलरशिप दिली म्हणजे माझ्या भवितव्यासकट मला विकत घेतलंत की काय ! तसं करण्याचा अधिकार दिलाय कोणी तुम्हाला ?

टू हेल विथ यू.

तुमच्यासारख्या मठ्ठ माणसाला जनरल करणारा महामूर्खच असला पाहिजे. माझ्या बुद्धिमत्तेचा स्वतंत्र वापर करून माझ्या वेळात मी केलेल्या संशोधनावर कोणाचाही अधिकार नाही. फक्त माझा स्वत:चाच आहे. मी तुमची, पेन्टॅगॉनची, आर्मीची पत्रास बाळगत नाही. स्वतंत्र, लोकशाही असलेला, काही मानवी मूल्यं जपणारा, इतरांना मानवी हक्कांचे धडे देणारा, ह्यूमन राइट्सचं इतरांकडून पालन होतंय की नाही यावर नजर ठेवणारा देश आहे ना हा ! मग ! मी माझा थिसिस मला हवा तसा लिहूनच प्रकाशित करेन. युनिव्हर्सिटीला सादर करेन. मी काय करावं हे इतर कोणीही सांगू शकत नाही.

गो, जम्प इन दि पोटोमॅक.

श्रीधर करमरकर

११ मार्च १९९६

मिस्टर श्रीधर करमरकर
फिजिक्स डिपार्टमेन्ट
कॅलिफोर्निया इन्स्टिट्यूट ऑफ टेक्नॉलॉजी
सॅक्रॅमेन्टो, कॅलिफोर्निया

डियर मिस्टर करमरकर,

आपल्या ८ मार्चच्या पत्रास उत्तर म्हणून सोबत अमेरिकन सरकारने पास केलेल्या हेरगिरी व घातपात कायद्याची प्रत पाठवीत आहोत. गुप्त माहिती फोडणे हा गुन्हा असून त्यापायी १० वर्षे तुरुंगवास किंवा दहा हजार डॉलर दंड किंवा दोन्ही शिक्षा होऊ शकतात. शिक्षेच्या काळात सूट देण्याची तरतूद नाही. शिवाय शिक्षा भोगून झाल्यावर या देशातून कायमचे हद्दपार करण्याचा हक्कही आर्मी राखून ठेवीत आहे.

तुमच्या युनिव्हर्सिटीलाही आम्ही इशारा दिला आहे. यदाकदाचित अनधिकृत रित्या तुम्ही थिसिस सादर करण्याचा प्रयत्न केल्यास नेहमीच्या रीतीरिवाजानुसार त्याच्या झेरॉक्स किंवा मायक्रोफिल्म प्रती काढून त्या प्रस्तारित न करता त्याच्या सादर केलेल्या सर्व प्रती त्वरीत आमच्याकडे पाठविण्याचा आदेश देण्यात आला आहे.

त्याचबरोबर साऱ्या रिसर्च जर्नलनाही तुमचे पेपर प्रकाशित न करण्याचा सल्ला देण्यात आला आहे. कारण गुप्ततेच्या भंगाचा गुन्हा केल्याबद्दल त्यांच्यावरही खटला होऊ शकतो.

तुमच्या जवळची सर्व संबंधित कागदपत्रे १ एप्रिलपर्यंत आमच्या हाती पडावयास हवीत. त्यानंतर मुदतवाढ मिळणार नाही.

बॉब क्लॅन्सी
मेजर जनरल
चीफ, आर. ओ. एन्. एस्.

२७ मार्च १९९६

डियर बॉब,

श्रीधर करमरकरकडून तू मागविलेले सारे कागदपत्रे मी सोबत पाठवीत आहे. त्याच्या वतीने मीच हे काम करीत आहे. कारण तो काहीही करण्याच्या मन:स्थितीत नाही.

त्याच्या पत्रातील वाक्ये बेफाम कोणालाही लागण्यासारखी, अपमानास्पद आहे हे मान्य. परंतु त्याची क्षुब्ध मन:स्थिती व विशेषत: आयुष्य उध्वस्त झाल्यासारखं वाटत असल्यानं झालेली त्याची तडफड लक्षात घेऊन तू त्याकडे दुर्लक्ष करशील अशी आशा आहे. तो आता तर माझ्यावरही चिडला आहे व मला टाळतो आहे. तरीही तसा तो चांगला व निरुपद्रवी आहे.

पण ते जाऊ दे.

आपल्या गेल्या बैठकीत ठरल्याप्रमाणे पाण्यातील अणुमीलनाविषयक संशोधन आर्मीसाठी गुप्तरीत्या करण्यास मी एका पायावर तयार आहे. परंतु त्यासाठी तुम्ही मंडळी आपला बटवा केवढा सैल करता हे कळावयास हवे. माझ्या मागणीप्रमाणे पैसे मिळाल्यास कोणतीच अडचण राहणार नाही.

नेहमीप्रमाणे जॅपनीस लॅटर्नमध्ये जेवायला आपण भेटूच. तेव्हा निर्णय कळव. एकदा माझी निवड झाली की श्रीधर करमरकरचा अडथळा राहणार नाही.

तुझा,
फिल
(प्रो. फिलिप स्टेन्ट)

१ जानेवारी १९९७

डियर श्रीधर,

अत्यंत जड अंत:करणाने मी हे पत्र लिहित आहे. आमच्या इन्स्टिट्यूटच्या फॅकल्टीत तू असणं आम्ही अभिमानास्पद मानत होतो. परंतु इन्स्टिट्यूटचे नियमच इतके कडक आहेत की तुझी नेमणूक पुढे चालू ठेवण्याची शिफारस मी करू शकत नाही. मला खरोखरच वाईट वाटत आहे.

तू पी.एच.डीची पदवी मिळवू शकला नाहीस. त्याला कोणती परिस्थिती कारणीभूत झाली याची मला माहिती आहे. त्यात तुझा दोष नाही वा निरुपायच झाला हेही समजू शकतो. पण - हा पण, व नियम, हेच आड येताहेत.

तरीही तुझ्यासाठी सहा महिन्यांची मुदतवाढ मी मिळवली आहे. पुढील फॉल टर्मसाठी सप्टेंबरपासून इतरत्र कोठे नोकरी मिळविण्याची खटपट करणार असल्यास मी मदत करू शकेन..

तुझा,
गुन्थर
(प्रोफेसर गुन्थर देलब्रुक)
डीन, फिजिक्स

१० सप्टेंबर , १९९७

प्रोफेसर गुन्थर देलब्रुक,
डीन, फिजिक्स
कॅलिफोर्निया टेक्नॉलॉजिकल इन्स्टिट्यूट,
सॅक्रॅमेन्टो, कॅलिफोर्निया

डियर प्रोफेसर देलब्रुक,

या इथल्या जरा आडबाजूला असलेल्या पण चांगल्या सुविधा असलेल्या ज्युनियर कॉलेजमधील विद्यार्थ्यांना शिकविण्याची संधी व शिक्षकाची नोकरी मिळवून दिल्याबद्दल तुमचे कसे आभार मानावेत हेच कळत नाही.

इथले प्रिन्सिपॉल चांगले व उदार मनाचे आहेत. त्यांनी मला तसा रिसर्च पुढे चालू ठेवण्यास पूर्ण मुभा दिली आहे. इथली प्रयोगशाळा तशी साधारणच आहे. तरीही पाण्यातील अणुमीलनावरचा माझा रिसर्च चालू ठेवण्यास तिचा बराच उपयोग करता येईल असा मला विश्वास वाटतो.

या आडबाजूच्या साधारण ज्युनियर कॉलेजकडे पेन्टॅगॉनचे कशाला लक्ष जाईल !

परत एकदा, तुम्हाला मनापासून धन्यवाद !

आपला कृपाभिलाषी,
श्रीधर करमरकर

७ जून १९९८

श्री. श्रीधर करमरकर
गॉईनस्टोन ज्युनिअर कॉलेज
बिल्वो आ, ॲरिझोना,

प्रिय श्री. करमरकर

आपला 'दि पॉसिबिप्लेटी ऑफ फ्यूजन रिॲक्शन इन नॅचरल वॉटर' हा पेपर स्वीकृत करण्यास आला आहे हे कळविण्यास मला आनंद होत आहे. आमच्या परीक्षकमंडळानं त्या प्रबंधाला उच्च दर्जा दिला आहे व तो ताबडतोब प्रकाशित करावा अशी शिफारस केली आहे. आपल्या संशोधनाची झेप पाहून त्यांनी आपण प्रभावित झाल्याचे प्रांजळपणे मान्य केले आहे.

इतक्या उच्च दर्जाच्या संशोधनावरचा प्रबंध आपण आपल्या मातृभूमीतून प्रसारित होणाऱ्या जर्नलमध्ये प्रकाशित करण्याचे ठरवून आपल्या देशप्रेमाची ग्वाही दिली आहे. तसेच आपण लवकरच भारतात परतून महाविद्यालयातील व्याख्यात्याची साधी नोकरी पत्करीत आहात हे वाचूनही आपल्या देशप्रेमाची खात्री पटली आहे.

आपल्यासारखा सुपुत्रांची देशाला आज गरज आहे.

आपला
डॉ. सूरजप्रसाद गर्ग
प्रधान संपादक
इंडियन जर्नल ऑफ न्यूक्लिअर
फिजिक्स

८ जून १९९६

प्रिय आई-बाबा,

मी एअर-इंडियाच्या एआय ४६६ या फ्लाइटने १७ तारखेस कायमचा परतत आहे.

विशेष भेटीअंती.

श्रीधर

✦

कोंबडं झाकलं म्हणून... !

खर्र असा दबत्या स्वरातला आवाज करत डॉक्युमेन्टचा शेवटचा कागद लेझर प्रिन्टरमधून बाहेर पडला तसा तो घाईघाईनं ओढून घेत टॉम सॅन्डर्सनं सर्व पानं व्यवस्थित जुळवून स्टेपल केली. ती करत असतानाच मिटींगरुमच्या दिशेनं पळण्यास त्यानं सुरुवात केली होती. हातातला स्टेपलर तर त्यानं आपल्या सेक्रेटरीकडे फेकलाच. मिटींग कदाचित सुरुही झाली असेल, आपल्याला नेहमीप्रमाणे उशीरच झाला आहे, याची टॉमला जाणीव झाली होती. काही प्रश्न विचारले गेलेच तर काय उत्तर द्यायचं, याची मनातल्या मनात त्यानं तयारीही चालविली होती. त्याच्या कामातील त्याच्या कौशल्याबद्दल कोणालाच कसलीही शंका नव्हती. त्याच्या हुशारीबद्दल सगळ्यांनाच मनापासून आदर वाटत असे. म्हणूनच कधीही वेळेवर न पोचण्याच्या त्याच्या खोडीकडे कानाडोळा केला जाई. आजही तसंच होईल आणि आपला रिपोर्ट पाहिल्यावर तर उशीराची कोणाला आठवणही होणार नाही, अशीही जवळजवळ खात्रीच त्याला वाटत होती.

तरीही धावतपळतच तो मिटींगरुममध्ये पोचला. त्याच्याशिवाय इतर सारे जण आले होते. ते त्याचीच वाट पाहत होते आणि त्यानं उशीर केलेला त्यांना मुळीच पसंत पडलेला नाहीय, हेही त्याला त्यांच्या नजरेतून समजलं. जिमी फ्लेचर, त्याचा इमीजिएट बॉस, त्याची खरडपट्टी काढण्यासाठी उतावीळ झाला होता, बोलण्यासाठी त्याचे ओठ फुरफुरत होते, हेही त्याच्या नजरेतून सुटलं नाही. पण एम डी स्वत: मिटींगला हजर असल्यामुळेच जिमीला स्वत:ला आवरावं लागत होतं. तसं करताना त्याची कशी तारांबळ उडत असेल, हा विचार मनात येऊन

त्याही स्थितीत टॉमला हसू फुटत होतं. मोठ्या मुष्किलीनं त्यानं स्वत:ला सावरलं आणि गंभीर मुद्रेनं तो एम डी मीटिंगला कधी सुरुवात करताहेत याची वाट पाहू लागला.

'ओ के टॉम, आता आणखी उशीर नको.' आपल्याला ताटकळत ठेवल्याबद्दलची आपली नाराजी स्पष्टपणे पण अप्रत्यक्षरित्या प्रकट करीत एम डी म्हणाले, 'काय आहे तुझा रिपोर्ट ?'

'एका वाक्यात सांगायचं तर आपल्याला आपला ॲप्लिकेशन पुढं पाठवायला काहीच हरकत दिसत नाही.' टॉमनं विश्वासपूर्वक सांगितलं.

'आपण जागतिक व्यापार संघटनेकडे, वर्ल्ड ट्रेड ऑर्गनायझेशनकडे, पेटंटसाठी अर्ज करतो आहोत, हे लक्षात घेतलंयस ना तू ?' जिमीनं विचारलं.

'अर्थात. म्हणून तर मला संपूर्ण शोध घ्यायचा होता. ते मला आवश्यक वाटत होतं. त्यामुळंच तर इतका वेळ लागला. आपल्या इंटरनेट कनेक्शनचा ट्रान्सफर रेट भलताच धीमा आहे.' टॉमनं तेवढ्यात आपल्याला झालेल्या उशीरानं समर्थन करायची संधी घेतली. त्याचबरोबर जिमीकडे अनेकवेळा केलेली मागणीही एम डींच्या कानावर घातली.

एम डींनी त्याच्या मागणीकडे कानाडोळाच केला असता. शास्त्रज्ञ, तंत्रज्ञ नेहमीच अधिकाधिक आधुनिक यंत्रणेची मागणी कशी करत राहतात, याची त्यांना पूर्ण कल्पना होती. पण जिमीला टॉमनं सरळ सरळ एम डींना साकडं घालावं, हे आवडलेलं नव्हतं. त्यात टॉमनं आपल्याला झालेल्या उशीराचं खापरही आपल्याच माथ्यावर आडूनपाडून फोडावं, हेही आवडलेलं नव्हतं. त्याला राहवलंच नाही.

'पण चौसष्ट किलोबाईट्स पर सेकंदचा वेग आहे आपल्या इंटरनेट कनेक्शनचा. सिक्स्टी फोर !' त्यानं तावातावानं सांगितलं.

'मी कुठं नाही म्हणतोय. पण आज इतकी माहिती, इतक्या वेगानं आणि इतक्या तऱ्हांनी नेटवर येतेय, की तो वेग केव्हाच इतिहासजमा झाला आहे. आजकाल कोणीही दोनशे छप्पन्न किलोबाईट्सपेक्षा कमी वेग मान्य करत नाही. मी तर एकशे अठ्ठावीसच मागतोय.'

आपला मुद्दा अनायसे एम डींच्या कानावर घालायची संधी दिल्याबद्दल टॉमनं जिमीचे मनातल्या मनात आभार मानले. एम डी हुशार होते. टॉमची चतुराई त्यांच्या लक्षात आली. त्याला दाद देणारं एक स्मित त्यांच्या चेहऱ्यावर तरळून गेलं. पण चर्चा भलतीकडेच भरकटत चालण्याचा धोका पत्करायला ते तयार नव्हते. त्यांनी हाताच्या इशाऱ्यानेच जिमीला गप्प करत टॉमला विचारलं,

'तुला नेमकं काय म्हणायचंय ? आपला अर्ज आपण पुढं पाठवू शकतो

याचा अर्थ असा घ्यायचा का, की कोणीही त्याला आक्षेप घेणार नाही ?'

'तो एक फार महत्त्वाचा मुद्दा आहे सर.' टॉम काही बोलणार तोच डेरेक कमिन्स, कंपनीचे लीगल ॲडवायजर म्हणाले, 'कारण अर्ज सादर केल्यानंतर त्याला कोणाचा आक्षेप असेल, ते पेटंट दिलं जाऊ नये असा दावा कोणाला करायचा असेल, तर त्यासाठी काही मुदत दिली जाते.'

'दॅट्स राईट. टॉमला याची माहिती आहे. म्हणूनच मी त्याला त्याविषयी स्पष्टपणे विचारतोय.'

'आणखीही एक मुद्दा आहे, सर. एकदा का आपण अर्ज केला की ती माहिती जाहीर होते. आपण हा विशिष्ट प्रॉडक्ट आणि तो उत्पादन करण्याची प्रक्रिया विकसित केली आहे, हे मग गुपित राहत नाही. किंबहुना त्यासंबंधीची बरीचशी माहितीही त्या अर्जातून इतरांना मिळू लागते. अशा परिस्थितीत जर कोणाचाही आक्षेप मान्य केला जाऊन अर्ज नाकारण्यात आला, तर आपलं दोन्हीकडून नुकसान होऊ शकतं. तसं होऊ नये...'

'म्हणून सुरुवातीलाच खबरदारी घेतली गेली पाहिजे. टॉम, आता बोल.'

या प्रश्नांची अपेक्षा टॉमला होतीच. त्यांना काय उत्तर द्यायचं याची तयारीही त्यानं केली होती. साधारण महिन्यापूर्वी याच खोलीत झालेल्या मीटिंगची त्याला प्रकर्षानं आठवण झाली. त्याचवेळी त्याला नेमकं काय करायचंय, याची पुरेपूर जाणीव त्याला दिली गेली होती. त्यावेळी एम डी काय म्हणाले होते, हेही त्याला स्पष्टपणे आठवत होतं. अगदी शब्द न् शब्द.

'आतापर्यंत मला मिळालेल्या सगळ्या रिपोर्ट्सवरून हा जो ड्रग आपण तयार केलाय तो कंपनीच्या आतापर्यंच्या इतिहासातला सगळ्यात क्रांतिकारक आहे, अशी माझी खात्री झाली आहे. एड्स सारख्या आजवर इतर कशालाही दाद न देणाऱ्या रोगावर तो एक उत्तम इलाज ठरु शकतो, याविषयी आता शंका उरलेली नाही. आफ्रिकेमध्ये आपण सगळे नियम पाळून केलेल्या क्लिनिकल ट्रायल्सनंतर तर कोणताच संदेह उरलेला नाही. अगदी बिलचीही खात्री पटलेली आहे.' शेवटचं वाक्य उच्चारता उच्चारता त्यांच्या ओठांच्या महिरपीला मुरड पडून एक खट्याळ हास्य त्यांच्या प्रयत्नांना न जुमानता चेहऱ्यावर पसरलंच. बिल स्टीफनसन हा कंपनीतला शंकासूर होता. किंबहुना त्यासाठीच कंपनीनं लठ्ठ पगार देत त्याला पोसला होता. कोणत्याही नव्या प्रकल्पाची, नव्या प्रॉडक्टची कसून तपासणी करणं, त्यात कसलीही खोट नाही, एकदा बाहेर पडल्यानंतर आपण तोंडघाशी पडणार नाही, याची खातरजमा करून घेणं हेच त्याचं काम होतं. त्यामुळं त्यानं एकदा हिरवा कंदील दाखविला, की मग पुढं जायला सगळेच जोमानं तयार होत असतं.

‘बिल सहजासहजी कशाचीही तारीफ करत नाही, हे तुम्हाला माहितीच आहे.’

‘पण रिझल्ट्सच इतके ठोस आहेत की’ तोंडातल्या तोंडात पुटपुटलेलं वाक्यही बिलनं अर्ध्यावरच सोडलं. चारचौघात तोंड उघडणं बिलला नेहमीच अवघड जात असे.

‘एक्झॅक्ट्ली ! मीही तेच म्हणतोय. आजवर इतर कोणत्याही औषधाच्या बाबतीत इतके पॉझिटिव्ह रिझल्ट मिळाले नव्हते. प्रत्येकात एखाददुसरा तरी दोष असेच. अशी औषधंही त्यातले दोष जाहीर करून कंपनीनं बाजारात आणलेली आहेत आणि त्यांची विक्रीही-’

‘आपल्या टार्गेटनुसार होत आहे.’ मार्केटिंग डायरेक्टर फिलिप जोन्सनं तेवढ्यात आपलं घोडं पुढं दामटलंच. जणु एम डींनी ते सांगितलं असतं तर त्याचं श्रेय फिलिपकडून हिरावून घेतलं गेलं असतं.

‘राईट. तर मग या नव्या औषधाचा कंपनीला किती फायदा होईल, याचा अंदाज तुम्हा सर्वांनाच येईल. आजपर्यंत यासंबंधीची माहिती कुठंही बाहेर फुटू नये म्हणून आपण भरपूर काळजी घेतली आहे. क्लिनिकल ट्रायल्स आफ्रिकेत करण्यापाठीही एक उद्देश तो होताच.’

‘तिथं या रोगाचा प्रादुर्भावही मोठ्या प्रमाणावर होतो. त्यामुळं तिथं पेशंटची संख्याही मोठी आहे.’ आफ्रिका निवडण्यामागे शास्त्रीय कारणंही होती, हे डॉक्टर रोझमेरी कोहेननी सांगितलं.

‘ते तर होतंच. पण तशी परिस्थिती आपल्याला आशियातही, इंडियासारख्या देशातही मिळाली असती. पण तिथले शास्त्रज्ञ अधिक तरबेज आहेत. त्यांच्यापासून खरी आणि संपूर्ण माहिती लपवून ठेवत अशा चाचण्या करणं कठीण गेलं असतं. मुद्दा तो नाहीय. एक सोन्याची खाण हाताशी आली आहे असं समजा. ती आपल्याच ताब्यात राहावी म्हणून जेवढी खबरदारी घ्यायला हवी तेवढी आजवर घेतली गेलेली आहे. यापुढं मात्र पेटंट मिळवायचं तर त्याविषयीची माहिती संपूर्णपणे गुलदस्तात ठेवणं शक्य होणार नाही. मर्यादित प्रमाणात का होईना, काही बाबी उघड कराव्याच लागणार आहेत. पेटंट मिळालं तर मग तसं करण्यात कसलाच धोका असणार नाही.’

‘थोडासा राहणार आहे’ डेरेक म्हणाला, ‘आपण पेटंट मागणार आहोत ते प्रॉडक्टचं पेटंट आहे, हे खरं.’

‘खरं ना ! मग कसला आला आहे धोका ?’ डेरेकला मध्येच अडवत फिलिपनं विचारलं. ‘माझ्या माहितीप्रमाणे प्रॉडक्ट पेटंटचा अर्थ तो पदार्थ आपल्या परवानगीवाचून व आपल्याला आपली रॉयल्टी पुरेपूर दिल्यावाचून कोणीही तयार

करू शकणार नाही.' राईट, डेरेक ?'

'जिथं जिथं आपल्यासारखाच पेटंट कायदा आहे तिथं तू म्हणतोस ते खरं ठरेल. तिथं आपल्या परवानगीवाचून कोणीही ते औषध बनवू शकणार नाही. पण इंडियासारखे काही देश आहेत की जिथं फक्त प्रोसेस पेटंट कायदाच आहे.'

'म्हणजे ? मी नाही समजलो. त्यामुळं काय फरक पडतो ?'

'बराच फरक पडतो. जर समजा तिथल्या कोणीतरी तेच औषध बनविण्याची दुसरी कोणती तरी पद्धत विकसित केली किंवा दुसरा कोणता तरी कच्चा माल वापरून तेच औषध बनविण्याची किमया हस्तगत केली, तर मग आपल्याला कोणतंही मानधन न देता किंवा आपली परवानगीही न घेता त्या पदार्थाचं उत्पादन केलं जाऊ शकतं. बहुतेक वेळा नेमकं कोणतं औषध उपयोगी पडणार आहे आणि त्याची रासायनिक रचना, केमिकल स्ट्रक्चर काय आहे, हेच शोधून काढण्यात फार महत्त्वाचा वेळ जात असतो. एकदा का ते सहजासहजी समजलं की मग दुसरी पद्धत किंवा दुसरा कच्चा माल शोधून काढायला तेवढेसे श्रम लागत नाहीत. हुशारी मात्र लागते.'

'आणि इंडियामधल्या शास्त्रज्ञांकडे ती निश्चितच आहे. आजवर तिथल्या वैज्ञानिकांनी अशी अनेक जीवनावश्यक, लाइफसेव्हिंग, औषधं तयार केली आहेत आणि तीही आपल्याला लागणाऱ्या उत्पादन खर्चापेक्षा कितीतरी कमी खर्चात. त्यामुळंच तर आपल्या औषधांच्या आफ्रिका, आशियामधल्या निर्यातीवर परिणाम होतोय, हे तर तुला माहितीच आहे.'

'ती भीती तशी आता फारशी राहिलेली नाही.' एम डी म्हणाले, 'इंडियाही आता वर्ल्ड ट्रेड ऑर्गनायझेशनचा सभासद झालेला आहे. त्या संघटनेचे नियम त्यानं मान्य केलेले आहेत.'

'पण तसा कायदा त्या देशानं अजून केलेला नाहीय.'

'आपण त्या देशातल्या सध्याच्या राजकीय परिस्थितीचा सहानुभूतीपूर्वक विचार करायला हवा. तसा कायदा न करता गैर फायदा मिळविण्याचा त्या देशाचा प्रयत्न आहे, असं मला वाटत नाही. सध्याच्या विशिष्ट राजकीय परिस्थितीपायी तो कायदा अजून पास झालेला नाही. पण तसा प्रयत्न त्या तिथल्या सरकारनं चालविला आहे, हे आपण नजरेआड करून कसं चालेल ?'

बोलता बोलता टॉम मध्येच थांबला. कोणीही न विचारता मध्येच आपण बोलत आहोत, तेही एम डी तिथं हजर असताना, याचा इतरांना धक्का बसला आहे आणि ते सारे जण तोंड उघडं टाकून आपल्याकडेच पाहत आहेत, याची त्याला अकस्मात जाणीव झाली. थोडाफार खजील होत आणि एम डींची यावर काय प्रतिक्रिया होईल या धास्तीनं तो गप्प झाला.

‘वेल सेड, टॉम, मलाही हेच म्हणायचं होतं.’ एम डी म्हणाले.

टॉमच्या वक्तव्यानं बसला नसेल असा धक्का एम डींनी साऱ्यांना दिला होता. त्यातून ते सगळे सावरताहेत तोच एम डी पुढं म्हणाले,

‘ती धास्ती नाही. तरीही काळजी घेणं आवश्यक आहे. म्हणूनच तर आज इथं आपण जमलो आहोत. आपला पेटंटचा अर्ज पुढं पाठविण्यापूर्वी त्याला कोणाचा आक्षेप येणार नाही, याची खातरजमा आपण करून घेतली पाहिजे.’

‘पण ती कशी करणार ? कोणीही सोम्या गोम्या उठेल आणि काहीतरी काढेल. आपण ते आधीच शोधून काढून त्याचा बंदोबस्त कसा काय करणार ?’ फिलिपशिवाय असा मुद्दा कोण उपस्थित करणार !’

‘कोणीही सोम्या गोम्या आक्षेप घेऊ शकणार नाही आणि तसा घेतलाच तर जागतिक संघटना त्याची दखल घेणार नाही. अशा आक्षेपाची संघटना ताबडतोब वासलात लावेल. कारण काही ठोस पुरावा दाखविल्याशिवाय अशा आक्षेपांची पत्रास कोणी बाळगत नाही.’

‘पण मग आपण नेमकं करायचं तरी काय ? जिमीनं धीर करून विचारलं.

‘त्यासाठीच तर तुला आणि टॉमला इथं बोलावलंय. तुम्ही दोघं इन्फार्मेशन डिपार्टमेन्टचे आधारस्तंभ ना ! मग या पेटंटच्या अर्जाला कोणी आक्षेप घेऊ शकेल की काय, याची माहिती तुम्ही मिळवायची आहे. इतर कोणी अशा प्रकारचं पेटंट या आधीच घेतलं आहे की काय, किंवा निदान ते मिळावं म्हणून अर्ज तरी केला आहे की काय, याची संपूर्ण माहिती तुम्हाला मिळवायची आहे.’

‘डन सर.’ काय करायचंय याची व्यवस्थित जाणीव होताच जिमीचा आत्मविश्वास जागा झाला. आपण ते काम निश्चितच करू असं आश्वासन एम डींना देत तो म्हणाला, ‘त्यासाठी पेटंटचे डेटाबेसेस बघावे लागतील, त्याची कसून छाननी करावी लागेल, थोडा वेळ लागेल पण काम ठोस आणि निश्चित होईल सर.’

इतका वेळ टॉम गप्पच बसलेला पाहून एम डींनी आता त्याला विचारलं,

‘तुलाही असंच वाटतं टॉम ?’

‘सर्टन्‌ली सर, त्याबाबतीत शंकाच नको. इंटरनेटवर आता बरेच डेटाबेसेस उपलब्ध आहेत. ते सर्च करता येतील. आपल्याकडे अतिशय पॉवरफुल सर्च एन्जिन्स आहेत सर. शिवाय जे डेटाबेसेस इंटरनेटवर नाहीत तेही ऑन लाईन सर्च वापरून चाळता येतील. पण-’

‘-पण काय ? आता पण कसला ?’ आपण ठाम आश्वासन देत असताना टॉमनं आपल्याला न विचारता काही अडचणी उभ्या कराव्यात, हे जिमीला मुळीच पसंत पडलेलं नव्हतं. तशा अडचणी असतील, याची त्यालाही जाणीव होती. पण एम डीपुढं त्यांचा पाढा वाचला जावा, हे त्याला पसंत नव्हतं. तसं

केल्यानं त्यांचं आपल्याविषयीचं मत कलुषित होईल, अशी भीती त्याला वाटत होती. टॉमचं ठीक होतं. तरुण सळसळतं रक्त होतं. स्वत:च्या कर्तृत्वाबद्दल भलताच विश्वास होता. शिवाय सडाफटिंग, आगापिछा नसलेला माणूस. बायकापोरं असती, संसार असता म्हणजे मग असं भलतंसलतं बोलण्याचा धीर नसता झाला.

'पण काय टॉम ?' टॉम गप्प झालेला पाहून एम डीनीच त्याला विचारलं.

'मला एवढंच म्हणायचं होतं की केवळ पेटंटचे डेटाबेसेसच चाळून भागणार नाही. कोणी या विषयावर काही पेपर प्रसिद्ध केला आहे की काय, याचाही विचार करावा लागेल.'

'ही इज राईट, सर' टॉमच्या म्हणण्याला पाठिंबा देत डेरेक कमिन्स म्हणाले, 'जर असा पेपर पब्लिश झाला असेल, तर ही माहिती पब्लिक डोमेनमध्ये गेली असं समजलं जाईल. अशी जगजाहीर झालेली माहिती असेल, तर मग तिचं पेटंट नाही घेता येणार. म्हणून तर आपण आपल्या सायंटिस्टना पेटंट मिळेपर्यंत पेपर पब्लिश करू देत नाही.'

'ठीक आहे.' नाईलाज झाल्यासारखा जिमी म्हणाला.' या विषयावर पब्लिश झालेले पेपर्सही शोधून काढता येतील. यासाठी किती वर्ष मागे गेलं पाहिजे, हा एक प्रश्नच आहे. पण ही बाब इतकी महत्त्वाची असेल तर-

'-आहेच महत्त्वाची.' त्याला मध्येच अडवत डेरेक म्हणाला.' यापूर्वी कधीही असा एखादा पेपर पब्लिश झाला असेल तर आपल्याला पेटंट मिळण्यात अडचणी येतील. किंबहुना ते मिळणारच नाही, असं आपण गृहीत धरून चाललं पाहिजे. तसं झालं तर परत आपलं दुप्पट नुकसान होणार आहे. तेव्हा वेळ लागला, आपल्याला आपला अर्ज पाठवायला उशीर झाला तरी चालेल, पण हा सर्च टाळता येणार नाही.'

'तसा फार वेळही लागणार नाही.' परत एकदा टॉमनंच आपलं तोंड उघडलं. जिमीच्या कपाळावर उमटलेल्या आठीकडे त्यानं दुर्लक्ष केलं कारण आता आपण काही बोललो तर एम डी आपलं म्हणणं ऐकून घेतील, याची त्याला खात्री हाती. 'एड्सची पहिली ओळख साधारण एकोणीसशे ऐंशीच्या सुमारास पटली आणि त्यानंतरच त्याच्याविषयीची अधिक माहिती बाहेर यायला लागली. जर कोणी यावर उपचार करण्याच्या पद्धतीचा दूरान्वयानंही उच्चार केला असेल तर तो एकोणीसशे ऐंशीच्या नंतरच असणार, असं गृहीत धरायला मला वाटतं काहीच हरकत नाही.'

'यू आर राईट' त्याला दुजोरा देत रोझमेरी कोहेन म्हणाल्या. 'त्यापूर्वी काही पेपर पब्लिश झाले असतीलच तर त्यात एड्सचा उल्लेख असणार नाही. मग तो

उपाय एड्सवरचा होता, असा दावा कोणी कसा काय करू शकेल ?'

'तुला काय वाटतं डेरेक ?'

'आय थिंक दे आर राईट, सर. मलाही टॉमचं आणि रोझमेरीचं मत पटतंय.'

'फाईन. ठरलं तर मग. पेटंटचं डेटाबेसेस आणि ऐंशी सालानंतर प्रसिद्ध झालेल्या पेपर्सची छाननी करून जिमी आणि टॉमनं ती माहिती लवकरात लवकर उपलब्ध करून द्यायची आहे. त्यांना बरंच काम करावं लागणार आहे, याची सर्वांनाच कल्पना आहे. पण आपल्याला आता फार उशीर करूनही चालणार नाही. ओनील मेडिसिन्सही यावर संशोधन करत आहे, अशी माहिती मिळालेली आहे. त्यांचा अर्ज आपल्या आधी सादर केला गेला, तर एवढी सारी मेहनत पाण्यात जाणार आहे.'

'तरीही-' काही तरी नवीन सांगण्याचं सूतोवाच करीत टॉम म्हणाला. आपल्या मनात आलेला विचार बोलून दाखवावा की नाही यावर त्याचा निर्णय होत नव्हता. म्हणूनच तो थोडंसं अडखळत बोलला.

ती संधी जिमीनं साधली. टॉमनं आज त्याच्यावर कुरघोडी केली होती. एम डींनी बोलून दाखवलं नसलं तरी टॉमनं सांगितलेली महत्त्वाची बाब जिमीच्या नजरेतून सुटली होती, हे त्यांना आवडलेलं नसणार हे नक्की. आता परत आणखी एखादी बाब नव्यानं टॉमनं बोलून दाखविली तर ते आपल्याला बरंच जड जाईल, याबद्दल त्याला शंका नव्हती. म्हणूनच टॉमला आणखी काही सांगायची संधीच न देता तो म्हणाला,

'ओऽहो, आता आणखी नवे फाटे नको फोडूस टॉम. आधीच रात्र थोडी आणि सोंग फार, अशी परिस्थिती झालीय आणि नवनवीन शंका तुझं मन कुरतडताहेत. आपल्याला आता तातडीनं कामाला लागलं पाहिजे. जराही वेळ घालवून चालणार नाही.'

'पण, पण-'

'नो मोअर बट्स, टॉम.' आता एम डींनीच त्याला गप्प केलं. जिमी आणि टॉम यांच्यात एकमेकांवर मात करण्याचा हा खेळ अधिक चालू देणं धोक्याचं ठरलं असतं, याची त्यांना जाणीव झाली होती. शिवाय टॉमला आणखी अधिक बोलू देण्यानं जिमीच्या ऑथॉरिटीला धक्का पोचला असता. टॉम जिमीपेक्षा हुशार असला तरी त्याच्याकडे मॅनेजमेन्ट स्किल्स नाहीत, हे त्यांना ठाऊक होतं. जिमीला दुखवलं तर टॉमकडून दिलेल्या वेळात काम करून घेणं त्याला अवघड जाईल, याचीही त्यांना जाणीव होती. टॉमसारख्या सतत फुरफुरणाऱ्या आणि भरधाव पळू पाहणाऱ्या वारूला लगाम घालून शर्यतीच्या आखून दिलेल्या

मार्गावरून नेमकं पळवायचं काम जिमीच करू शकत होता. 'आता आणखी काही फाटे न फोडता कामाला लागा बघू. गेट क्रॅकिंग.'

आणि त्या दिवसापासून आजवर मान मोडेस्तोवर जिमीनं आणि टॉमनं काम केलं होतं. इंटरनेटवर किंवा इतर कॉम्प्युटर नेटवर्कवर उपलब्ध असली तरी ती प्रचंड माहिती चाळून त्यातून नेमका आपल्याला हवा असलेला तुकडा मिळविणं, हे काम सोपंही नव्हतं आणि येऱ्यागबाळ्याचंही नव्हतं. इन्फर्मेशन सर्च करणं हे कौशल्याचं काम होतं. त्यासाठी दिवसाकाठी नव्यानं तयार होत असलेल्या टेक्निक्सची माहिती मिळविणं, ती वापरण्यात पारंगत होणं, कोणाही ऐऱ्यागैऱ्याला शक्य नव्हतं. टॉमची हुशारी तिथंच तर खरी पणाला लागत होती. हातात यंत्र असलं तरी ते नेमकं कसं वापरायचं आणि त्याच्या शक्तीचा पुरेपूर फायदा कसा करून घ्यायचा, हेच तर या नव्या युगातलं खरं आव्हान होतं.

त्याचाच परिपाक म्हणून आज तो ठामपणे सांगू शकत होता की आगे बढो, आता आपल्याला कसलाही धोका नाही.

'म्हणजे इतकी सारी शोधाशोध करूनही तुला-,' प्रश्न विचारत असलेल्या डेरेकचं लक्ष तेवढ्यात जिमीकडे गेलं. त्याच्या कपाळावर उमटत चाललेल्या आठ्यांचं प्रयोजन लक्षात येताच स्वत:ला घाईघाईनं सावरून घेत डेरेक पुढं म्हणाला, 'आपलं तुम्हाला, एकही यापूर्वीचा पेटंटचा अर्ज मिळाला नाही की कोणीही पब्लिश केलेला पेपर सापडला नाही.'

'करेक्ट. दॅट इज करेक्ट. एड्सवर रामबाण उपाय आहे, असा दावा करणारे तसे बरेच पेपर मिळाले, पण त्यातला एकही आपल्या संशोधनाच्या किंवा आपण विकसित केलेल्या प्रॉडक्टच्या तसंच प्रोसेसच्या जवळपासही येत नव्हता.' टॉमला बोलण्याची संधीच न देता जिमीनंच घाईघाईनं सांगून टाकलं.

टॉमनं फक्त मान हलवून दुजोरा दिला. आपल्याऐवजी जिमीनं माहिती सांगितल्यामुळं त्याला वाईट वाटल्याचं मुळीच दिसत नव्हतं. बाकी सारे जण त्या दोघांनी तयार केलेला तीन पानांचा रिपोर्ट वाचण्यात मग्न झाले होते. त्यामुळं काही वेळ तरी कोणीच काही प्रश्न विचारले नाहीत. रिपोर्ट वाचून होताच एम डींनी मात्र नेमका प्रश्न केला.

'आपल्या शोधातून, चाळणीतून काही सुटलं नाहीय याची खात्री आहे ना तुम्हाला ?'

प्रश्न दोघांनाही होता पण जिमीनंच परत दोघांच्या वतीनं उत्तर दिलं.

'वुई आर टोटली शुअर, सर. ॲब्सोल्यूटली. अगदी छोट्यातला छोटा डेटाबेसही आम्ही चाळलाय. पण काहीही सापडलं नाही. आम्हाला आमच्या शोधात अपयश येऊनही आनंद झाल्याची ही पहिलीच वेळ आहे सर.' तेवढ्यात

जरा विनोद करून मीटिंगमधला तणाव थोडा कमी करण्याचा प्रयत्न जिमीनं केला. काही अस्फुट स्मितांशिवाय त्याच्या विनोदाला फारशी दाद मिळाली नाही. टॉम सगळा वेळ गप्पच असल्याचं एम डींच्या नजरेतून मात्र सुटलं नाही. त्याला बोलतं करण्याचा प्रयत्न करत त्यांनी विचारलं,

'काय टॉम, तू गप्पगप्प का ? काही राहिलंय का सांगायचं ?'

एवढी सगळी शोधाशोध करूनही काहीतरी आपल्या नजरेतून राहून गेलंय, असं का कोण जाणे टॉमला वाटत होतं. काय ते मात्र प्रयत्न करकरूनही त्याच्या ध्यानात येत नव्हतं. एखादी गोष्ट हाताच्या टप्प्याबाहेर असावी, दिसावी पण सतत हुलकावण्या देत राहावी, तशी त्याची परिस्थिती झाली होती. अशा प्रकारच्या शंका त्याला नेहमीच छळत असत. त्याला नेहमी पडत असलेली स्वप्नंही अशीच असतात. आपण ट्रेननं प्रवास करत आहोत, पाणी पिण्यासाठी किंवा पाय मोकळे करण्यासाठी आपण मधल्या कोणत्या तरी स्टेशनवर उतरलो आहोत आणि तेवढ्यात गाडी सुटतेय. आपण जीवाच्या आकांतानं धावूनही ती आपल्याला वाकुल्या दाखवत आपल्या डोळ्यासमोर निघून जातेय. त्यानं याबाबतीत त्याच्या एका सायकियाट्रिस्ट मित्राला विचारलंही होतं. पण हा केवळ आपण नेहमीच यशस्वी व्हावं अशी ॲन्क्झायटी वाटण्याचा परिणाम आहे, त्यात काहीच गंभीर बाब नाही, असं सांगून त्यानं टॉमला झटकून टाकलं होतं. बऱ्याच वेळा तशी काही चूक राहिलेलीही नसे, ते केवळ मनचेच खेळ असत, हे टॉमलाही कबूल करावं लागलं होतं. त्यामुळं आताही आपल्याला छळत असलेली ही अनामिक भीती अनाठायीच असली तर आपलं हसूच होईल, हे त्याच्या लक्षात आलं.

'न न नाही, तसं काही नाही' एम डींसकट सगळ्यांच्याच नजरा आपल्यावर खिळून आहेत, जिमी तर कपाळावर आठ्यांच जाळं ताणून आपल्याकडे पाहतोय, हे ध्यानात येताच त्यानं घाईघाईनं सांगून टाकलं.

क्षणभर त्याच्याकडे रोखून पाहत एमडींनी आपला मोहरा मग डेरेककडे वळविला आणि आपल्या हातातले कागद पुढं करत ते डेरेकला म्हणाले,

'ओ. के. डेरेक, देअर डझन्ट सीम टू बी एनी ऑब्जेक्शन नाऊ. यू कॅन गो अहेड आणि फाईल अवर पेटंट ॲप्लिकेशन. द अर्लिअर द बेटर. गुड लक. इन फॅक्ट लेट अस वुईश ऑल ऑफ अस गुड लक.'

त्यानंतर काही बोलण्यासारखं उरलंच नव्हतं. एमडीही उठल्यामुळे मीटिंगही आवरती घेतली गेली. टॉमनं काही घोटाळा करून ठेवला नाही, हे पाहून जिमी सुखावला.

मोठा सुस्कारा सोडत त्याने कॉलरमधून आतल्या बाजूनं बोट फिरवत कागद

आवरले आणि इतरांबरोबर तो लंचरुमच्या दिशेनं जाऊ लागला.

✦✦✦

परत एकदा सगळे जण जमले होते. पेटंट ॲप्लिकेशन पाठविण्यापूर्वी झालेल्या त्या मीटिंगला महिना होऊन गेला होता. मध्यंतरीच्या काळात त्याविषयी काहीच बातमी नव्हती. आजची मिटींग आपला अर्ज मंजूर होऊन पेटंट मिळालं, हे अनाऊन्स करण्यासाठी असणार अशी सर्वांचीच खात्री होती. जिमीनं टॉमला तसं बोलूनही दाखविलं होतं.

म्हणूनच एम डींची मुद्रा सीरियस असल्याचं पाहून सर्वांनाच आश्चर्य वाटलं होतं. एम डींनी नमस्कार-चमत्कारात वेळ न घालवता मीटिंगला एकदम सुरुवातच केली.

'जिमी, गेल्या वेळच्या मीटिंगमध्ये तुम्ही संपूर्ण लिटरेचर चाळून कोणताही पेपर, कोणताही रिपोर्ट पब्लिश झालेला नाही, याची खात्री करून घेतली आहे का, असं मी विचारलं होतं.'

आपल्याला एम डी असं काही विचारतील याची जिमीला कल्पना नव्हती. ज्या सुरात त्यांनी त्याला संबोधलं होतं. त्यावरून एम डी चिडले आहेत, हे जिमीला कळून चुकलं होतं. तो साफ गांगरून गेला होता. त्यांच्या मनात नेमकं काय खदखदतंय याचीही त्याला कल्पना नव्हती. तरीही गप्प राहून चालणार नव्हतं. आपल्यावर चालून आलेल्या संक्रांतीचा मोहरा टॉमकडे वळविण्याचा प्रयत्न करत त्यानं म्हटलं,

'आणि तसा कोणताही पेपर आम्हाला मिळालेला नाही, असं मी सांगितलं होतं. टॉमनं सगळा सांगोपांग सर्च केला होता.'

'मग आता इंडियामधल्या या संस्थेनं आपल्या अर्जाला हा आक्षेप कसा काय घेतलाय ?'

आपल्या अर्जाला आक्षेप घेतला गेलाय, ही बातमी सर्वांनाच नवीन होती. सगळेजण त्यानं हादरले. डेरेक सोडून. आक्षेप घेतला गेल्याचं त्यालाच प्रथम आणि त्याच्याकडूनच मग एमडींना समजलं होतं.

'पण कोणत्या आधारावर त्यांनी हा आक्षेप घेतलाय ?'

'त्यांच्या म्हणण्याप्रमाणं त्यांनी या विषयावरचा पेपर आठ वर्षांपूर्वी पब्लिश केलाय.'

'इम्पॉसिबल !' स्वत:वरचा ताबा सुटून जिमी जवळजवळ किंचाळलाच. 'ते थापा मारत असले पाहिजेत. आम्ही सगळी जर्नल्स पालथी घातली होती. हो ना, टॉम ?'

त्याला उत्तर न देता टॉमनं एम डींना विचारलं, 'कुठं पब्लिश केलाय हे

सांगितलंय का त्यांनी ?'

हातातल्या फाईलवर नजर टाकत एम डी म्हणाले, 'भरातीय परमररिक, तूच बघ. आय कान्ट प्रोनाऊन्स इट.'

'भारतीय पारंपारिक औषधी विज्ञान पत्रिका.' त्यांच्याकडून फाईल घेत त्यातून वाचत टॉम म्हणाला, 'हे जर्नल इंग्लिश भाषेतलं नाहीय. इंडियाच्या नॅशनल लँग्वेजमधलं, हिंदीतलं आहे. म्हणून तर ते वर्ल्ड डेटाबेसेसकडून कव्हर केलं जात नाही.'

'इंग्लिशमधलं नाही ना ? मग त्या लोकांना आपल्या अर्जावर कसं काय ऑब्जेक्शन काढता येईल ? ते मान्य केलं जाणार नाही. शिवाय टॉम म्हणतो की ते वर्ल्ड डेटाबेसेसकडून कव्हरही केलं जात नाही. मग ते कोण वाचत असेल ?'

'तो मुद्दा कोर्टात टिकणार नाही. वर्ल्ड डेटाबेसेस तुम्हीच बनवता, कित्येक वेळा जाणूनबुजून या इतर देशातून येणाऱ्या माहितीकडे दुर्लक्ष करता, म्हणून ती माहिती अस्तित्वातच नाही, असा दावा तुम्ही नाही करू शकणार. या इंडियामधलीच एक प्रॉव्हर्ब आहे. म्हातारीनं कोंबडं झाकलं म्हणून सूर्य उजाडायचा थोडाच थांबणार आहे !' डेरेक म्हणाला, 'कुठंही पब्लिश झालेलं असो, कोणत्याही भाषेतलं असो, एकदा काही एक माहिती पब्लिश झालेली असली की ती साऱ्या जगाच्या मालकीची झाली. तिच्यावर मग कोणा एकाचाही ताबा असणं मान्य होणार नाही.'

'पण नुसता पेपर पब्लिश झाला म्हणून काय झालं ? आपण क्लिनिकल ट्रायल्स केल्या आहेत, त्याचा डेटा आपल्याकडे आहे. तसा या पेपरमध्ये आहे का ?' रोझमेरी कोहेननं विचारलं.

'ते पेपर पाहूनच सांगता येईल.' टॉम म्हणाला. जिमीची दातखिळीच बसली होती. त्याच्या तोंडून शब्द फुटणार नाही याची टॉमला खात्री होती. 'पण तसा तो नसला तरी कदाचित त्या पेपरमध्ये ज्या उपचाराची माहिती दिलेली असेल ते उपचार इंडियाच्या ट्रेडिशनल मेडिसिनल सिस्टीमचा, आयुर्वेदाचा, भाग असण्याची शक्यता आहे. त्यासाठीच या डेटाबेसेसबरोबरच एथ्नोबोटॅनिक आणि ट्रेडिशनल मेडिसिन लिटरेचरही चाळलं पाहिजे, असं सांगण्याचा प्रयत्न मी गेल्या मीटिंगमध्ये करत होतो. पण मी काहीतरीच फाटे फोडतोय, असं समजून मला बोलूच दिलं गेलं नाही.'

'टॉमचं म्हणणं खरं आहे.' रोझमेरी म्हणाल्या, 'इंडिया, चायना, मंगोलिया, इराण वगैरे देशातल्या ट्रेडिशनल मेडिसिनल सिस्टीम्स चांगल्याच विकसित होत्या. त्या त्या देशातल्या त्यांच्या पुरातन भाषांमधल्या ग्रंथसंग्रहात फार मोलाची माहिती आहे. त्यातली काही आता तिथले विद्वान इंग्रजीत आणत आहेत. पण

आपण कित्येकवेळा झापडं बांधून त्याकडेही दुर्लक्ष करतो. शहाणपणाचा, ज्ञानाचा सारा मक्ता आपल्याकडेच आहे, अशी सोईस्कर समजूत करून घेऊन वागतो.' उपरती झाल्यासारखी रोझमेरी कोहेन म्हणाली.

'याचा अर्थ आता आपण काहीच करू शकत नाही ?' फिलिपनं विचारलं. त्यानं मोठ्या मार्केटिंग कॅम्पेनची तयारी केली होती. ती सगळी आता फुकट जाणार होती.

'आपण आपल्या पेटंटविरुद्ध केलेल्या दाव्याची पुरती छानबीन करायलाच हवी. टॉमला एथ्नोबोटॅनिक इन्फर्मेशन सोर्सेसची चांगली माहिती दिसतेय. त्यानं आता कोणतीही कसूर न ठेवता त्या पेपरबाबतचा आणि त्यासंबंधीच्या साऱ्याच माहितीचा संपूर्ण अहवाल तयार करायला हवा.' एम डी म्हणाले, 'आणि यावेळी त्याला कोणीही अडवू नका. जी काही साधनसामुग्री त्याला हवी असेल, ती त्याला मिळायला हवी. जिमी ती जबाबदारी तू घेशीलच. मात्र टॉम, आता मिळेल ती माहिती परिपूर्ण असेल, याची खबरदारी तू घ्यायची आहेस. ती मिळाल्यानंतर जर आपल्या अर्जात काही दम आहे असं वाटलं, तर उत्तमच आहे. तसं नाही झालं तरी आपल्याला आपल्या औषधाचं उत्पादन करता येईलच. फक्त त्यावर आपली मक्तेदारी राहणार नाही. तरीसुद्धा आपले कॉम्पिटिटर आपल्याला गाठेस्तोवर आपल्याला बरीच आघाडी घेता येईल. आपला ब्रॅन्ड नेम व्यवस्थित एस्टॅब्लिश करता येईल. ते करण्याचं काम आता प्रॉडक्शननं आणि मार्केटिंगनं करायचं आहे. आपलं काम अधिक अवघड झालं आहे आणि ते पूर्ण करण्यासाठी हाती असलेला वेळ कमी झाला आहे. तेव्हा आता सगळ्यांनीच वेगानं कामाला लागायला हवंय. टॉमला आपलं काम करू द्या. त्याच्याकडून आशाजनक बातमी मिळेल यावर विसंबून न राहता पुढच्या कामाला लागा.'

आणि उठून एम डी तरातरा चालायला लागले देखील.

✦